மக்கள் வரலாறு
தொடக்கமும் தொடர்ச்சியும்
தொகுதி –1

க.சுபாஷிணி

இந்தியா♦மலேசியா♦இலங்கை♦ஜெர்மனி♦அமெரிக்கா

நூல்: மக்கள் வரலாறு - தொடக்கமும் தொடர்ச்சியும்
♦ஆசிரியர்: க.சுபாஷிணி ♦பதிப்பு: (முதல்) ஜூலை 2024
♦உரிமை: ஆசிரியருக்கு ♦வெளியீடு: தமிழ் மரபு
அறக்கட்டளை பதிப்பகம் ♦விலை: ரூ.200 ♦ஐரோப்பாவில்
யூரோ 4/-

Book Title: Makkal Varalaru Thodakkamum Thodarchiyum
♦Author:K.Subashini ♦Publisher: Tamil Heritage Foundation
Pathipagam ♦Edition: First July 2024 ♦Size: Demy Octovo ♦Pages:190
♦Copyright: Author ♦E-mail: mythforg@gmail.com♦
Price Rs.200/- Euro 4 /-

ISBN: 978-81-969626-0-9

உள்ளடக்கம்

தொகுப்புரை	iv
என்னுரை	x
1. இப்படித்தான் தொடங்கியது..!	1
2. பிரித்தானிய(பிரிட்டன்) நூலகத்தில் தமிழ்க்கருவூலங்கள்	5
3. கல்வெட்டில் ஓர் இசைப்பாடம்	10
4. திருநாதர்குன்றுக்குச் சென்ற கதை	16
5. எழுத்துக்களா இவை?	22
6. பஞ்சவன்மாதேவி பள்ளிப்படை	28
7. நடுகற்கள்	33
8. அந்தியூர் நடுகற்கள்	39
9. குன்றக்குடி குடைவரைக்கோயில்	46
10. தாராசுரம் எனும் கவின் கலைப்படைப்பு	52
11. தூத்துக்குடி பனிமய மாதா	57
12. பெர்லிஸ் மாநில கோயில்கள்	62
13. பானையின் மேல் ஓவியமா?	69
14. திருமலை - மனித உருவ பாறைச்சித்திரங்கள்	74
15. பனைமலை தாளகிரீஸ்வரர் உமையம்மை ஓவியம்	81
16. சித்தன்னவாசல் சிற்பங்கள்	86
17. டென்மார்க்கில் தமிழ் ஓலைச்சுவடிகள்	91
18. பிரான்சில் தமிழ் ஓலைச்சுவடிகள்	98
19. திருமலை சிகாமணி	103
20. கருங்காலக்குடி தொல்பழங்காலக் குறியீடுகளும் சமணர் சின்னங்களும்	108
21. போலந்தின் க்ராக்காவ், தமிழகத்தின் கீழடி தொல்லியல் ஆய்வுகள்	113
22. தமிழ்த் தொன்மங்களுக்கான தேடுதல்	119
23. மருங்கூர் - சங்ககால நகரம்	125
24. எட்டயபுரம் ஜமீன் அரண்மனைக்குச்செல்வோமா?	130
25. கல்லிலே கலைவண்ணம் - திருச்சி குடைவரைக்கோவில்	136
26. பாபநாசம் - காணி மலைவாழ் மக்கள்	141
27. குலதெய்வங்கள்	147
28. செங்கம் லம்பாடி பழங்குடிமக்கள்	152
29. வீரவிளையாட்டு - தமிழகத்திலும் ஸ்பெயினிலும்	161
30. பள்ளிகளில் தொல்லியல் அறிமுகம்	168

தொகுப்புரை

வணக்கம்.

தமிழ் மரபு அறக்கட்டளை பன்னாட்டு அமைப்பில் ஒரு செயற்குழு உறுப்பினராக இணைந்து கடந்த மூன்று ஆண்டுகளாக நான் செயலாற்றி வருகின்றேன். அதற்கு முன், ஒரு குறிப்பிட்ட வட்டத்திற்குள் செயல்பட்டு வந்த என்னை கொரோனா காலம் திசைக்கூடல் கருத்தரங்க நிகழ்வில் பங்கேற்க வாய்ப்பினை ஏற்படுத்தித் தந்தது. நாம் இன்னும் தெரிந்து கொள்ள வேண்டியதும் பயணப்பட வேண்டிதும் நிறைய என்பதனை அந்நிகழ்ச்சி உணர்த்தியது. கால ஓட்டத்தில் இன்று தமிழ் மரபு அறக்கட்டளை பன்னாட்டு அமைப்பின் கருத்தரங்கப் பொறுப்பாளராக இருக்கின்றேன் என்பதை நினைக்கும் போது ஆச்சரியமாகத் தான் இருக்கின்றது.

உலகம் முழுவதும் பரவியுள்ள தமிழர் வரலாற்றை அறிவதும் அதனை அறிவியல் முறைப்படி ஆவணப்படுத்த வேண்டியதன் அவசியத்தையும் இந்தப் பணிகளின் ஊடாக நான் உணர்ந்தேன். இந்த மூன்றாண்டுகள் முனைவர்க.சுபாஷிணி மற்றும் தமிழ் மரபு அறக்கட்டளைத் தன்னார்வலர்களோடு பல இடங்களுக்கும் பயணப்பட வாய்ப்பு கிடைத்தது. அப்படி பயணப்படக்கூடிய சூழலில் க.சுபாஷிணி அவர்களுடைய நூல்களையும் கட்டுரைகளையும் வாசித்தேன். மலேசிய இதழான தமிழ்மலர், புதன்மலரில் 17.02.2016 முதல் 28.02.2019 வரை "தமிழர் வரலாற்றுக்கு ஓர் அரண் - தமிழ் மரபு அறக்கட்டளை..... ஜெர்மனியிலிருந்து ஒரு மடல். அனுபவத்தைச் சொல்கின்றேன். என்னுடன் தொடர்ந்து இக்கடிதத்தில் பயணிக்க வாருங்கள். நம் வரலாற்றுப் பயணத்தைத்தொடர்வோமா..?" என்ற அழைப்போடு அந்த நாளிதழில் வாரம் தோறும் புதன்கிழமைகளில் ஒருபக்க அளவில் தொடர் கட்டுரைகளை முனைவர் க.சுபாஷிணி

அவர்கள் எழுதி வந்தார்கள். அக்கட்டுரைப் பகுதிகளைத் தொகுத்து தம்முடைய வலைப்பக்கத்திலும் சேகரித்து வந்தார்கள்.

தமிழ்மலர் கட்டுரைகளை வாசியுங்கள் என்று முனைவர் க. சுபாஷிணி அவர்கள் கொடுத்த நாளிலிருந்து எப்பொழுதெல்லாம் நேரம் கிடைக்கின்றதோ அப்போதெல்லாம் வாசித்துவிடுவேன். 97 கட்டுரைகளையும் (17.02.2016 - 28.02.2019) வாசித்த உடன் பெருவியப்பு. இத்தனை இடங்களுக்கும் நம்மால் செல்ல இயலுமா? பரந்துபட்ட இந்தப்பார்வையோடு உலகத்தைப் பார்க்க இயலுமா? என எனக்குள் பலகேள்விகள். தமிழ் மரபு அறக்கட்டளை பன்னாட்டு நிறுவனத்தால் எவ்வாறு தொடர்ந்து அவர்களுடைய நோக்கத்தைக் காலஓட்டத்தில் களைத்துப் போகாமல் செயல்படுத்த முடிகின்றது என்பதும் என்னுள் எழுந்த சிந்தனை. முனைவர் க.சுபாஷிணி அவர்களிடம் அனைத்துக் கட்டுரைகளையும் வாசித்துவிட்டு இதனை மூன்று கட்டுரைத்தொகுப்புகளாக வெளியிடலாம் என்ற என் எண்ணத்தையும் வெளியிட்டேன். அவரும் அச்சிந்தனையோடு இருந்ததால் எனக்கும் இவ்வாய்ப்பு கிடைத்தது.

தமிழ் மரபு அறக்கட்டளையின் முக்கிய நோக்கம் என்பது தமிழ், தமிழரின் மொழி, வரலாறு, பண்பாடு, நாகரிகம், மானிடவியல், சமூகவியல் ஆகியவற்றைப் பாதுகாக்க உதவும் ஆராய்ச்சி நடவடிக்கைகளில் கவனம் செலுத்துவது, இதனை வரும் தலைமுறையினருக்குக் கொண்டு செல்வது. இயற்கையை அறிவியல் பார்வையோடு உணர்ந்து, அதனைச் சிதைக்காமல் பாதுகாத் து அடுத்த தலைமுறையினருக்கு விட்டுச் செல்ல வேண்டும் எனவும் இந்த அமைப்பின் வழிஅறிவுறுத்தி வருகின்றோம். அதைப்போல வரலாற்றையும் வருங்காலத் தலைமுறையினர் அறிந்து கொள்ள அதனைப் பாதுகாத்து ஆவணப்படுத்திக் கொடுப்பது நம் கட்டாயக் கடமை. அதைத்தான் தமிழ் மரபு அறக்கட்டளை தம்பணியாக நினைத்துச் செயலாற்றி வருகின்றது. அவ்விதத்தில் தமிழ்மலர் கட்டுரைகளையும் அனைவரும் வாசிக்கக் கொண்டு செல்ல வேண்டும் என்று நினைத்தேன். அதற்கு ஏற்ற காலமும் அமைந்தது. முதல் நூலாக 30கட்டுரைகளை மட்டும் தேர்ந்தெடுத்துத் தொகுத்து வெளியிடுகின்றோம். மற்ற இரண்டு நூல்களும் தொடர்ந்து வரும் காலங்களில் அச்சிட்டு வெளியிடப்படும்.

97 கட்டுரைகள் பறவைகள் பலவிதம் ஒவ்வொன்றும் ஒருவிதம் என்ற பாடலடிகளைப் போல தமிழ்மலரின் புதன்மலர் கட்டுரைப் பகுதியில் வெளிவந்த கட்டுரைகள் ஒவ்வொன்றுக்கும் ஒரு சிறப்பு உண்டு. எந்த ஒரு செயலின் வெற்றிக்கும் நல்ல தொடக்கம் மிக அவசியம். 2001ஆம் ஆண்டு ஆகஸ்ட் 27ஆம் நாள் மலேசியாவில் நடைபெற்ற தமிழ் இணையக் கருத்தரங்கம் இந்த அமைப்பிற்கு நல்ல தொடக்கமாக அமைந்தது; உலகளாவிய தமிழ் ஆர்வலர்களின் கவனத்தையும் ஈர்த்தது எனலாம். தன்னுடைய தேடலையும் வாசிப்பையும் தம்மோடு இணைந்து செயலாற்ற விழைந்த நண்பர்களையும் "இப்படித்தான் தொடங்கியது?" என்ற கட்டுரையில் தமிழ் மரபு அறக்கட்டளையும் இப்படித்தான் தொடங்கியது என மிகச் சிறப்பாக தம் எண்ணங்களையும் நூலாசிரியர் பதிவு செய்துள்ளார்.

பிரிட்டன் நூலகத்தில் தமிழ்க் கருவூலங்கள், டென்மார்க்கில் தமிழ் ஓலைச்சுவடிகள், பிரான்சில் தமிழ் ஓலைச்சுவடிகள் இக்கட்டுரைகள் ஓலைச்சுவடிகளை மின்னாக்கம் செய்த அனுபவங்களைப் பகிர்கிறது. இக்கட்டுரைகள்வழி பழம் ஆவணங்களைப் பாதுகாக்கும் வழிமுறைகளையும் அதற்கான தொழில்நுட்ப பயன்பாடுகளையும் எடுத்துரைக்கின்றது. பழமையான நூல்களை மின்னாக்கம் செய்யும் முறைகளையும் செய்ய வேண்டியதன் அவசியத்தையும் இக்கட்டுரைகள் ஆழமாக உணர்த்துகின்றன. நூலாசிரியரின் கடும் உழைப்போடு மின்னாக்கம் செய்யப்பட்ட இந்த ஆவணங்கள் மின் சேகரத்தில் உலகத் தமிழர் பயன்பாட்டிற்கு பதிவேற்றம் செய்யப்பட்டுள்ளன என்பது சிறப்பு.

தமிழ்த் தொன்மங்களுக்கான தேடுதல் என்ற கட்டுரையில் ஒடிஷா பயணத்தைப் பற்றி எழுதியுள்ளார். இக்கட்டுரையில் மிக முக்கியமாக என்னைக் கவர்ந்த வரிகள் "தமிழ்த் தொன்மங்களுக்கான தேடுதல் தமிழக புவியியல் மற்றும் அரசியல் எல்லைகளுக்கு உட்பட்டதாக இருக்கக் கூடாது". ஆம் உலகம் முழுவதும் பயணப்பட்டு தேடுதல் மேற்கொள்ளப்படுதல் வேண்டும். அப்போதுதான் அது முழுமை பெறும். இக்கருத்தினை முனைவர்.க.சுபாஷிணியின் பயணங்களின் பாடுபொருளாகவும் நான் இக்கட்டுரைகளின் ஊடே காண்கிறேன்.

ஒவ்வொரு கட்டுரையையும் விரித்துரைத்தால் நான் ஒரு நூலே எழுதலாம். அந்தளவுக்கு ஒரு பக்கத்திற்குள் ஓராயிரம் சிந்தனைகளை உள்ளடக்கியதாக கட்டுரைகள் அமைந்துள்ளன. கல்வெட்டுகள், ஓவியங்கள், பாறைச்சிற்பங்கள், சமணர் தடங்கள், தொல்லியல் அகழாய்வுக் களங்கள், காணி மக்கள், செங்கம் லம்பாடி மக்களின் வாழ்வியல், சங்க கால நகரம் - மருங்கூர் எனப் பல பொருண்மைகளில் முப்பது கட்டுரைகளும் முத்தான கட்டுரைகள்.

பயண நோக்கத்தையும், பயண வழிகளையும், சந்தித்த மனிதர்களையும் கிடைத்த தகவல்களையும் தாம் ஆவணப்படுத்திய முறைகளையும் தம்முடன் பயணித்த அன்பர்களையும் அனைத்துக் கட்டுரைகளிலும் நினைவுகூர்ந்து கூறியுள்ளது சிறப்பு. இந்தக் கன்ணோட்டத்தியும் உள்வாங்கிக் கொண்டு வாசகர்கள் இந்த நூலில் இடம் பெறுகின்ற ஒவ்வொரு கட்டுரையின் அமைப்பினையும் உற்று நோக்குதல் வேண்டும்.

பயணத்திற்கான திட்டமிடல் தொடங்கி சந்தித்தமனிதர்கள், உடன் வந்த நண்பர்கள் மற்றும் தமிழ் மரபு அறக்கட்டளை உறுப்பினர்கள், பயணத்தில் கிடைத்தவற்றை ஆவணப்படுத்திய முறை, அதனை இணையப்பக்கத்தில் முழுமையாகப் பதிவிடுவதற்கான முயற்சி, இணையப்பக்கத்தினை கட்டுரையிலேயே குறிப்பிடல், உண்மைக்கு மாறான தகவல்களைக் கண்டறிந்து சான்றுகளுடன் உண்மையான தகவல்களை வாசகர்கள் அறியச் செய்தல், கட்டுரையின் முடிவில் சென்ற இடங்களின் தன்மையைப் பொருத்துப் பாராட்டல், அறிவுறுத்தல் அல்லது ஆலோசனை வழங்கல் அல்லது வருத்தத்தின் வெளிப்பாடு, ஊடகங்களின் பொறுப்பற்றதன்மை, ஆர்வமுடன் செயல்பட வலியுறுத்தல் போன்றவை இக்கட்டுரைகளில் பதிவு செய்யப்பட்டிருக்கும்.

தமிழ் மரபு அறக்கட்டளையின் தொடக்ககால செயற்குழு உறுப்பினர்களான முனைவர் நா.கண்ணன், டாக்டர் கல்யாணசுந்தரம், திரு.ஆண்டோபீட்டர், திரு.கொடுமுடி சண்முகம், முனைவர் வள்ளி சொக்கலிங்கம், முனைவர் தேமொழி, டாக்டர்.ஆ.பத்மாவதி, திரு. நரசய்யா, திரு. செல்வமுரளி, திரு. உதயன் மட்டுமன்றி ஆய்வாளர்கள் திரு. பிரகாஷ், முனைவர் காளைராசன், டாக்டர் ராஜம், திரு.ஆர்.

பாலகிருஷ்ணன், திரு.சுகவன முருகன் போன்ற தன்னோடு களப்பணிகளின் போது பயணித்த பலரது பெயர்களும் கட்டுரையில் நினைவு கூறப்பட்டுள்ளன. இது க.சுபாஷிணி அவர்களின் தனித்தன்மையைக் காட்டுகிறது. தமிழ் மரபு அறக்கட்டளை வேறு, தான் வேறு என்ற பாகுபாடு இல்லாமல் தானே அதுவாக, அதுவே தானாக இருந்து செயலாற்றிவருகின்றார். களப்பணிகளில் உடன் வந்தோரை நினைவில் வைத்து அதனைப் பதிவு செய்வது மிகச்சிறப்பு.

தொடர் பயணங்கள் வாயிலாக கிடைத்த அனுபவங்கள், தொடர் வாசிப்பு அதன்வழி பார்க்கச் சென்ற இடங்கள், அப்படிப் பார்த்த இடங்கள், வாசித்த நூல்கள், பழகிய மனிதர்கள் அனைவரையும் நினைவில் வைத்திருந்து பதிவு செய்திருக்கின்றார். தமிழ் மரபு அறக்கட்டளையின் பயணம் எப்படிப்பட்டதாக இருந்தது என்பதனை இக்கட்டுரைகளை வாசிப்பதன் மூலம் உணரலாம்.

தமிழர் வரலாறு என்றால் அதனை எப்படியாவது நேரடியாக சென்று அறிய வேண்டும் என்ற ஆர்வம் அதனை மக்களிடையே கொண்டு செல்ல வேண்டும் என்ற துடிப்பு கொண்ட க.சுபாஷிணி அவர்களின் கட்டுரைகளை வாசிக்கும் போது எதனையும் மாறுபட்ட கோணத்துடன் பார்க்க வேண்டும் என்ற உந்துதலை என்னுள் ஏற்படுத்தியது. பயணங்கள்வழி, களப்பணிகள்வழி கற்றல் என்பது மிக அவசியம். அதனை இந்த நூலை வாசிக்கும் அனைவரும் உணர்வர் என நினைக்கின்றேன். நாம் அறிந்தவற்றை கற்றவற்றை பலருக்குச் சொல்வதும் அதனை ஆவணப்படுத்தலும் அவசியம். உண்மையான தமிழ் ஆர்வலர்கள், கல்வியாளர்கள், எழுத்தாளர்கள் வாசிப்பில் ஆய்வில் உண்மையை அறிதலில் ஆர்வம் வேண்டும் எனக் கூறுவதும் ஆக்கப்பூர்வமான ஆய்வுப்பணியே உண்மையான தமிழர்களின் நோக்கமாக இருக்க வேண்டும் என்பது போன்ற பல கருத்துகளால் நம்மை வாசிக்கவும் பயணப்படவும் இந்த நூலில் இடம்பெறுகின்ற கட்டுரைகளின் வழிநம்மைத் தூண்டுகிறார்.

இந்த ஆண்டு சிந்துசமவெளி நூற்றாண்டு கருத்தரங்க நிகழ்வில் இந்த நூலை நமது பதிப்பகப் பிரிவு வெளியிடுவது தனிச்சிறப்பு. ஏனெனில் சிந்துசமவெளி என்ற மிகப்பெரிய பரப்பை அதன் தொன்மையை உலகிற்கு அறிவித்த நாளாக நினைவுகூரும்

இந்நாளில் வரலாறு சார்ந்த கட்டுரைகளைத் தொகுத்து வெளியிடுவது பொருத்தமாகக் கருதுகிறோம். அதனைத் தமிழ் மரபு அறக்கட்டளை பதிப்பகப்பிரிவு செயலாற்றி இருக்கின்றது.

2024 ஆகஸ்ட் 27ஆம்நாள் 24ஆம் ஆண்டில் அடியெடுத்து வைக்கும் தமிழ் மரபு அறக்கட்டளையின் பயணங்களையும் பதிவுகளையும் இந்நூலாக வெளியிடுவதில் பதிப்பகப்பிரிவு மிகப்பெருமை கொள்கிறது. இந்நூலாக்கத்திற்காக ஆலோசனை வழங்கிய தமிழ் மரபு அறக்கட்டளை செயலர் முனைவர். தேமொழி அவர்களுக்கும், நூலை திருத்தம் செய்து கொடுத்த பதிப்பகப்பிரிவு பொறுப்பாளர் முனைவர் ஆ.பாப்பா அவர்களுக்கும், நூலாக வடிவமைத்துக் கொடுத்த திரு.அருணேஷ் அவர்களுக்கும், நூலுக்கான அட்டைப்படத்தை வடிவமைத்துக் கொடுத்த ஜி.எஸ்.எஸ். நிறுவனத்திற்கும் மனமார்ந்த நன்றிகளைத் தெரிவித்துக் கொள்கிறேன். இக்கட்டுரைகளை வெளியிட்ட மலேசிய இதழான தமிழ்மலர் நாளிதழ் நிர்வாகத்தினருக்கும் எங்களது நெஞ்சார்ந்த நன்றி. மலேசியத் தமிழ் மக்களுக்காக எழுதப்பட்ட கட்டுரைகள் இன்று உலகத்தமிழ் மக்களுக்காக தொகுக்கப்பட்டு நூல் வடிவில் வலம் வருகின்றது.

இந்த நூல் உலகத் தமிழர்களுக்குத் தமிழ் மரபு அறக்கட்டளை என்ற இந்த அமைப்பு செய்து முடித்த பலவேறு நடவடிக்கைகளுள் சிலவற்றை ஆவணப்படுத்தி வழங்கும் ஒரு முயற்சி. வரலாற்றுப் பாதுகாப்பையும், ஆவணப்படுத்தலின் அவசியத்தையும், தரமான ஆய்வுகளையும் முன்னெடுக்கும் இந்த அமைப்பின் வரலாற்றின் ஒரு சிறு பகுதியை ஆவணப்படுத்தியிருக்கும் ஒரு முயற்சி இந்த நூல் என்றே கருதுகிறோம். எங்கள் பதிப்பகப் பிரிவின் வெளியீடாக இந்நூலை வெளியிடுவதில் பெருமை கொள்கிறோம்.

முனைவர் மு.இறைவாணி
கருத்தரங்கப் பிரிவு பொறுப்பாளர்,
தமிழ் மரபு அறக்கட்டளை பன்னாட்டு அமைப்பு
23.06.2024

☙◉❧

என்னுரை

2000 ஆண்டு தொடங்கி எனது ஒவ்வொரு நாளின் குறிப்பிடத்தக்க நேரத்தைத் தமிழ் மரபு அறக்கட்டளை பன்னாட்டு அமைப்பின் களப்பணிகளும் செயல்பாடுகளும் எடுத்துக் கொண்டன. ஏராளமான சந்திப்புகள், பட்டறைகள், நிகழ்ச்சிகள், கல்லூரி உரை நிகழ்ச்சிகள், பள்ளியில் அருங்காட்சியங்கள் அமைத்தல், தொல்லியல் அகழாய்வுகள் நிகழ்த்தப்பட்ட இடங்களுக்கு நேரில் சென்று அவற்றைப் பற்றிய தகவல்களைப் பதிதல், குடைவரைக் கோயில் சமண பௌத்த சான்றுகள் உள்ள பகுதிகளுக்கு சென்று அவை பற்றிய தரவுகளைப் பதிந்து வைத்தல், ஆன்றோருடன் சந்திப்பு என்று ஒவ்வொரு ஆண்டும் எனது செயல்பாடுகள் தொடர்ந்து கொண்டே இருந்தன.

ஒவ்வொரு களப்பணியும் எனக்குப் புதிய புதிய செய்திகளை வழங்கி வந்ததால் அவை கூறுகின்ற செய்திகளின் அடிப்படையில் மேலும் பல புதிய ஆய்வுக்களங்களுக்குச் சென்று ஏற்கனவே அது பற்றி கூறப்படுகின்ற நூல்களை வாசித்தும் மக்களிடம் நேரில் கலந்துரையாடியும் பதிவுகளை செய்து அவற்றை தமிழ் மரபு அறக்கட்டளையின் வலைப்பக்கத்தில் வெளியிட்டு வந்தேன்.

இதற்காக ஜெர்மனியிலிருந்து ஒவ்வொரு ஆண்டும் இரண்டு அல்லது மூன்று முறை எனது எல்லா விடுமுறைகளையும் எடுத்துக் கொண்டு வந்து விடுவதை வழக்கமாக இன்று வரைக் கொண்டிருக்கின்றேன்.

தமிழ்நாட்டில் மட்டுமல்லாது தமிழ்நாட்டிற்கு வெளியே ஐரோப்பாவிலும் ஏனைய பல நாடுகளிலும் உள்ள தமிழ்த் தடயங்களைத் தமிழ் மொழி, பண்பாடு, வரலாறு ஆகிய

தளங்களிலான செய்திகளைக் கேட்கும் போது அவற்றை தேடிச் சென்று, அவற்றைப் பதிகின்ற முயற்சியையும் மேற்கொண்டு வந்தேன்.

இந்த முயற்சிகளைப் பற்றி வலைப்பக்கங்களில் செய்திகள் வந்தாலும் அவற்றை ஒரு பத்திரிக்கையில் தொடராக எழுத வேண்டும் என்ற எண்ணம் இருந்தது.

தமிழ் மரபு அறக்கட்டளை பன்னாட்டு அமைப்பின் செயல்பாடுகள், களப்பணிகள் மற்றும் நான் செய்து வருகின்ற, நான் சென்று வருகின்ற பகுதிகளில் பார்த்த, கேட்ட, பதிந்து வைத்த விஷயங்கள் பற்றியும் எனது தாய் நாடான மலேசிய மண்ணில் வாழ்கின்ற தமிழ் மக்களுக்கு அளிக்க வேண்டும் என்ற நோக்கத்தோடு அங்கு வெளிவரும் தமிழ் மலர் பத்திரிகையில் ஒவ்வொரு புதன்கிழமையும் ஒரு பக்க கட்டுரையாக ஒரு தொடரை எழுதத் தொடங்கினேன்.

2016 ஆம் ஆண்டு பிப்ரவரி மாதம் இந்தத் தொடர் தொடங்கியது. ஒவ்வொரு வாரமும் புதன்கிழமை எனது கட்டுரை இந்தப் பத்திரிக்கையில் வெளிவந்தது. 2019ஆம் ஆண்டு பெப்ரவரி மாதம் வரை மொத்தம் 97கட்டுரைகள் வெளிவந்தன. தமிழ் மரபு அறக்கட்டளை களப்பணிகள் பற்றிய செய்திகள் அனைத்தையும் இதில் வழங்க எனக்கு வாய்ப்பில்லை என்றாலும் ஒரு சிலவற்றை பற்றிய தகவல்களை மட்டும் இங்கே வழங்கியிருக்கின்றேன்.

அந்தக் கட்டுரைகளில் 30 கட்டுரைகள் மட்டும் இந்த நூலில் இடம்பெறுகின்றன. இக்கட்டுரைகள் அனைத்தையும் வாசித்து அவற்றில் 30 கட்டுரைகளைத் தேர்ந்தெடுத்து அவற்றை வரிசைப்படுத்தி தொகுத்தளித்திருக்கின்றார் தமிழ் மரபு அறக்கட்டளையின் கருத்தரங்கப் பிரிவின் பொறுப்பாளராக செயலாற்றும் முனைவர் மு.இறைவாணி.

விடுபட்ட ஏனைய கட்டுரைகள் அடுத்தடுத்த தொகுப்புக்களில் இடம்பெறும்.

தமிழ் மரபு அறக்கட்டளையின் ஆவணப்படுத்தும் முயற்சிகள் ஒவ்வொன்றும் வரலாற்றில் இடம்பெறக் கூடியவை முக்கியத்துவம் வாய்ந்தவை என்பதை நான் உறுதியாக நம்புகிறேன். இதனைக் கருத்தில் கொண்டு இக்கட்டுரை

தொகுப்புப்பணியை மேற்கொண்ட முனைவர் மு.இறைவாணிக்கு என் நெஞ்சம் நிறைந்த பாராட்டுக்களையும் வாழ்த்துக்களையும் தெரிவித்துக் கொள்கிறேன். கட்டுரைகளைச் சரிபார்த்த முனைவர் தேமொழி, முனைவர்.பாப்பா இருவருக்கும் எனது நன்றி.

இந்த நூலில் அடங்குகின்ற கட்டுரைகளை வாசிக்கின்ற ஒவ்வொருவருக்கும் தமிழ் மரபு அறக்கட்டளையின் களப்பணிகளின் மாறுபட்ட கோணங்கள் மட்டுமன்றி இதற்காக மேற்கொள்ளப்பட்ட பயணங்கள், முயற்சிகள் பற்றிய தகவல்களும் சுவாரசியமான வாசிப்பு அனுபவமாக அமையும் என்று நம்புகின்றேன். இந்த அனுபவம் தாங்களும் வரலாற்று களப்பணிகளில் ஆர்வத்துடன் ஈடுபட வேண்டும் என்ற ஊக்கத்தை வாசிப்பதற்கு வழங்கும் என்றும் நம்புகிறேன்.

அன்புடன்

முனைவர் க.சுபாஷிணி

தலைவர், தமிழ் மரபு அறக்கட்டளை பன்னாட்டு அமைப்பு

16.6.2024

புதன் மலர்

தமிழ் மலர்

9

இப்படித்தான் தொடங்கியது..!

தமிழர் வரலாற்றுக்கு ஓர் அரண் – தமிழ் மரபு அறக்கட்டளை

“.....ஜெர்மனியிலிருந்து ஒரு மடல்”

டாக்டர்.சுபாசினி

நம் வரலாற்றுப் பயணத்தைத் தொடர்வோமா..?

1

இப்படித்தான் தொடங்கியது..!

ப்ராக் - கிழக்கு ஐரோப்பிய நாடுகளில் ஒன்றான செக் நாட்டின் தலைநகரம். வரலாற்றுச் சிறப்பு மிக்க ஐரோப்பிய நகரங்களில் தனக்கென சில தனித்துவங்களைக் கொண்டிருக்கும் பிரமாண்ட நகரம் இது. 1999ஆம் ஆண்டு நான் ஜெர்மனி எஸ்லிங்கன் நகரில் பல்கலைக்கழகத்தில் கணினி இயந்திரத்துறையில் முதுகலை ஆய்வில் ஈடுபட்டிருந்த கால கட்டம் அது. ஜூலை மாதம் கல்லூரி விடுமுறையில் ஓய்வாகக் கிடைத்த 3 நாட்கள் விடுமுறையில் ஏனைய சில மாணவ நண்பர்களும்நானும் இரண்டு பேராசிரியர்களோடும் இரயில் வண்டியில் இந்தப் பழமையான நகரின் வரலாற்றுச் சிறப்பை அறிந்து வர புறப்பட்டு விட்டோம்.

ப்ராக் ஒரு நாளில் பார்த்து முடித்து விட முடியாத வகையில் ஒரு பெரும் நகரம். ஓரிரு இடங்களைப் பார்த்து விட்டு நகரின் மையப் பகுதியில் அமைந்திருக்கும் நேஷனல் ஆர்க்கைவ் கட்டிடத்தைக் காண வந்திருந்தோம். உள்ளே சென்று பார்வையிட்டுக் கொண்டு வந்த என்னை மிகக் கவர்ந்தது ஒரு பகுதி.மிகச் சாதாரண கண்ணாடி மேசைக்குள் பெரிய அளவில் ஆட்டுத்தோலினால் தயாரிக்கப்பட்ட அட்டைகளுக்கு மத்தியில் கட்டுத்தாள்களில் கருப்பும் சிவப்புமான ஓவியம் போன்ற எழுத்துக்களில் பைபிளின் லத்தீன் வடிவ நூல் அது. இந்த நூலின் குறிப்பு அது தயாரிக்கப்பட்ட ஆண்டு 13ஆம் நூற்றாண்டைக் குறிப்பதாக இருந்தது. 17 நூற்றாண்டுகள் கடந்தோடி விட்டன. ஆனால் சிதையாமல் அப்படியே இருக்கின்றது. இன்றும் கண்களை மூடி யோசித்தால் ப்ராக் நகரில் அந்த ஆர்க்கைவ் கட்டிடத்தில் கண்ணாடிப் பெட்டிக்குள் இருக்கும் இந்த நூல் என் மனக்கண்ணில் வந்து செல்கின்றது.

வீட்டிற்குத் திரும்பி வரும் போதும் சரி, வந்த பிறகும் சரி, மனதில் இந்த நூலின் காட்சியே எனக்கு ஓடிக் கொண்டிருந்தது. லத்தீனில் இங்கு ஐரோப்பாவில் இருக்கும் இந்த நூல் போல பழமையான தமிழ் நூல்கள் இருக்குமா? இப்போது அவை காணக் கிடைக்குமா? எங்கே சென்றால் காணலாம்..? என்ற கேள்விகள் என் மனதில் ஓடிக் கொண்டிருந்தன.

மலேசியாவில் இளம் வயதில் என் அன்னையாரின் சேகரிப்பில் 100க்கும் மேற்பட்ட நூல்களை அவரது சேகரிப்பிலிருந்து வாசித்திருக்கின்றேன். சில ஓலைச்சுவடிகளை, அதிலும் குறிப்பாக சித்த மருத்துவம் தொடர்புடைய சுவடிக்கட்டுகளை அவரது சேகரிப்பில் பார்த்த நினைவு என் மனதில் நிழல் போல இன்றளவும் நினைவில் உள்ளது.

இப்படித் தமிழில் பழமையான நூல்கள் இருக்குமா..? பனை ஓலைச்சுவடிகள் தான் நம் பழமையான நூல்களா? வேறு எந்தெந்த வடிவங்களில் தமிழின் இலக்கிய வடிவங்களும் வரலாற்று ஆவணங்களும் மக்கள் தொடர்புக்கருவிகளாக இருந்த மொழியையும் பதிவாக்கப் பயன்பட்டன என்ற கேள்விகள் தொடர்ந்து என்னை விடாமல் துரத்திக் கொண்டிருந்தன.

ஜெர்மனியில் அச்சமயம் எனக்கு அறிமுகமாகியிருந்த சூழலியல் விஞ்ஞானி டாக்டர் நா.கண்ணனுடன் இது தொடர்பாக உரையாடும் வாய்ப்பு வாய்த்த போது அடிப்படையில் தமிழகத்து மதுரைக்காரரான அவர் 'தமிழகத்தில் ஆங்காங்கே பலரது சேகரிப்பில் ஓலைச்சுவடிகள் இருக்கின்றன. இவை தமிழின் இலக்கிய வளங்கள்' என்று தமிழக நிலவரத்தை எனக்குத் தெரிவித்தார்.அதே காலகட்டத்தில் தமிழ் நூல்கள் பாதுகாப்பில் முனைப்புடன் செயல்பட்டு வந்த மதுரைத்திட்டத்திலும் எனக்கும் பேராசிரியர் கண்ணனுக்கும் ஈடுபாடு இருந்தமையால் சுவிசர்லாந்தில் இருக்கும் டாக்டர் கல்யாணசுந்தரத்துடனும் தொடர்பில் இருந்தோம். ஒத்த சிந்தனையுடையவர்கள் இணைந்து பேசுவது நல்ல கருத்துக்கள் வளர உதவும் என்ற வகையில் தொடர்ந்து மின்னஞ்சல் வழியாக மூவரும் இந்தத் தமிழின் இலக்கிய பொக்கிஷங்களை எவ்வகையில் நாம் இணைய வெளியில் பாதுகாக்கலாம் என எங்கள் மடலாடலைத் தொடர்ந்து கொண்டிருந்தோம்.

ஏப்ரல் மாதம் 2000ஆம் ஆண்டு. ஈஸ்டர் புனிதவெள்ளி விடுமுறை காலத்தில் அப்போது நான் வசித்துக் கொண்டிருந்த போப்லிங்கன் நகரத்து குடியிருப்பிற்கு பேராசிரியர் நா. கண்ணனும் டாக்டர் கல்யாணசுந்தரமும் வந்திருந்தனர். இரண்டு நாட்கள் நாங்கள் தொடர்ந்து பேசியதில் மின்னுலகில் தமிழின் தொன்மையையும் வரலாற்றுச் சிறப்பையும் பாதுகாக்க இணையத்தில் ஒரு மின்வெளி நூலகம் அமைப்பதே சிறப்பாகும் என முடிவு செய்தோம். இந்தக் கருத்தாக்கத்தை விரிவு செய்து அதனை 2001ஆம் ஆண்டு மலேசியாவில் நடைபெற்ற உத்தமம் இணையக் கருத்தரங்கில் கட்டுரையாகச் சமர்ப்பித்தோம். இது கருத்தரங்கத்தில் கலந்து கொண்ட வருகையாளர்களின் கவனத்தை ஈர்த்தது. 2001ஆம் ஆண்டு, ஆகஸ்ட் 27ஆம் தேதி தமிழ் மரபு அறக்கட்டளை எனும் இக்கருத்தாக்கம் தமிழ் ஆர்வலர்களின் வரவேற்பைப் பெற்றது. அடுத்த சில நாட்களில் மின்சுவடி எனும் யாஹூ மடலாடற்குழு ஒன்று அமைக்கப்பட்டு இக்கருத்து இணைய வெளியின் வழி தமிழர்களை ஒன்றிணைத்து தொடர்ந்து செயல்பட ஆரம்பிக்கப்பட்டது. தமிழ் மரபு அறக்கட்டளையின் வலைப்பக்கமும் அதே ஆண்டில் தொடங்கப்பட்டது.

இப்படி 2001ஆம் ஆண்டு தொடங்கப்பட்ட தமிழ் மரபுஅறக்கட்டளை ஆண்டுகளைக் கடந்து தன் பயணத்தைத் தொடர்கின்றது. இந்தத் தன்னார்வ தொண்டூழிய நிறுவனம் செய்து முடித்துள்ள செயல்பாடுகள் ஒவ்வொன்றும் தமிழர் பெருமைப் படத்தக்கன என கூறிக்கொள்வதில் நான் பெருமிதம் கொள்கின்றேன்.

நாங்கள் ஆரம்ப நிலையில் எடுத்த முடிவில் எந்த மாற்றமும் இல்லாத வகையில், தமிழ் மரபு அறக்கட்டளையில் மின்னாக்கம் செய்யப்படுகின்ற நூல்களோ, ஒலிப்பதிவுகளோ, வீடியோ பதிவுகளோ, அவை எவ்வகையினதாயினும், அவை இலவசமாகவே இணையத்தில் பொது மக்கள் வாசிப்பிற்காக வழங்கப்படுகின்றன. தொன்மையான தமிழின் இலக்கியங்களும் வரலாற்றுத் தகவல்களும், ஆவணங்களும் எல்லாத் தரப்பு மக்களுக்கும் பயன்படும் வகையில் அனைவருக்கும் இலவசமாகக் கிடைக்க வேண்டும் என்பதே தமிழ் மரபு அறக்கட்டளையின் தலையாய நோக்கமாக அமைகின்றது.

அறிவு உலக மக்களுக்குப் பொதுவானது. இதனை 'இன்னாருக்குத்தான் கொடுக்கலாம்' என வரையறை செய்த காட்டுமிராண்டித்தனமான காலம் மாறி இன்றைய தகவல் யுகத்தில் எல்லாத் தகவல்களும் எல்லோருக்கும் நொடிப்பொழுதில் இணையத்திலேயே கிடைக்க தொழில் நுட்பம் எளிதான வாய்ப்பினை வழங்கியிருக்கின்றது. வரப்பிரசாதமாக அமைந்திருக்கும் இந்த வாய்ப்பினைப் பயன்படுத்தி தமிழர் அறிவுக்கருவூலங்களைத் தேடி, மின்னாக்கம் செய்து பாதுகாத்து வழங்குகின்றது தமிழ் மரபு அறக்கட்டளை.

தமிழ் மரபு அறக்கட்டளையின் ஒவ்வொரு திட்டத்திலும் ஈடுபடும் போது எனக்குக் கிடைக்கும் அனுபவங்கள் வித்தியாசமானவை. அவை ஒவ்வொன்றையும் நினைத்துப் பார்க்கும் போதே மனதிற்குள் எண்ண மலர்கள் மலர்ந்து நறுமணம் வீசுகின்றன.

எனது தமிழ் மரபு அறக்கட்டளை பணிகளின் போது நான் சந்தித்து அறிமுகம் செய்து கொண்ட மக்கள் பலர்!

கிடைத்த அனுபவங்கள் பல.!

சென்ற இடங்கள் பல!

கண்ட காட்சிகள் பல!

ஒவ்வொன்றுமே பதிந்து வைக்க வேண்டிய ஆவணக்குறிப்புக்கள்!

(தமிழ் மலர் நாளேடு (மலேசியா)17.02.2016)

2
பிரித்தானிய(பிரிட்டன்) நூலகத்தில் தமிழ்க்கருவூலங்கள்

காலனித்துவ ஆட்சி என்பது தான் கட்டுப்பாட்டிற்குள் வைத்திருக்கும் ஒரு நாட்டிலிருக்கும் வளங்களைச் சுரண்டிக் கொண்டுபோய் தன் நாட்டில் சேர்க்கும் பேராசையை அடிப்படையாகக் கொண்டது.

ஒரு நாட்டின் வளங்கள் எனும் போது, அவை இயற்கை வளங்களாகட்டும், கலைப்படைப்புக்களாகட்டும் அறிவுச் சுரங்கங்களாகட்டும்.. அவை எத்தன்மையினதாயினும், காலனித்துவ ஆட்சி செய்த, அல்லது ஆட்சியை இன்றும் செய்யும் நாடுகள், அவற்றைச் சிரமம் பாராமல் கப்பலேற்றிக் கொண்டு போய் தங்கள் நாட்டில் வைத்துப் பாதுகாத்து தங்கள் வளங்களாக அவற்றிற்கு முத்திரை குத்தி பெருமைப்பட்டுக் கொள்வதில் சளைத்தவர்களல்ல.

இயற்கை வளங்கள் நிறைந்த மலேசியா, இந்தோனேசியா போன்ற நாடுகளிலிருந்து இயற்கை வளங்களை முந்தைய காலனித்துவ நாடுகளான போர்த்துக்கீசிய, டச்சு, இங்கிலாந்து போன்ற அரசுகள் தங்கள் நாடுகளின் பொருள் வளத்தைப் பெருக்குவதற்காக எடுத்துச் சென்றன. ஆப்பிரிக்க கண்டத்தின் கானாவிலிருந்து கொண்டு வரப்பட்ட செம்பனை மரங்கள் மலேசிய காடுகளை அழித்துத் தோட்டங்கள் உருவாக்கி நடப்பட்டு அதனிலிருந்து

வரும் வருமானம் அனைத்தும் இங்கிலாந்து அரசின் போர்க்காலத்தேவைக்கும் நாட்டின் வளத்தைப்பெருக்கவும் பயன்படுத்தப்பட்டன. இதே போல கடந்த இருநூற்றாண்டுக்கு முன் காடுகளை அழித்து, இரப்பர் மரத்தோட்டங்கள் மலேசியாவில் உருவாக்கப்பட்டன என்பது நாம் அறிந்த செய்தி தான் என்றாலும் அதிலிருந்து பெறப்பட்ட பொருளாதார வளம் என்பது முதலாம் உலகப்போரின் போதும் இரண்டாம் உலகப்போரின் போதும் பெருவாரியாக இங்கிலாந்து அரசினால் பயன்படுத்தப்பட்டது என்பதை நம்மில் பலர் அறிந்திருக்க மாட்டோம்.

இந்தியச் சூழலில் காணும் போது ஆங்கிலேய காலனித்துவ அரசும் சரி பிரான்சு காலனித்துவ அரசும் சரி, அவர்கள் கட்டுப்பாட்டிற்குள் இருந்த நிலப்பகுதியின் வளங்களைச் சுரண்டித் தங்கள் நாட்டில் சேர்ப்பதில் ஒருவருக்கு ஒருவர் சளைத்தவர்கள் இல்லை என்பதை நிரூபித்துக் கொண்டனர். ஆனாலும் கூட பெருவாரியான இந்திய நிலப்பகுதி ஆங்கிலேய ஆட்சியின் கீழ் அமைந்திருந்தமையால், ஆங்கிலேய அரசு இயற்கை வளங்களோடு அரும்பொருட்கள் பலவற்றையும் கூட

கையொப்பத்தொகை.

வருடம் 1 இ (முற்பணம்) $ 2-00
மாதம் 6 இ ,, ,, 1-25
மாதம் 3 இ ,, 0-75
புறதேசத்தார்க்கு தபால்கூலியுள்பட வருடம் 1 இ திக்கி 3-00

முகாமைக் காரர்கள்
மோல் மேன்.
ம. எ. ா. மு. க. செய்யது முகம்மது
லாருத் தைப்பின்.
,, ஸி. துரைசாமிப்பிள்ளை.
காரைக்கால்.
,, ம. மெய்தீன் பிச்சை.

இவர்கள் வசம் கையொப்பத் தொகையைச் செலுத்தி ரசீது பெற்றுக் கொண்டு ஒழுங்காய்ப்பத்திரிகையும் பெற்றுக் கொள்ளலாம்.
உ. கோ. ப.

S. S. "MARY AUSTIN"
S. S. "மாரி ஆஸ்டின்"
முகவுரையிற் கண்ட இக்கப்பல் நேரே இங்கிருந்து பினாங் என்னுமிடத்திற்கு ஒழுங்காய் யாத்திரை செய்யுமாகையால் அங்கு போக்கு வரவு செய்யும் பாசஞ்ஜர்களும் வியாபாரிகளும் இதனடியிற்கண்டவர்களிடம் வந்து சரசமாய்க்கூட பெற்றுக்கொள்ளலாம். உத்தரவுபடி.

தங்கள் நாட்டின் கலைப் பெருமையை விரிவாக்கவும் தங்கள் பேரரசின் பெருமையை உலகுக்குப் பறைசாற்றிக் கொள்ளவும் எடுத்துக் கொண்டு போய் அவர்கள் நாடுகளில் உள்ள அருங்காட்சியகங்களிலும், ஆவணப்பாதுகாப்பகங்களிலும் பாதுகாப்பாகவே வைத்துள்ளன.

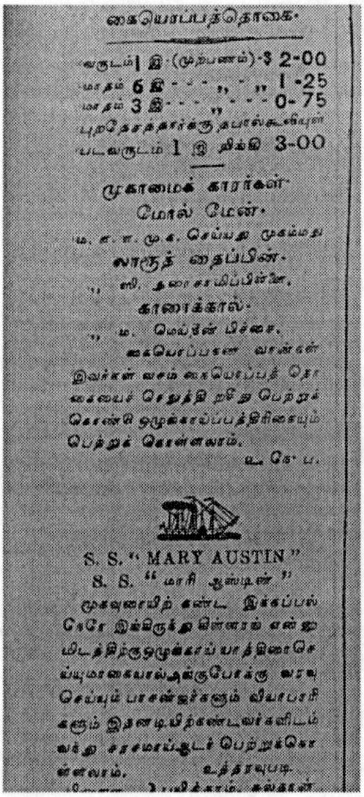

ஆங்கிலேய காலனித்துவ ஆட்சியின் போது ஜெர்மானிய லூத்தரன் மத சபையினர் டென்மார்க அரசின் பொருளாதார உதவியுடன் தமிழகத்தின் சில ஊர்களில் கல்விமையங்களை அமைத்திருந்தனர். அதே போல அவர்களுக்கு முன்னர் தமிழகம் வந்து கத்தோலிக்க கிறிஸ்துவ மதத்தை தமிழக நிலப்பரப்பில் விரிவாக்கிய போர்த்துக்கீசிய

கத்தோலிக்க பாதிரிமார்களும் கல்விக்கூடங்களை அமைத்தும் ஆய்வு நிறுவனங்களை அமைத்தும் கல்விச்சேவைகள் செய்து வந்தனர். ஆக, கடந்த ஐநூறு ஆண்டுகள் என எடுத்துக் கொண்டால் ஐரோப்பிய நாடுகளான போர்த்துக்கல், பிரான்சு, இங்கிலாந்து, ஜெர்மனி, ஹாலந்து, டென்மார்க் ஆகிய நாடுகள் தங்கள் ஆளுமையை தமிழக நிலப்பரப்பில் செலுத்திய நிகழ்வுகள் என்பது நிகழ்ந்தது. இந்தச் சூழலில் அரும்பொருட்கள் மட்டுமன்றி அறிவுக்கருவூலங்களும் இந்த ஐரோப்பிய நாடுகளுக்கு எடுத்துச் செல்லப்பட்டன என்பது மறுக்கமுடியாத வரலாற்று உண்மை.

இங்கிலாந்தை எடுத்துக் கொண்டால் காலனித்துவ அரசு திட்டமிட்டு எடுத்துச் சென்ற வளங்களென்பது ஒரு புறமிருக்க, இந்தியாவிற்குப் பணியாற்ற வந்த ஆங்கிலேய அதிகாரிகள் தங்கள் சொந்த சேகரிப்புக்களாகச் சிலவற்றையும் இங்கிலாந்துக்குக் கொண்டு சென்றனர். உதாரணமாக, இங்கிலாந்தின் விக்டோரியா ஆல்பெர்ட் அருங்காட்சியகத்தை எடுத்துக் கொண்டால், அதில் இருக்கும் பெருவாரியான அரும்பொருட்கள் தனியார் சேகரிப்பிலிருந்து வாங்கி சேகரிக்கப்பட்டமை என்ற செய்திகளை அறியலாம். இதே போலத்தான் ஏனைய பிற அருங்காட்சியகங்களில் உள்ள அரும்பொருட்களையும் கூறலாம்.

அரும்பொருட்கள் என்னும் வகையில் நூல்களையும் பனை ஓலைச்சுவடிகளையும் செப்பு ஆவணங்களையும்காகித ஆவணங்களையும் நாம் மறந்து விடமுடியாது.

உலகின் மிகத் தரம் வாய்ந்த நூலகமான பிரித்தானிய நூலகத்தில் இருக்கும் ஆசிய ஆப்பிரிக்கத் துறையில் பாதுகாக்கப்பட்டு காட்சிக்கு வைக்கப்பட்டிருக்கும் தமிழ் ஆவணங்கள் மிகப்பல. இங்கே பனை ஓலைச்சுவடிகள், ஓவியங்கள், காகித ஆவணங்கள், பழம் நூல்கள், அறிக்கைகள், செய்தித்தாட்கள் என தமிழ்மொழியில் அமைந்த பல அரும்பொருட்கள் பாதுகாக்கப்படுகின்றன. இவைமட்டுமல்ல. சிந்து வெளியில் மேற்கொள்ளப்பட்ட அகழாய்வில் கண்டெடுக்கப்பட்ட முத்திரைகள் சிலவும் இங்குள்ளன என்றால் ஆச்சரியமாக உள்ளது அல்லவா? இவை அனைத்துமே இங்கிலாந்தின் காலனித்துவ ஆட்சியின் போது இந்தியாவிலிருந்து எடுத்துச் செல்லப்பட்ட ஆவணங்கள்தாம்.

காலின் மெக்கன்சி என்னும் ஆங்கிலேயர்தான் இந்தியாவில் முதன் முதலாக 18ஆம் நூற்றாண்டில் ஆவணப்பாதுகாப்பு நடவடிக்கைகளை செயல்படுத்தியவர். இவரை நம்மில் பலருக்குத் தெரியாமல் இருக்கலாம். காலின் மெக்கன்சி இலங்கை, இந்தோனேசியா, இந்தியா ஆகிய மூன்று நாடுகளிலும் தனது

பணிக்காலத்தில் பல அரும்பொருட்களைச் சேகரித்தார். அவரது ஆவணப் பாதுகாப்பு முயற்சியின் அடிப்படையில் தான் அதற்கடுத்தார் போல நிகழ்ந்த ஏனைய ஆவணப்பாதுகாப்பு முயற்சிகள், தமிழ் அச்சுநூல் முயற்சிகள் ஆகியனவற்றை நாம் வரிசைப்படுத்த முடியும். காலின் மெக்கன்சியின் சேகரிப்புக்கள் தமிழ், தெலுங்கு, சமஸ்கிருதம், மராட்டி, ஹிந்தி, சிங்களம் ஆகிய மொழிகளில் அமைந்தவை. சென்னையில் இருக்கும் கீழ்த்திசை ஆவணப்பாதுகாப்பு மையத்தில் காலின் மெக்கன்சியின் சேகரிப்பில் கிடைக்கப்பெற்ற ஆவணங்கள் பாதுகாக்கப்படுகின்றன (குறிப்பு: தற்சமயம் தமிழ்ச்சுவடிகள் சென்னையில் உள்ள அண்ணா நூற்றாண்டு நூலகத்தில் உள்ளன). அதே போல வங்காளத்திலும் ஒரு நூலகத்தில் காலின் மெக்கன்சி சேகரிப்புக்கள் உள்ளன. இதற்கடுத்தார்போல, ஆனால் மிகப்பெரிய எண்ணிக்கையிலான காலின் மெக்கன்ஸி ஆவணத் தொகுப்பு இருப்பது இங்கிலாந்தில் உள்ள பிரித்தானிய நூலகத்தில் தான்.

இந்த நூலகத்தில் உள்ள ஏழு மாடிகளுக்குச் செல்லும் பாதைக்கு இடையே நீள்சதுர வடிவில் அமைக்கப்பட்ட கண்ணாடி அறையில் காலின் மெக்கன்சி ஆவணங்கள் பாதுகாக்கப்படுகின்றன. இவை மட்டுமன்றி நான் ஏற்கனவே குறிப்பிட்டது போல இந்த பிரித்தானிய நூலகத்தின் ஆசிய ஆப்பிரிக்க துறையின் கீழ் இருக்கும் சேகரிப்பில், தமிழ் மொழி நூல்கள், ஆவணங்கள், வரைபடங்கள், ஓலைச்சுவடிகள், கையெழுத்து ஆவணங்கள், செய்தித்தாட்கள்ஆகியனவும்

ஏராளமானவை சேகரித்து பட்டியலிடப்பட்டு வைக்கப்பட்டுள்ளன.

2001ஆம் ஆண்டில் தமிழ் மரபு அறக்கட்டளை தொடங்கப்பட்ட பின்னர் ஒரு முக்கியத்திட்டமாக நாங்கள் பிரித்தானிய நூலகத்துடன் ஒரு ஒப்பந்தம் ஒன்றினை கையெழுத்திட்டு ஆவணப்பாதுகாப்பு முயற்சியைத் தொடங்கினோம். அதன்வழி சில பழமையான நூல்களை மின்னாக்கம் செய்து தமிழ் மரபு அறக்கட்டளையின் மின் சேகரத்தில் உலகத்தமிழர் பயன்பாட்டிற்காக இணைத்து வைத்துள்ளோம். இந்த நூல்கள் அடங்கிய பகுதியை www.tamilheritage.org/uk/bl_thf/bl_thf.html என்ற வலைப்பக்கத்தில் காணலாம்.

இந்தத்திட்டத்தின்வழி மின்னாக்கம் செய்யப்பட்ட நூல்களில் 1898ஆம் ஆண்டில் வெளியிடப்பட்ட ஹாஸ்ய மஞ்சரி, 1893ஆம் ஆண்டில் வெளியிடப்பட்ட குதிரைப்பந்தைய லாவணி, 1899ஆம் ஆண்டில் வெளியிடப்பட்ட மூலிகை மர்மம், 1905ஆம் ஆண்டில் வெளியிடப்பட்ட தொடுகுறி சாஸ்திரம் போன்ற நூற்களைக் குறிப்பிடலாம்.

தமிழர் தம் அறிவுக் கருவூலங்கள் ஐரோப்பாவில் பல நூலகங்களிலும், ஆவணப்பாதுகாப்பகங்களிலும், தனியார் சேகரிப்பாகவும் பாதுகாக்கப்படுகின்றன. இவை பாதுகாக்கப்படும் விதம் தமிழக சூழலைவிட பன்மடங்கு தூய்மையாகவும் பாதுகாப்பாகவும் இருக்கின்றது என்பது மறுக்க முடியாது. ஆயினும் கூட தமிழர் தம் அறிவுக் கருவூலங்களான இவை மின்னாக்கத்தின் வழி டிஜிட்டல் தொழில் நுட்பத்துணையோடு பதிவு செய்யப்பட்டு தமிழ் மக்கள் வாசிப்பிற்கு கிடைக்கும் வகையைச் செய்ய வேண்டிய பெரும் கடமை நம் முன்னே இருக்கின்றது. தமிழ் மரபு அறக்கட்டளை எங்கள் அமைப்பினரால் முடிந்த அளவு இவ்வகை முயற்சிகளில் தொடர்ந்து ஈடுபட்டு வருகின்றோம் என்பதைத் தெரிவித்துக் கொள்வதில் மகிழ்கின்றேன்.

(தமிழ் மலர் நாளேடு (மலேசியா) 21.04.2016)

☙◉❧

3
கல்வெட்டில் ஓர் இசைப்பாடம்

சில நேரங்களில் ஆர்வக் கோளாறு என்று சொல்வோமே… அது எனக்கு அடிக்கடி ஏற்படுவதுண்டு. ஏதாவது ஒரு நூலில் தமிழர் வரலாறு தொடர்பான ஒரு தகவலை வாசித்து விட்டால் உடன் அங்கே சென்று அதனை நேரில் பார்த்து அதனை வீடீயோ பதிவாக்கியும் புகைப்படப் பதிவாக்கியும், ஏனைய நூல்களை வாசித்து அது பற்றிய தகவல்களைத் திரட்டி அதனைப் பற்றிய விரிவான செய்தியைத் தமிழ் மக்கள் மத்தியில் கொண்டு செல்ல

வேண்டும் என்ற உணர்வும்தோன்றும். இது அவ்வப்போது நிகழ்ந்தால் பரவாயில்லை. அடிக்கடி நிகழ்வதால் தானே தொல்லையே. ஏனென்றால் நான் நேரில் சென்று களப்பணி செய்து அது பற்றிய தகவல்களைத் தேடிப் பதிய வேண்டும் என நினைக்கும் வரலாற்று இடங்களின் பட்டியல் நீண்டு கொண்டேசெல்கின்றதே தவிர குறையவில்லை. அப்படி தேடி இணையத்தில் நாங்கள் வெளியிட்டிருக்கும் ஒரு செய்தியைப் பற்றித்தான் இந்தக் கட்டுரையில் நான் பகிர்ந்து கொள்ளப் போகின்றேன்.

தமிழகத்தில் இதுவரை கண்டுபிடித்துப் பதிவு செய்யப்பட்டிருக்கும் கல்வெட்டுக்களில், இசையைக்குறிக்கும் மிகப் பழமையானதொரு கல்வெட்டு ஒன்றினைப் பற்றிய தகவலை தொல்லியல் ஆய்வறிஞர் திரு.நடனகாசிநாதனின் கல்வெட்டுக்கலை என்ற நூலை 2011ஆம் ஆண்டு வாங்கியபோது

வாசிக்கும் வாய்ப்பு கிடைத்தது. அதில் பட்டியலிடப்பட்டிருக்கும் ஏராளமான கல்வெட்டுக்களில் இசைக்கல்வெட்டு பற்றிய ஒரு குறிப்பினைப் பார்த்தபோது அதன் மேல் ஆர்வம் எழ, அந்தக் கல்வெட்டு இருக்கும் பகுதிக்குச் சென்று பார்க்க எனக்கு ஆவல் எழுந்தது. இந்த இசைக் கல்வெட்டு இருப்பது அறச்சலூர் என்னும் ஒரு சிற்றூரில். இந்தச் சிற்றூர் ஈரோட்டிலிருந்து காங்கேயம் செல்லும் சாலையில் இருக்கின்றது. எனது தமிழகத்துக்கானப் பயணங்களில் ஈரோடு செல்லும் போது அறச்சலூர் செல்ல வேண்டும். இக்கல்வெட்டுப் பதிவைச் செய்ய வேண்டும் என்று முயன்றும் அடுத்தடுத்த ஆண்டுகளில் நான் மேற்கொண்ட பயணங்களில் இது சாத்தியப்படவில்லை. ஆனால் இந்த ஆண்டு பயணத்தில் கண்டிப்பாக இந்த அறச்சலூர் கல்வெட்டுப் பதிவை செய்து விடவேண்டும் என முடிவெடுத்து எனது ஈரோட்டுக்கான பயணத்திற்கான திட்டப்பட்டியலில் அதனைப் பதிந்து வைத்திருந்தேன்.

தமிழக தொல்லியல் துறையில் பணியாற்றியவரும் பல ஆண்டுகளாக வரலாற்று ஆய்வுகளை மேற்கொண்டுவருபவருமான திரு.எஸ். ராமச்சந்திரன் அவர்களைத் தொடர்பு கொண்டு இந்தக் கல்வெட்டு இருக்கும் பகுதி, அங்கு செல்லும் வழி ஆகியனபற்றி நான் விசாரித்த போது அங்கே ஈரோட்டுக்கு

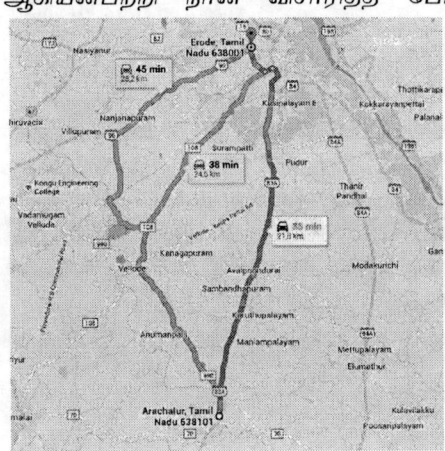

சற்றருகே உள்ள ஒரு ஊரில் இருக்கும் தோழர் சிவப்பிரகாசம் என்பவரைப் பற்றி எனக்குச் சொல்லிஅவருக்கு இங்கு செல்லும் இடம் நன்கு தெரியும். அவருடன் செல்வது சிறப்புஎனச் சொல்லி அவரது தொடர்பினையும் ஏற்படுத்திக் கொடுத்தார். தோழர் சிவப்பிரகாசத்தை நான் சென்னையிலிருந்தே தொடர்பு கொண்டு பேசி நான் வரும் தேதி நேரம் ஆகியன பற்றிச் சொல்லி அவரது பணிகளுக்கிடையில் இங்கே வந்து

எனக்கு உதவ வாய்ப்பிருக்குமா என்றும் கேட்டு அறிந்து கொண்டேன்.

இந்த ஆண்டு ஜனவரி 2ஆம் நாள் நான் ஈரோடு சென்ற முதல் நாளில் குலதெய்வ வழிபாடுகள், சித்தர்கள் தொடர்பான கோயில்கள் பற்றிய பதிவுகள் என செய்து மறுநாள் 3ஆம் தேதி காலையில் அறச்சலூர் செல்வதாக என் திட்டம் இருந்தது. காலையில் 6மணி அளவில் நான் தங்கியிருந்த குமாரபாளையத்திலிருந்து புறப்பட்டு ஈரோடு வந்த போது மணிகாலை ஏழாகியிருந்தது. அங்கே தோழர் சிவப்பிரகாசத்தைச் சந்தித்து அவருடன் அறிமுகமாகிக்கொண்டபின் நான் வந்த வாகனத்திலேயே அறச்சலூர் நோக்கி பயணித்தோம். தோழர் சிவப்பிரகாசம் கொங்கு மண்டல வரலாற்றை மிக விரிவாக விளக்கிக் கொண்டேவந்தார். சில ஆண்டுகளாக அவர் தனது ஆய்வுகளை மேற்கொண்டு வருகின்றார் என்பதுவும் கொங்குச் சோழர்கள் பற்றி பல தகவல்களைத் திரட்டி வைத்திருக்கின்றார் என்பதையும் அவருடன் பேசிக் கொண்டு வந்தபோது அறிந்து கொண்டேன்.

ஏறக்குறைய முப்பத்தைந்து நிமிடங்களில் அறச்சலூர் கிராமம் வந்து சேர்ந்தோம். நாங்கள் தேடிக் கொண்டு வந்த கல்வெட்டு இருக்கும் பகுதி இதுதான். ஆயினும், அங்கு வரலாற்றுச் சிறப்புமிக்க சின்னம் ஒன்று இருக்கின்றது என்பதற்கு அடையாளமாக எந்த ஒரு அறிவிப்புப் பலகையையும் காணவில்லை. தோழர் சிவப்பிரகாசத்திற்கு வழி தெரியுமாகையால் நாங்கள் கிராமத்திற்குள் தொடர்ந்து பயணித்து மலைக்குன்று இருக்கும் ஒரு பகுதிக்கு வந்து இனிமேல் வாகனம் செல்ல முடியாது எனத்தெரிந்ததும் வாகனத்தைநிறுத்தி விட்டு குன்றுஇருக்கும் பகுதிக்கு நடக்க ஆரம்பித்தோம். சற்று தூரத்தில் தென்பட்ட பாறைப்பகுதியில் இருக்கும் குகையில் தான் அறச்சலூர் இசைக்கல்வெட்டு இருக்கின்றது எனத் தோழர் சொல்லிக் கொண்டேவர குன்றைநோக்கி நடந்தோம்.

இந்த அறச்சலூர் இசைக் கல்வெட்டு என்பது பொ.ஆ 1ஆம் அல்லது 2ஆம் நூற்றாண்டு வாக்கில், அதாவது இன்றைக்கு ஏறக்குறையை 1800 ஆண்டுகள் எனச் சொல்லக்கூடிய பழமை வாய்ந்த ஒரு கல்வெட்டு. இந்தக் கல்வெட்டு இன்று நாம் அறிந்திருக்கும் தமிழ் எழுத்துருவுக்குமிக மிக முந்தையதான

தமிழி எழுத்துருவில் அமைந்த ஒரு கல்வெட்டு. இந்தத் தமிழி எழுத்துருக்கள் படிப்படியாக வட்டெழுத்துக்களாகவும் தமிழ் எழுத்துக்களாகவும் அடுத்தடுத்த நூற்றாண்டுகளில் பரிணாம மாற்றம் கண்டன. இந்தஅறச்சலூர் இசைக்கல்வெட்டு என்பது பண்டைய தமிழி எழுத்துரு சற்றே மாற்றம் கொண்டு வட்டெழுத்தாக பரிணாம மாற்றம் பெறுவதைக் காட்டும் வகையில் இருக்கும் ஒரு சிறந்த கல்வெட்டுச் சான்று என்று கல்வெட்டு ஆய்வாளர்களால் குறிப்பிடப்படுகிறது. ஆக, இத்துணைச் சிறப்பு பெற்ற இந்தக் கல்வெட்டை பார்க்கப் போகின்றோம் என்ற ஆவல் மனதில் நிறைந்திருந்தது.

வயல்வெளிப்பகுதியைத்தாண்டி கருவேல மரங்கள் நிறைந்த காட்டுப்பகுதிக்குச் செல்ல ஆரம்பித்தோம். அங்கே எங்கு தேடியும் பாதை தென்படவில்லை. தோழர் சிவப்பிரகாசம் இங்கே ஏற்கனவே சிலமுறை வந்திருந்து இக்கல்வெட்டுக்களைப் பார்வையிட்டவர் என்பதால் அவருக்கு இக்கல்வெட்டு இருக்கும் பாதைக்குச் செல்லும் வழி தெரியும். ஆயினும் கூட எளிதில் பாதையைக் கண்டுபிடிக்க முடியவில்லை. பரந்து விரிந்த உறுதியான பாறைகளின் மேல் ஏறிமேலே சென்று கொண்டேயிருக்கின்றோம். எங்கும் அந்தக் குறிப்பிட்ட பாறையைக் காணவில்லை. நடந்து நடந்து வந்ததில் சற்று தூரம் காட்டிற்குள் வந்து விட்டோம் என்பதை அறிந்த போது மனதில் ஒரு வித திடீர் திகில் உணர்வு எழ ஆரம்பித்தது. எங்கள் இருவருடன் வாகனமோட்டியும் வந்திருந்தார்.ஆக மூவருமாகத் தேடித்தேடிப் பார்த்தும் அக்குறிப்பிட்ட பாறைக்குச் செல்லும் பாதை தென்படவில்லை.

மனம் அலுத்துப் போகும் வேளையில் மீண்டும் திரும்பி வந்து வேறொரு பகுதியில் சென்று பார்த்து தேட முயற்சிக்கையில் அந்தப்பாறைக்குச் செல்லும் வழி தென்பட்டது. மூவரும் அப்பகுதிக்கு விரைந்தோம். அப்பகுதியில் முன்னே சிதைந்தஓரிரண்டு சமணர் படுக்கைகளும் இருக்கின்றன. இசைக்கல்வெட்டு இருக்கும் குகைப்பகுதிக்கு வந்து சேர்ந்தோம்.

அங்கே, ஐந்து வரிகளில், ஐந்து அடுக்குகளாக இந்த இசைக்கல்வெட்டுவெட்டப்பட்டிருப்பதைக் காண முடிந்தது. அதில் உள்ள வாசகங்கள் (இக்காலத் தமிழ் எழுத்துருவடிவில்)

த தை தா தை த
தை தா தே தா தை
தா தே தை தே தா
தை தா தே தா தை
த தை தா தை த

அறச்சலூர் இசைக் கல்வெட்டு

இந்தக் கல்வெட்டின் அருகிலேயே இந்தக் கல்வெட்டினை அமைத்தவர் பெயரும் அழகிய தமிழி எழுத்துருவிலேயே வழங்கப்பட்டிருப்பதைக் காணமுடிந்தது. அதில்,

"எழுத்தும் புணருத்தான் மணிய்
வண்ணக்கன் தேவன் சாத்தன்"

அதாவது, மணிவண்ணக்கனாகிய, அதாவது காசு பரிசோதகராகிய தேவன் சாத்தன் என்பவர் இக்கல்வெட்டினைச் செதுக்கியவர் என்ற குறிப்பாக இது அமைந்துள்ளது.

இன்றைக்கு ஏறக்குறைய 1800 ஆண்டுகளுக்கு முந்தைய இந்த இசைக்கல்வெட்டும் அதன் எழுத்து ஒழுங்கும் பார்க்கும் போது அதிசயிக்கத்தக்க வகையில் அமைந்திருக்கின்றது. இந்தக் கல்வெட்டு இருக்கும் பகுதியையெல்லாம் அது பற்றிய விரிவான ஆய்வுச் செய்தியையும்தமிழ் மரபு அறக்கட்டளை வலைப்பக்கத்தில் இங்கே *http://tamilheritagefoundation.blogspot.de/2016/03/2016.html* இணையத்தில் பார்த்துப் பயனுறலாம். தமிழர் வரலாற்றில் முக்கியத்துவம் வாய்ந்த செய்திகளைச் சொல்லும் கல்வெட்டுக்களின் வரிசையில் இந்த இசைக்கல்வெட்டும் இடம் பெறுகின்றது.

தமிழ் இசை என்பது தமிழ் நிலப்பகுதியில் தமிழரால் வளர்க்கப்பட்டது என்பதை உறுதி செய்ய இவ்வகைக் கல்வெட்டுக்கள் வலுவான சான்றுகளாக அமைகின்றன. ஆனால்

இத்தகைய கல்வெட்டுக்கள்இருப்பதைப் பற்றியும் இதன் சிறப்புக்களைப் பற்றியும் எத்தனைபேர் அறிந்தவர்களாக இருக்கின்றோம் என்பது முக்கியக் கேள்வி அல்லவா? சரி, பொதுமக்களுக்குத் தகவல் தெரியவில்லையென்றாலும் கூட கல்விக்கூடங்களில் பணிபுரிபவர்களில் எத்தனை பேர் இத்தகைய விடயங்களில் ஆர்வம் காட்டுவோராக இருக்கின்றார்கள் என்பதை எண்ணிப்பார்க்கும் போது ஆதங்கமே மேலிடுகின்றது.

அறச்சலூர் இசைக் கல்வெட்டு

இந்தக் கல்வெட்டு இருக்கும் பகுதி தூய்மையாக பாதுகாக்கப்படாமல் இருப்பதும் இங்கே செல்வதற்கான வழி கூட சரியாக அமைக்கப்படாது இருப்பதும் வருத்தத்திற்குரியஒன்று. அதே வேளை தமிழகம் கடந்த தமிழர் வாழும் நாடுகளில் இவ்வகைக் கல்வெட்டுக்கள், அவற்றின் சிறப்புக்கள் என்பன பற்றி பேசுவோர் யாரும் இல்லாததும் ஒரு குறையாகவே காண்கின்றேன். தமிழர் பெருமை பற்றி பேசுவோர் மிக முக்கியமாக இவ்வகைச் ஆதாரச் சான்றுகளைப் பற்றி அறிந்து கொள்ள வேண்டியது மிக அவசியமான ஒன்றாகக் கருதுகின்றேன். அறிந்து கொள்வது மட்டுமன்றி இவ்வகைக் கல்வெட்டுக்கள் சேதப்படாமல் பாதுகாக்க முயற்சி எடுப்பதும் காலத்தின் அவசியம். வெறுமனே "கல்தோன்றி முன் தோன்றாகாலத்தே மூத்த குடி எமது தமிழ்க் குடி" எனச் சொல்லிப் பெருமை பேசுவதை விடுத்து ஆக்கப்பூர்வமான ஆய்வுப்பணிகளிலும் வாசிப்புமுயற்சிகளிலும் உண்மையான தமிழ் ஆர்வலர்கள் ஆர்வம் காட்ட வேண்டும் என்பதையே தமிழ் மரபு அறக்கட்டளை விரும்புகின்றது. அதுவே உண்மையான தமிழ்ப்பணியாகவும் அமையும்!

(தமிழ் மலர் நாளேடு (மலேசியா) 16.03.2016)

4
திருநாதர்குன்றுக்குச் சென்ற கதை

பண்டைய தமிழ் எழுத்துக்கள் கொண்ட பாறைகளை மலைப்பகுதிகளில் உள்ள குகைகளிலோ அல்லது குன்றுப் பகுதிகளிலோ தான் காண்கின்றோம். அப்படிச் சில கல்வெட்டுக்களைக் காணச் சென்ற போது பயணத்தில் ஏற்பட்ட ஒரு சுவாரசியமான நிகழ்வு ஒன்றினை இந்தக் கட்டுரையில் பகிர்ந்து கொள்கிறேன்.

தமிழகத்தின் விழுப்புரம் மாவட்டம் வரலாற்றுச் சின்னங்கள் பல நிறைந்த ஒரு மாவட்டம் எனத் தயங்காமல் கூறலாம். தமிழக பண்டைய வரலாறு எனப் பேச முற்படும் போது பலரும் பொதுவாக மதுரையையும் நெல்லையையும் பேசுவார்கள். ஆனால் விழுப்புரத்தைப் பற்றி அறிந்திருக்க மாட்டார்கள். விழுப்புரத்தின் சிற்றூர்கள் ஒவ்வொன்றிலும் ஏதாவது ஒன்று அல்லது ஒன்றுக்கும் மேற்பட்ட பல புராதனச் சின்னங்கள் உள்ளன. அதில் மிகக் கணிசமான அளவிற்குச் சமண சமயம் சார்ந்த சின்னங்களும் உள்ளன.

விழுப்புரம் மாவட்டத்தில் உள்ள செஞ்சிக்கோட்டையின் வடக்கே திருநாதர்குன்று எனும் ஒரு சிறிய மலை உள்ளது. இம்மலையில் உள்ள பாறைச்சிற்பம் மட்டுமல்ல, கல்வெட்டும் கூட, தமிழ் எழுத்து, தமிழ் மொழி வரலாற்றில் முக்கிய இடம் பெறுகிறது. இந்த மலை மீது மூன்று கல்வெட்டுகள் உள்ளன. முதிர்ந்தநிலை தமிழி

(பிராமி) எழுத்திலிருந்து வட்டெழுத்தாகத் தமிழ் வளர்ந்த நிலையில் உள்ள, மாறுதல் அடைகிற காலகட்டத்தைச் சேர்ந்த கல்வெட்டு இது என்ற சிறப்பைப் பெறுவதாக இக்கல்வெட்டுத் திகழ்கின்றது. இந்த திருநாதர்குன்றில் உள்ள தமிழ் பிராமியிலிருந்து வட்டெழுத்துக்கு மாற்றம் பெறுவதாகக் கருதப்படும் கல்வெட்டில்தான் ஐ எனும் தமிழ் எழுத்து முதன் முதலில் குறிப்பிடப்பட்டுள்ளது. வரலாற்று ஆய்வாளர்களுக்கு இது முக்கியமானதொரு சான்று அல்லவா?

இங்குள்ள ஒரு கல்வெட்டு, சந்திரநந்தி ஆசிரியர் எனும் சமணத்துறவி 57 நாட்கள் உண்ணா நோன்பிருந்து வடக்கிருந்து உயிர்நீத்தார் என்ற செய்தியையும் சொல்கின்றது. இது பொ.ஆ.2ஆம் நூற்றாண்டைச் சேர்ந்த கல்வெட்டு எனக்கூறலாம். மற்றொரு கல்வெட்டு, இளையபட்டாரகர் எனும் சமணத்துறவி முப்பது நாட்கள் உண்ணா நோன்பிருந்து உயிர் துறந்தார் என்ற செய்தியைச் சொல்கின்றது. அதே போல மேலும் பல்லவ காலத்துத் தமிழ் கல்வெட்டு ஒன்றும் இங்குள்ளது. இப்படி வரிசை வரிசையாகக் கல்வெட்டுக்கள் நிறைந்த ஒரு குன்றுப்பகுதிதான் இது. ஆனால் என்ன காரணமோ, இன்றளவும் தமிழக தொல்லியல் துறையினாலும் சரி, இந்தியத் தொல்லியல் துறையினாலும் சரி, பாதுகாக்கப்படும் ஒரு வரலாற்றுச் சின்னமாக இது ஏற்றுக் கொள்ளப்படவில்லை.

இம்மலையின் உச்சியில் ஒரு பெரிய கற்பாறை உள்ளது. அதில் சமண அறத்தைப் பரப்பிய இருபத்து நான்கு தீர்த்தங்கர்களின் திருமேனிகள் செதுக்கப்பட்டுள்ளன. தீர்த்தங்கரர்கள் சிற்பம் அமர்ந்த நிலையில், இருவரிசைகளில் ஒரே அளவில் அமைக்கப்பட்டுள்ளன. ஒவ்வொரு தீர்த்தங்கரரின் தலையின் மேற்பகுதியிலும் முக்குடை காணப்படுகிறது. தீர்த்தங்கரர்களுக்கே உரித்தான தனித்தனிச் சின்னங்கள் என்பன இல்லாமல் இவை

காணப்படுகின்றன. மிக அழகியதொரு கலை வேலைப்பாடு இது.

இப்படியும் ஒரு வடிவமா என முதன் முதலில் இதனைப் பார்த்தபோது நான் அதிசயித்துப் போனேன். இந்தக் கலைவடிவம் போற்றிப் பாதுகாக்கப்பட வேண்டிய ஒன்று. ஆனால் இதனைப் பற்றி அறிந்தோர் கூட மிகக் குறைவு என்பதையும் எனது அப்பகுதிக்கான பயணத்தின் போது அறிந்து கொண்டேன். சிற்பத்தொகுதி இருக்கும் கற்பாறையின் மேற்குப்பகுதியில் ஒரு குகை காணப்படுகிறது. இந்தக் குகைப்பகுதியில் சமண முனிவர்கள் தங்கி இருந்து இங்கே சமண சமயத்தை வளர்த்தனர்.

மலையின் நடுப்பகுதியில் ஒரு பெரிய பாறையில் ஒரு தீர்த்தங்கரரின் சிலையும், சிலையின் மேற்பகுதியில் கல்வெட்டுச் சான்றும் இருந்துள்ளன. ஆனால் அது இரண்டாக உடைக்கப்பட்டு தற்போது வீழ்ந்து கிடக்கிறது. பாறைகளை உடைத்துச் சேதப்படுத்தும் முயற்சி நடந்தபோது இங்கு மக்கள் ஒன்று கூடி அந்த முயற்சிகளைத் தடுத்தமையால் இன்று இந்த வரலாற்றுச் சிறப்புமிக்கப் பகுதி பொதுமக்களால் பாதுகாக்கப் பட்டிருக்கின்றது என்பதைக் குறிப்பிட வேண்டியுள்ளது.

இந்தப் பயணத்தில் செஞ்சி விழுப்புரம் பதிவுகளுக்காக சென்னையிலிருந்து நாங்கள் புறப்பட்டதிலிருந்து எங்கள் வாகனப் பயணம் மிகச் சுவாரசியமாக இருந்தது. 2 நாட்கள் குறுகிய கால பயணமாக ஏற்பாடு செய்திருந்தேன். என்னுடன் தமிழ் மரபு அறக்கட்டளை நண்பர்களும் இப்பயணத்தில் சேர்ந்து கொண்டனர். சென்னையில் இருந்த நண்பர் ஒருவர் ஏற்பாடு செய்து கொடுத்த வாகன ஓட்டுநர் காலையில் 4 மணிக்கு எங்களை அழைக்க வந்து விட்டார்.

காரில் ஏறி அமர்ந்ததும் பயணத்தில் செய்ய வேண்டிய பணிகளைப் பற்றி பேச ஆரம்பித்தோம். ஆனால் வாகன

ஒட்டுநர் எங்களிடம் எதுவும் பேசவில்லை. எங்கள் கலந்துரையாடலிலும் அவர் கலந்து கொள்ளவில்லை. அதற்குக் காரணம் அவருக்குச் செவிப்புலன் சற்று பாதிக்கப்பட்டிருப்பதுதான் எனத் தெரிந்து கொண்டோம். முதலில் எங்களிடம் அவர் ஏதும் பேசவுமில்லை. ஆனால் திண்டிவனம் வரும் வழியில் எங்களிடம் ஏதும் கூறாமல் சட்டென்று வாகனத்தை அவரே நிறுத்தினார். என்ன ஏதென்று பார்த்தால் அங்கிருந்த இரணியம்மன் ஆலயத்தில் தானே காசு கொடுத்து சூடம் கொஞ்சம் வாங்கி ஏற்றி காரின் முன் வைத்து சாமி கும்பிட்டார். நாங்களும் சாமி கும்பிட்டுக் கொண்டோம்.

வழியில் நாங்கள் பேசிக் கொண்டு வந்த விசயங்களை வாகனமோட்டி ஓரளவு கேட்டுக் கொண்டே வந்திருக்கின்றார். அவருக்குத் தயக்கம் நீங்கியிருக்க வேண்டும். தானும் எங்களுடன் கலந்துரையாடலில் பங்கெடுத்துக் கொள்ளும் வகையில் சில முயற்சிகளைச் செய்தார்.

திடீரென்று எங்களை நிறுத்தி அங்கு ஒரு கோயில் இருக்கின்றதுபோகணுமா என்பார்.. நான் "நேரம் ஆகிவிட்டது.. மேல் சித்தாமூர் மடம் போகணும் .. ஆக நேராகச் செல்லுங்கள்" எனச் சொல்லியவுடன் புரிந்து கொண்டார். பின்னர் மேல்சித்தாமூரில் எங்கள் பதிவுகளை முடித்ததும் அவரே அங்கிருந்த திரௌபதி அம்மன் கோயிலில் வாகனத்தைக் கொண்டு வந்து நிறுத்தி விட்டு "இந்தக் கோயிலையும் படம் பிடிங்கள்" என்றார்.

நாங்கள் அவரது ஆர்வத்தைப் பார்த்து விழுந்து விழுந்து சிரித்தோம். அவருக்காக என்று மட்டுமில்லை. உண்மையில் வித்தியாசமானதொரு கோயிலாகவும் அது இருந்தது. நாங்கள் உள்ளே சென்று புகைப்படங்கள் பிடித்துக் கொண்டு வந்ததில் அவருக்கு மகிழ்ச்சி. அவர் முகத்தில் தோன்றிய புன்னகை அதனை உணர்த்தியது. அங்கிருந்து விழுப்புரம் செல்ல வேண்டும் என்று புறப்பட்டோம். வழியில் நிறுத்தி அங்கே ஒரு முனீஸ்வரன் இருக்கின்றார் பாருங்கள் எனச் சொன்னார். "ஆகா.. இப்படியல்லவா நமக்கு உதவியாளர் தேவை" என அவரைப் பாராட்டிக் கொண்டே அங்கும் சென்று புகைப்படங்கள் எடுத்துக் கொண்டு வந்து சேர்ந்தோம்.

க.சுபாஷிணி

அன்று நாள்முழுவதும் எங்களுடன் இணைந்து நான் செய்த பதிவுகளையெல்லாம் உற்று பார்த்து கவனித்துக் கொண்டே வந்தார்.

அன்று மாலை நாங்கள் எண்ணாயிரம் மலை பதிவை செய்து விட்டுப் இப்பதிவில் மேல் குறிப்பிட்ட திருநாதர்குன்று சென்று அங்குப் பதிவை முடித்து வீரானாமூர் இருளர் குடியிருப்பு பகுதிக்குச் செல்ல வேண்டும் எனச் சொல்லியிருந்தேன். மிகுந்த ஆர்வத்திலிருந்தார் எங்கள் திருவாளர் வாகனமோட்டியார்.

நாங்கள் திருநாதர்குன்று மலைப்பகுதிக்குச் செல்ல வயல் வெளியைக் கடக்க வேண்டியிருந்தது. ஆக, அவரிடம் நீங்கள் வாகனத்தை இங்கே விட்டு விடுங்கள். நாம் நடந்து செல்வோம் எனச் சொல்லி நடந்து சென்று விட்டோம். அவரும் எங்களுடன் மலைப்பகுதிக்கு நடந்தே வந்து சேர்ந்தார். பின்னர் பதிவினைச் செய்து முடித்து கீழே இறங்கி வந்து கொண்டிருந்தோம். தூரத்தில் பார்த்தால் வயல் வரப்பில் ஓட்டிக் கொண்டே வாகனத்தை மலை அடிவாரத்திற்குக் கொண்டு வந்து விட்டார் அந்த ஆர்வம் மிக்க வாகனமோட்டி.வாகனம் அருகில் வந்து விட்டது என்பதால் அன்றைய பதிவிற்காக வந்திருந்த ஏனைய ஆய்வாளர்களிடம் நன்றி சொல்லி நாங்கள் விடைபெற்றுக் கொண்டு புறப்பட்டோம்.

ஆனால் ...எங்களை ஏற்றிக் கொண்ட பின்னர் அவருக்கு மகிழ்ச்சியும் பெருமிதமும் சேர்ந்திருக்க வேண்டும். வேகமாகச் செல்ல வேண்டும் என்ற ஆர்வக்கோளாறில் எங்கள் வாகனமோட்டியார் வாகனத்தைச் சற்று ஓரம் திருப்பியதில் வாகனம் அப்படியே வயலுக்குள் இறங்கி விட்டது.எங்களுக்கு

விடையளித்துச் சென்ற ஆய்வாளர்களும் நண்பர்களும் எங்கள் நிலையைப் பார்த்து ஓடிவந்தனர். வாகனத்தை அப்படி இப்படி நகர்த்தினால் வாகனம் சற்றும் நகரவில்லை. பின்னர் அந்தக் கிராமத்தைச் சார்ந்தவர்களும், வயலில் மோட்டார் சைக்கிள் ஓட்டி வந்த மேலும் இருவரும் எங்களுக்கு உதவ வந்து சேர்ந்தனர்.

எங்களுடன் இருந்த தமிழ் மரபு அறக்கட்டளை நண்பர்களும் கிராமத்தைச் சேர்ந்தவர்கள் சிலரும் என எல்லோரும் பெரிய பாறைக்கல் ஒன்றை ஒரு சக்கரத்தின் கீழே வைத்து வாகனமோட்டியை ஓட்டச் செய்து ஒரு வழியாக வாகனத்தை வெளியே கொண்டு வந்தனர்.எங்கள் வாகனமோட்டியோ வாகனத்தை மீட்டு விட்டோம் என்ற மிகுந்த மகிழ்ச்சியுடன் தொடர்ந்து வாகனமோட்டினார். மாலை பதிவெல்லாம் முடிந்து இரவு செஞ்சி சேர்ந்து பின்னர் மறுநாளும் எங்களுடன் இருந்து நாங்கள் கேட்டுக் கொண்ட இடங்களுக்கெல்லாம் பத்திரமாக எங்களை இந்தப் பயணத்தில் அழைத்துச் சென்றார்.

எங்களுடன் வாகனமோட்டியாக வந்திருந்த வாகன ஓட்டுநரும் இந்தப் பயனத்தில் ஒரு வரலாற்று ஆர்வலராக மாறிவிட்டார் என்று தான் சொல்ல வேண்டும்.

அந்தப் பயண அனுபவம் இப்போது நினைத்தாலும் மறக்க முடியாத குதூகலமான ஒரு அனுபவம். அந்தப் பயணத்தின் போது செய்யப்பட்ட வரலாற்றுப் பதிவு *https://youtu.be/7Soskq3M3H8* என்ற பக்கத்தில் காணொளிப்பதிவாகத் தமிழ் மரபு அறக்கட்டளை வெளியீடாக மலர்ந்தது. இப்படிப் பல வரலாற்றுச் சின்னங்கள் தமிழகத்தின் மூலை முடுக்குகளிலெல்லாம் காணக் கிடைக்கின்றன. அவற்றைப் பற்றி அறிந்து கொள்வதும், வாய்ப்பமைந்தால் நேரில் சென்று பார்த்து வருவதும் நமது தமிழர் வரலாற்றைப் பற்றிய சரியான புரிதலுக்கு நிச்சயம் வழிவகுக்கும்!

(தமிழ் மலர் நாளேடு (மலேசியா)28.12.2017)

5
எழுத்துக்களா இவை?

தமிழகத்துக்குச் செல்லும் மலேசிய தமிழ் மக்கள் பெரும்பாலும் கோயில்களுக்குச் சென்று காணிக்கை செலுத்துவது என்பது தான் அடிக்கடி நாம் அறிந்த ஒன்று. அப்படிச் செல்வோர் எல்லோருக்கும் பொதுவாகத் தெரிந்த கோயில்களான மதுரை மீனாட்சி அம்மன் கோயில், தஞ்சாவூர் பிரகதீஸ்வரர் கோயில், திருநெல்வேலி நெல்லையப்பர் கோயில் போன்ற பெருங்கோயில்களுக்குச் செல்வதைப் பற்றி கேள்விப்பட்டிருப்போம். இது மட்டுமன்றி பலரது பயணத்திட்டத்தில் திருப்பதிக்கு சென்று பெருமாள் தரிசனம் செய்து விட்டு ஏதும் வேண்டுதல் இருந்தால் மொட்டை போட்டுக் கொண்டு அங்கு கொடுக்கப்படும் லட்டுவை ருசித்து விட்டு பக்திப்பரவசத்தோடு வருவது என்பது பொதுவாகவே நாம் அறிந்த விஷயம்தான். தமிழகம் என்றால் இந்தக் கோவில்கள் மட்டும் தானா? என்போருக்கு மேலும் பல தகவல்களைத் தமிழ் மரபு அறக்கட்டளை வலைப்பக்கத்தின் வரலாற்றுப் பகுதி தருகின்றது. அதில் ஐகொந்தம் என்ற ஊரில் உள்ள பாறை ஓவியத்தைப் பற்றி சில தகவல்களை இந்தப் பதிவில் தருகின்றேன்.

2012ஆம் ஆண்டு ஜனவரி மாதம் தமிழ் மரபு அறக்கட்டளைக்கான களப்பணிகளுக்காகத் தமிழகம் சென்றிருந்தேன். அதில் கிருஷ்ணகிரி மாவட்டத்திற்கானப் பயணத்தில் நிகழ்ந்த சில விஷயங்களைப் பற்றிய தகவல்கள்தான் இக்கட்டுரையில் இடம்பெறுகின்றன.

கிருஷ்ணகிரி எங்கே இருக்கின்றது? என கேட்பவர்களுக்கு... இந்தியாவின் கர்நாடக மாநிலத்திற்குச் சற்று அருகேயும் ஆந்திர மாநிலத்துக்கு அருகேயும் இருக்கும் தமிழ்நாட்டின் ஒரு வடபகுதி

மாவட்டம்தான் இது. முன்னர் தர்மபுரி மாவட்டத்தில் ஒரு பகுதியாக இருந்து பின்னர் 2004ஆம் ஆண்டில் தனி மாவட்டமாகப் பிரிந்தது.

கிருஷ்ணகிரியில் இருக்கும் பெண்ணையாற்றுப் பகுதி நடுகற்களைத் தேடிப்பார்த்து அவற்றைப் பதிவு செய்யவேண்டும் என்று பெரிய ஆவல் எனக்கு இருந்தது. அந்த விருப்பத்தை நண்பர்களுடன் பகிர்ந்துகொண்ட போது மூன்று நாள் பயணத்தை எற்பாடு செய்வது என முடிவாகியது. கிருஷ்ணகிரியில் கணினி அலுவலகம் வைத்திருக்கும் செல்வமுரளியும் திருவண்ணாமலையில் பணிபுரியும் பிரகாஷும் இந்தப் பயண ஏற்பாட்டில், செல்ல வேண்டிய பகுதிகளைப் பற்றிய தகவல்களை எனக்கு முன்னதாகவே மின்னஞ்சல் வழி அனுப்ப, அவற்றை ஆராய்ந்து, மூன்று நாட்களில் செல்லக்கூடிய இடங்களை நான் பட்டியலிட்டு, கூகுள் மேப் வரைபடத்திலும் ஓர் இடத்திலிருந்து மற்றொரு இடத்திற்குச் செல்ல வேண்டிய தூரத்தையும் அதற்கான நேரத்தையும் கணக்கிட்டு தயாரிப்பு ஏற்பாடுகளைச் செய்து கொண்டேன். அப்பயணத்தில் என்னுடன் தமிழ் மரபு அறக்கட்டளையின் துணைத்தலைவர் பேரா.டாக்டர்நா. கண்ணன் அவர்களும் இணைந்து கொண்டார்கள். எங்களோடு மேலும் அப்பகுதியில் வசிக்கும் தொல்லியல் ஆய்வாளர் திரு. சுகவனம் முருகன் அவர்களும் இணைந்து கொள்ள இந்த முதல் நாள் பயணம் மிக வித்தியாசமான ஒன்றாக எங்களுக்கு அமைந்தது.

இந்தப் பயணத்தின் முதல் நாள் காலையில் பெண்ணையாற்று நடுகற்களின் பதிவை முடித்து விட்டு மதிய வாக்கில் ஐகொந்தம் செல்வதாக நாங்கள் திட்டமிட்டிருந்தோம். அங்கிருக்கும் பாறை ஓவியங்களைப் பார்த்து அவற்றைப் பற்றிய தகவல்களைச் சேகரிப்பது முக்கிய நோக்கமாக எனது பட்டியலில் இருந்தது.

சரி, பாறை ஓவியங்கள் என்றால் என்ன என்ற கேள்வி எழலாம். இந்தப் பாறை ஓவியங்கள் எனப்படுபவை கற்கால மக்களின் எண்ணங்களை, பழக்க வழக்கங்களை, அவர்களது நம்பிக்கைகளை வெளிப்படுத்தும் குறியீடுகள். இவை பார்ப்பதற்குக் கோடுகளாகவும் சிறிய சிறிய ஓவியங்கள் போன்றும் தோற்றமளித்தாலும் இவை இன்று நாம் புழங்கும் எழுத்துக்கள் தோன்றுவதற்கு முன்பான ஆரம்பகால வடிவத்தின்

ஒரு தோற்றம் என்று சொல்லலாம். இத்தகைய மிகப்பழமையான பாறை ஓவியங்கள் தமிழகத்தில் பாறைகள் சூழ்ந்திருக்கும் குன்றுகள் நிறைந்த பகுதிகளில் காணப்படுகின்றன. தமிழகத்தைப் பொறுத்தவரை இதுவரை அடையாளம் காணப்பட்டுள்ள பாறை ஓவியங்களை ஆராயும் போது அவை சடங்குகள், நம்பிக்கைகள் தொடர்பானவையாக இருப்பதைக் காண்கின்றோம்.

தமிழக பாறை ஓவியங்களைப் பற்றி விரிவாக ஆராய்ந்த முனைவர் இராசு.பவுன்துரை அவர்கள் தனது "பண்டைத் தமிழக வரைவுகளும் குறியீடுகளும்" என்னும் நூலில், எங்கெல்லாம் நடுகற்கள் அதிகமாக இருக்கின்றனவோ அங்கெல்லாம் இவ்வகைப் பாறை ஓவியங்களும் காணக்கிடைக்கின்றன என்று குறிப்பிடுகின்றார். இதனை உறுதிப்படுத்துவது போலவே இங்கே கிருஷ்ணகிரி ஐகொந்தம் பகுதியிலும் பெண்ணையாற்றுப் பகுதியில் மிக அதிகமாக நடுகற்களை நாங்கள் நேரில் சென்றிருந்த போது பார்த்துப் பதிவுகள் செய்தோம். காலையிலிருந்து மதியம் வரை பெண்ணையாற்று கோயில் பதிவு, பெண்ணையாற்று நடுகல் பதிவு என்றே எங்கள் நேரம் கழிந்திருந்தது.

செவிக்கு உணவில்லாத போது தானே வயிற்றுக்கு உணவு என்று சொல்லிக் கொண்டு நாங்கள் நடுகல் நடுகல்களாக தேடித்தேடி சென்று பதிவு செய்து கொண்டிருந்தோம். காலையில் ஆரம்பித்த பணி. மதியமாகி விட்டது. ஆனாலும் மதிய உணவுக்குச் செல்ல வேண்டும் என்று நாங்கள் யாருமே யோசிக்கவில்லை. அதிலும் கூடவே திரு.சுகவன முருகன் அவர்கள் தொடர்ந்து பல விஷயங்களைக் காட்டிக் கொண்டும் பேசிக் கொண்டும் வந்ததால் அந்த சுவாரசியத்தில் மதிய உணவு என்ற ஒரு விஷயத்தை நாங்கள் மறந்தே போயிருந்தோம்.

ஐகொந்தம் கோயில் அருகாமையில் ஒரு குகையில் இருக்கும் குகைப் பாறை ஓவியங்களைப் பார்க்கச் செல்வது எங்கள் பட்டியலில் இருந்ததால் அங்கே புறப்பட்டோம். சரி வைகுந்தம் கேள்விப்பட்டிருக்கின்றோம். ஐகொந்தம் கேள்விப்பட்டதில்லையே? அதோடு ஐகொந்தம் என்ற பெயரே முதலில் எனக்கு மனதில் நிலைக்கவில்லை. ஒருவகையாக இந்தப் பெயரை ஓரிரு முறைச் சொல்லிப் பழகிக் கொண்டு மனதில் நிலைப்படுத்திக் கொண்டே வாகனத்தில் வந்த போது ஐகொந்தம் கோயில் வந்து சேர்ந்து விட்டோம்.

கோயிலில் அன்று சிறப்பு வழிபாடு நடந்து கொண்டிருந்தது. வைகுந்த ஏகாதசி தினத்திற்கு மறு நாள் அது. பெருமாள் கோயில் வேறு... சொல்ல வேண்டுமா? கொஞ்சம் மக்கள் நடமாட்டமும் அப்போது இருந்தது. மிகப் புதிதான கோயில். அழகான படிக்கட்டுகள்.. பளிங்குக் கற்கள் கொண்டு செய்யப்பட்ட தரை.. அழகான இயற்கைச் சூழல். ரம்மியமான சுற்றுப் புறக் காட்சி.

ஐகொந்தம் குகைப்பாறைச் சித்திரங்களைப் பார்ப்பதற்கு முன்னர் கோயிலுக்குச் சென்று வழிபாடு செய்து விட்டுச் செல்வோமே என்று நினைத்துக் கொண்டு கோயிலுக்குள் சென்றோம். வழிபாடு முடித்து வெளியில் வந்தோம். வரிசையாக நான்கு பெண்கள் ஒவ்வொருவரும் தயிர்சாதம், புளியஞ்சாதம், பொங்கல், தேங்காய்சாதம் வைத்துக் கொண்டு பக்தர்களை அழைத்து உபசரித்து பிரசாதத்தை வழங்கினர். ஒவ்வொருவருக்கும் கிடைத்த பிரசாதம் ஒரு மதிய உணவு அளவுக்கு இருந்தது. நான்கு வகை சாதம். கேட்க வேண்டுமா? சலிக்காமல் வரிசையில் நின்று நான்கு வகை சாதத்தையும் தயங்காமல் பெற்றுக் கொண்டு கோயில் படியில் ஓர் இடத்தில் உட்கார்ந்து சுற்றுச்சூழலை ரசித்துக் கொண்டே சுவைத்துச் சாப்பிட்டோம்.

பெருமாள் புண்ணியத்தில் அன்றைய மதிய உணவுக்காக நாங்கள் திண்டாடாமல் ஒரு விருந்தே அமைந்து!ஐகொந்தம் குகைப்பாறை இக்கோயிலுக்கு அருகாமையிலேயே இருந்ததால் சாப்பிட்டு உடன் பதிவைத்தொடங்கி விட்டோம்.

பாறையின் குகைப்பகுதிக்கு உள்ளே சென்று பார்த்த போது அதிசயிக்காமல் இருக்க முடியவில்லை. தரைப்பகுதியில் அமர்ந்து

கொண்டு மேல் நோக்கி வரையப்பட்ட நிலையில் இந்த ஓவியங்கள் தீட்டப்பட்டுள்ளன. ஒற்றைக் கோடு, ஒன்றுக்கும் மேற்பட்ட கோடுகள், மனித உருவங்கள், முக்கோணக்குறியீடு, விலங்குகள் எனப் பலவகைக் கீறல்கள்

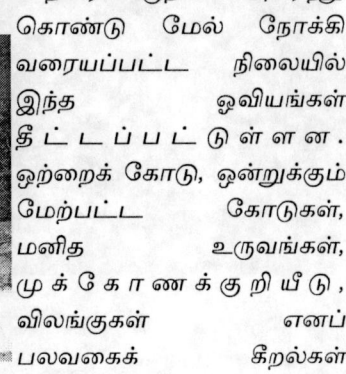

பாறையின் மேல் புறத்தில் அமைக்கப்பட்டிருக்கின்றன. இவை ஒவ்வொன்றும் ஒரு பொருளைக் குறிப்பவை.

பாறை குறியீடுகள்

அதோடு முக்கியமாக கவனிக்கப்பட வேண்டியது இவற்றின் வர்ணம். பொதுவாக இதுவரை அடையாளம் காணப்பட்ட பாறை ஓவியங்கள் வெள்ளை, சிவப்பு, காவி, கருப்பு ஆகிய வர்ணங்களில் அமைந்திருப்பதைக் காண்கின்றோம். இதில் இந்த ஐகொந்தம் பாறை ஓவியங்கள் வெள்ளை நிறத்திலானவை. பொதுவாக வெள்ளை நிறத்தில் அமைகின்ற குறியீடுகள் வேட்டைக் காலத்து நிகழ்ச்சிகளைக் குறிப்பவை என்று முனைவர் இராசு.

பவுன்துரை தனது நூலில் குறிப்பிடுகின்றார். இவ்வகை ஓவியங்கள் வேட்டையாடும் மனிதன், அவன் வேட்டையாடும் விலங்குகள், நடனத்தைக் குறிக்கும் குறியீடுகள் என்ற வகையில் அமைந்திருக்கின்றன.

இந்த வெள்ளை நிறத்தை, வெள்ளைக் களிமண், சுண்ணாம்புக்

கல் போன்றவற்றிலிருந்து பெருங்கற்கால மனிதர்கள் தயாரித்திருப்பார்கள் என்று கொள்ளலாம்.

இந்தப் பாறை ஓவியங்கள் பாதுகாக்கப்பட வேண்டிய மிக முக்கியமான வரலாற்றுச் சின்னங்கள் என்பதில் ஐயமில்லை. இந்தப் பாறை ஓவியங்களிலுள்ள ஒவ்வொரு உருவத்தைப் பற்றியும் ஆராய்ந்து பெருங்கற்கால மனிதர்கள் என்ன தகவலை இக்குறியீடுகளாக விட்டுச் சென்றிருக்கின்றனர் என்பதை அறிய வேண்டிய பணி ஆய்வாளர்களுக்கு உள்ளது. சில ஆய்வுகள் இந்தப்பாறை ஓவியங்கள் தொடர்பாக வந்துள்ளன என்ற போதிலும் இது மேலும் தொடரவேண்டும். தமிழகத்தில் கற்பாறைகள் சூழ்ந்துள்ள பகுதிகளில் இன்னமும் பல அடையாளம் காணப்படாத குறியீடுகள் மறைந்திருக்ககூடிய சாத்தியங்கள் உள்ளன. அவை வெளிக்கொணரப்பட வேண்டும்.

ஆயினும், இந்த ஆய்வுகளுக்குப் பெரும் சவாலாக இருப்பது, தமிழகத்தில் சட்டத்திற்குப் புறம்பாக நடைபெறும் குவாரி உடைப்பு சம்பவங்கள் தாம். இந்த கிருஷ்ணகிரிப் பகுதி பாறைகளும் இவ்வகை சேதங்களுக்கு உள்ளாக்கப்பட்டிருப்பதை நான் நேரில் இப்பகுதிக்குச் சென்றபோது பார்க்க நேரிட்டது. உடைந்த பாறைகளைப் பார்த்த போது "இவற்றில் இருந்த சிதைந்த வரலாற்று சான்றுகள் எத்தனையோ?" என்ற சிந்தனை எழாமல் இல்லை. "தமிழகத்தின் வரலாற்றுத் தொல்சான்றுகளை அழிக்க அந்நிய நாடுகளின் படையெடுப்புக்கள் வரவேண்டிய தேவையேயில்லை. உள்ளூரில் இருக்கும்சுயநலம் கொண்ட ஒரு சிலரே செய்து விடுகின்றார்கள்" என்பதுதான் வருத்ததிற்குரிய, நம் கண்முன்னே காணக்கூடியதாக இருக்கின்ற உண்மை!

(தமிழ் மலர் நாளேடு (மலேசியா)02.03.2016)

6
பஞ்சவன்மாதேவி பள்ளிப்படை

கோயில்கள் என்றால் இறைவன் உறையும் இடம் என மட்டுமே நினைத்திருப்போம். அதில் குடைவரைக்கோயில், பாறைக்கோயில், நடுகல் என சிலவற்றைக் கேள்விப்பட்டிருப்போம். பள்ளிப்படை கோயில் என்ற ஒன்றினைப் பற்றி கேள்விப்பட்டிருக்கின்றீர்களா?

பள்ளிப்படை கோயில் என்பது, இறந்து போன அரசகுடும்பத்தினரில், குறிப்பாக அரசன் அல்லது அரசிக்கு அமைக்கப்பட்ட சமாதி கோயில் எனச் சொல்லலாம். அதிலும் குறிப்பாக சிவதீட்சை பெற்றவராக அந்த அரச குடும்பத்தவர் இருக்க வேண்டியதும் மிக அவசியம். இறந்தவரின் உடலைச் சுத்தம் செய்து, புதைக்கப்பட உள்ள இடத்தில் ஒரு பள்ளத்தினை அமைத்து, பின்னர் அந்த உடலை கிழக்குப்பக்கம் பார்த்த வகையில் அமர வைத்து, உட்கார்ந்த வகையில் அந்த உடலுக்கு இறைவடிவங்களுக்குச் செய்வது போன்ற எல்லா வகை அபிஷேகங்களையும் செய்து, படையல்களைத் தயாரித்து அவற்றை அந்த உடலுக்குக் கொடுப்பதாகப் பாவித்து அந்த உடலை அந்த உட்கார்ந்த நிலையில் அப்படியே மண்ணை மூடிப் புதைத்து, அதன் மேல் சிவலிங்கத்தை பிரதிஷ்டை செய்வர். ஒரு சில இடங்களில் இதற்குப் பதிலாக இறந்த உடலின் சமாதி மேல் அரசமரத்தினை நட்டு அதன் பக்கத்தில் சமாதியை வைப்பதும் வழக்கம்.

அப்படி ஒரு கோயிலைப்பற்றியது தான் இப்பதிவு.

2013ஆம் ஆண்டு மார்ச் மாதம் தமிழகத்தில் சோழர் கால கோயில்களைக் காணும் ஒரு முயற்சியாக டாக்டர் பத்மாவதி, இந்திய தொல்லியல் துறை ஆய்வு மாணவர் பரந்தாமன், நான்

ஆகியோர் சென்றிருந்த போது குறிப்பிடத்தக்க சில இடங்களைக் காண வேண்டும் என ஒரு பட்டியல் போட்டுக் கொண்டு கும்பகோணம் பகுதியிலும் அதன் சுற்றுப்புற நகரங்களிலும் கிராமங்களிலும் தேடிச் சென்றோம். பட்டீஸ்வரத்திற்கும் திருவிடைமருதூருக்கும் அருகே அமைந்துள்ள ஒரு கிராமத்தில் இருக்கும் பஞ்சவன் மாதேவி கோயில் எங்கள் பட்டியலில் இருந்தது. முதலில் கோயிலைச் சரியாகக் கண்டுபிடிப்பதில் சிரமத்தை எதிர்நோக்கினாலும், உள்ளூர் மக்கள் வந்து வழி காட்டியதால் இந்தக் கோயிலை கண்டுபிடித்துப் பார்க்க முடிந்தது.

இந்த சோழர்காலக் கோயில் இன்று இருக்கும் வடிவில் இன்றைக்கு ஏறக்குறைய நாற்பது ஆண்டுகளுக்கு முன்னர் வரை இல்லை. ஏனெனில் மண்ணில் புதையுண்டு கிடந்தது இக்கோயில்.

1978ஆம் ஆண்டில் தமிழக தொல்லியல் துறையினால் இக்கோயில் அறியப்பட்டு, முழுக் கோயிலும் மீட்டெடுக்கப்பட்டது என்பது சிறப்பானதொரு விஷயம். பழுவேட்டரையர் குலப்பெண்ணான பஞ்சவன் மாதேவி மாமன்னன் ராஜராஜ சோழனின் துணைவியர்களில் ஒருவர். கடாரம் வென்ற ராஜேந்திர சோழனின் சிற்றன்னை தான் இந்தக் கோயிலின் நாயகி பஞ்சவன் மாதேவியார். தன் சிற்றன்னை நினைவாகப் பேரரசன் ராஜேந்திர சோழன் கட்டிய கோயில் இது.

பஞ்சவன் மாதேவியின் பூதவுடலை வைத்து அதன்மேல் சிவலிங்கம் வைத்துக் கட்டப்பட்ட ஒரு பள்ளிப்படை கோயில் இது என்பது இதன் கூடுதல் சிறப்பு.

கிராம மக்களுடன் முனைவர் சுபாஷிணி மற்றும் முனைவர் பத்மாவதி

தமிழகத் தொல்லியல் துறை இக்கோயிலைக் கண்டறிந்தபோது இக்கோயிலைச் சுத்தம் செய்து முழுமையாக மீட்டெடுக்கப்பட வேண்டியது பெரிய காரியமாக இருந்திருக்கின்றது. இந்தப் பெரும் பணியை குழுக்களாகப் பிரித்துக் கொண்டு இவர்கள் கோயிலை மீட்டெடுக்கும் பணியில் ஈடுபட்டனர் என்பதை என்னுடன் பயணத்தில் இணைந்து கொண்ட டாக்டர். பத்மாவதி சுவாரசியத்துடன் விளக்கினார்.

கோயில் மண்புதற் சூழ்ந்து காடுகள் நிறைந்து இப்பகுதி இருந்திருக்கின்றது. ஒரு குழு கோபுரப் பகுதியைச் சுத்தம் செய்து மரம் செடி கொடிகளையெல்லாம் வெட்டியெடுத்திருக்கின்றார்கள். இன்னொரு குழு கோயில் சுற்றுப்புறத்தில் மண்டிக் கிடந்த காடுகளை வெட்டி அப்புறப்படுத்தியிருக்கின்றார்கள். டாக்டர். பத்மாவதியும் சிலரும் கோயிலுக்குள் கிடந்த மண்ணையெல்லாம் அப்புறப்படுத்தி சிலைகளைச் சுத்தப்படுத்தி பிரகாரப்பகுதியைச் சுத்தப்படுத்தியிருக்கின்றார்கள். அருகாமையில் இருந்த கிணற்றிலிருந்து நீரைக் கொண்டு வந்து கோயில் முழுமையையும் தூய்மைப்படுத்தி கோயிலை வழிபாட்டுக்கு உகந்த வகையில் புத்துயிர் கொடுத்திருக்கின்றார்கள். பின்னர் இக்கோயிலைப் பராமரிக்கும் பொறுப்பு அவ்வூர் மக்களுக்கே என அமைத்துக் கொடுத்துவிட்டு வந்திருக்கின்றனர். தற்சமயம் கோயிலின் முன்புறத்தில் ஒரு தனிப்பகுதியும் அமைக்கப்பட்டு கும்பாபிஷேகம் செய்யப்பட்டு புது வர்ணங்களுடன் கோபுரம் காட்சியளிக்கின்றது.

இந்தக் கோயிலுக்கு அதிக அளவு மக்கள் வந்து போவதாக அறியமுடியவில்லை. ஆயினும் தொடர்ந்து ஊர் மக்கள் கோயிலைப் பராமரித்து வருகின்றார்கள். நாங்கள் சென்றதை அறிந்து கோயிலில் பூசை செய்யும் ஒருவர் வந்து இரும்புக் கதவுகளைத் திறந்து விட்டு எங்களை உள்ளே அழைத்துச் சென்றார். உள்ளூர் மக்கள் சிலரும் நாங்கள் என்ன செய்கின்றோம் என்பதை அறிந்து கொள்ள ஆவலுடன் வந்து நின்று வேடிக்கைப் பார்த்துக் கொண்டிருந்தனர். நாங்கள் கோயிலுக்குள் செல்லும் போது வௌவால்கள் கடந்து பறந்து சென்றன. கோயிலின் வெளிப்பகுதியைச் சுற்றிப்பார்த்தேன். சுற்றுப்புறச்சுவர் அனைத்திலும் மிகத் தெளிவான கல்வெட்டுக்கள் பொறிக்கப்பட்டுள்ளன. இவை அனைத்தும் தமிழக தொல்லியல் துறையினால் படியெடுக்கப்பட்டு விட்டன என்ற நல்ல செய்தியை டாக்டர். பத்மாவதி தெரிவித்தபோது மனமகிழ்ந்தேன்.

பள்ளிப்படை கோவில் வாசலில் இருவரும்

இந்தப் பஞ்சவன் மாதேவி கோயிலில் சமாதியின் மேலேயே சிவலிங்கம் பிரதிஷ்டை செய்யப்பட்ட வடிவில் அமைக்கப்பட்டுள்ளது. பொதுவாக சிவதீட்சை பெற்றோர் உடலை தீக்கு இரையாக்கக்கூடாது என்பது சைவ மரபு. அப்படி சிவதீட்சை பெற்ற ஒருவரது உடலை எரித்தால் அது சிவபெருமானின் உடலைத் தீக்கு இரையாக்குவதற்குச் சமம் என்ற நம்பிக்கை சைவ மரபில் உண்டு. அப்படிச் செய்யும் போது அது நாட்டில் நோய், பஞ்சம், வறுமை போன்ற கெட்ட பலன்களை நாட்டு மக்களுக்கு வழங்கும் என்பது இந்த நம்பிக்கையில் அடங்குகின்றது. பொதுவாக சிவதீட்சை பெற்று இறந்தவரின் சமாதி என்பது சிவன்கோவிலுக்குச் சமம் என்ற கருத்தும் இருப்பதால் சிவன்கோவிலில் செய்யப்படும் அனைத்துப் பூஜைகளும் இவ்வகை கோயில்களிலும் செய்யப்பட வேண்டும் என்பது நியதியாக இருக்கின்றது. அந்த வகையான ஒரு அமைப்பாக கட்டப்பட்ட கோயில் தான் இது.

பஞ்சவன் மாதேவியார் பழுவேட்டரையர் வம்சாவளியைச் சேர்ந்தவர் என்பதால் அந்த வகை கலை நுணுக்கத்துடன் கூடிய சிற்ப வகை அமைப்பு இந்தப் பள்ளிப்படை கோயில் அமைப்பில் தெரிகின்றது. பழுவேட்டரையர் வகை சிற்ப அமைப்பில் செதுக்கப்பட்ட நந்தி, அதாவது நந்தியின்கழுத்தில் வரிசை வரிசையாக மணிகள் கோர்க்கப்பட்ட ஆரம் இருப்பது போல கழுத்து மாலை அமைக்கப்பட்டிருக்கின்றது. நந்தியின் கொம்புப் பகுதி குறுகியதாகவும் அந்தக் கொம்பைச் சுற்றி அழகிய கல்ஆரங்கள் இரண்டு கொம்புப் பகுதிகளிலும் இருப்பது போல

அமைக்கப்பட்டிருக்கின்றது. நெற்றியில் அழகிய நெற்றிச் சுட்டியுடன் இந்த நந்தி காட்சியளிக்கின்றது.

கோயிலின் கருவறைக்குள் சிவலிங்கம் சமாதிமேல் அமைக்கப்பட்டிருக்கின்றது. வெளியே கருவறையைச் சுற்றிய பகுதியில் இரண்டு துவார பாலகர்கள் உள்ளனர். இவர்கள் வித்தியாசமான வகையில் அமைக்கப்பட்ட வகையில் ஒரு கால் இன்னொரு காலில் குத்திட்டவாறு நிற்கும் அமைப்பில் நடன அடவினை வெளிக்காட்டுவது போல இச்சிற்பங்கள் உள்ளன.

இந்த வகையான இறந்தோருக்கான பிரத்தியேக சமாதி அமைப்பு முறையும் வழிபாடும் சைவ சமத்தில் எந்தப் பிரிவில் இருந்தது என கல்வெட்டறிஞர் டாக்டர்.பத்மாவதி அவர்களை நான் வினவியபோது சைவ சமத்தில் மூன்று முக்கியப் பிரிவுகள் உள்ளன என்றும், காளாமுகம், பாசுபதம், கபாலிகம் என்பவையே அவை என்றும், இந்த வகைச் சடங்குகள் காளாமுக, பாசுபத சைவப் பிரிவுகளில் அடங்குவது எனவும் விரிவாக விளக்கினார். அதுமட்டுமன்றி எங்கெல்லாம் பள்ளிப்படை கோயில்கள் உள்ளனவோ அங்கெல்லாம் ஒரு மடம் அக்கோயிலோடு இணைந்ததாக இருந்திருக்கும் என்றும், அங்கே லகுளீசப் பண்டிதர் என்றழைக்கப்படும் ஒரு சிவனடியார் ஒருவர் மடத்தில் இயங்கியிருப்பார் என்றும் கூடுதல் தகவல்களை வழங்கினார்கள்.

இந்தப் பயணத்தின் போது செய்யப்பட்ட காணொளிப்பதிவும் புகைப்படங்களும் தமிழ் மரபு அறக்கட்டளை வலைப்பக்கத்தின் வரலாற்றுப் பகுதியில் சோழநாட்டுக் கோயில்கள் என்ற பகுதியின் கீழ் இணைக்கப்பட்டுள்ளன.தமிழர் நம் வரலாற்றில் எத்தனையோ வகை வழிபாட்டு முறைகள் உள்ளன. அதில் இந்தப் பள்ளிப்படை கோயில் அமைப்பும் ஒரு சிறப்பான இடத்தைப் பெறுகின்றது.

(தமிழ் மலர் நாளேடு (மலேசியா)27.07.2016)

☙◉☙

7
நடுகற்கள்

பண்டைய தமிழர் வரலாற்றில் வீரச்செயல் புரிந்தோரை மக்கள் காலந்தோறும் நினைத்திருக்கும் வகையில் அவர்கள் செயலைப் பெருமைப்படுத்தும் நோக்கத்துடன் அவ்வீரரது சிற்பத்தைக் கல்லில் செதுக்கி வைப்பார்கள். இன்று தமிழகத்தின் வெவ்வேறு பகுதிகளில் இவை காணக்கிடைக்கின்றன. பரவலாக ஆங்காங்கே இவை நமக்குத் தென்பட்டாலும், இந்த நடுகற்கள் அனைத்தும் ஒரே தன்மையானவை அல்ல. பெரும்பாலானவை ஒரு வீரன் தன் ஒரு கையில் வாள் ஒன்றினை ஏந்தியவாறு நிற்பது போலவோ அல்லது ஒரு கையில் வாளினை ஏந்தி தன் மறு கையால் தன் தலையை உயரப் பிடித்து தன் கையாலேயே தன்னைப் பலிகொடுத்துக் கொள்ளும் காட்சியாகவோ அல்லது வீரனுடன் புலி ஒன்று இருப்பது போலவும் அதனை அவர் தாக்குவது போலவோ, அல்லது ஒரு குதிரையை வீரன் குத்துவது போலவோ அமைக்கப்பட்டிருக்கும். ஒரு சில நடுகற்களில் வீரனுடன் பெண் ஒருத்தியின் சிற்பமும் இணைக்கப்பட்டிருக்கும். சில நடுகற்களில் வீரனின் தலைப்பகுதியின் இரு பக்கங்களிலும் தேவதைகள் மலர் தூவுவது போன்றகாட்சி அமைக்கப்பட்டிருக்கும்.

பெரும்பாலான நடுகற்களில் உருவங்கள் மட்டுமே காணப்படுகின்றன. ஆயினும் சில நடுகற்கள் எழுத்துக்களுடனும் உருவாக்கப்பட்டிருக்கின்றன. அப்படிக் காணப்படுகின்ற எழுத்துக்கள் அவ்வீரனது பெயரைக் குறிப்பிடுவதாக அமைகின்றன. கிருஷ்ணகிரி, தருமபுரி மாவட்டங்களிலும் கொங்குமண்டலத்திலும் நாம் பரவலாக காணக்கூடிய வகையில் கிடைக்கின்ற நடுகற்களில் பல, ஒரு அரசனுக்காகப் போர் நிமித்தம் தன் உயிரைத் தானே பலிகொடுத்துக் கொண்ட வீரனுக்காக அமைக்கப்பட்ட நடுகற்கள். தன்னைத் தன் அரசனின்

வெற்றிக்காக மாய்த்துக் கொள்ளும் வீரன், கொற்றவை அல்லது காளி தெய்வத்தின் முன் தன் தலையைத் தானே தூக்கிப் பிடித்து தன் மற்றொரு கையில் ஒரு வாளை ஏந்தி தன் தலையை வெட்டி தன் தலைவன் போரில் வெற்றி பெற வேண்டும் என வேண்டிக் கொண்டு தன்னைப் பலி கொடுத்துக் கொள்வான். இத்தகைய நடுகற்கள் தலைபலி நடுகற்கள் எனக் குறிப்பிடப்படுகின்றன. இவை நவகண்டம் என்றும் குறிப்பிடப்படுகின்றன.

ஆய்வாளர் சுகவனம் முருகன்

இன்று நடுகல்லுக்கும் தெய்வச் சிற்பங்களுக்கும் வித்தியாசம் தெரியாது பலர் இருக்கின்றனர். நடுகற்களை ஏதாவது ஒரு வகையில் ஒரு வீரச்செயல் புரிந்த மனிதர்களுக்கான நினைவுச்சின்னம் என அறியாது, சிற்பத்தின் உருவத்தைக் கூட ஆராயாமல் இவற்றை வேடனாக வருகின்ற முருகன் சிலை என நினைத்துச் சிலரும், ஆஞ்சநேயர் என சிலரும், கருப்பண்ணசாமி என சிலரும் பெயர் வைத்து அழைத்து வழிபடுகின்றனர். நடுகற்கள் என்பவை யாது எனத் தெளிவு பிறந்தால் இத்தகைய சந்தேகங்கள் எழ வாய்ப்பிருக்காது.

இறந்தோருக்காக நடுகல் அமைக்கும் முறை பண்டைய தமிழர் மரபில் இடம் பெறும் ஒன்று. ஒரு நடுகல் எவ்வாறு அமைக்கப்பட வேண்டும் என்ற இலக்கணத்தை தொல்காப்பியம் வரையறை செய்திருக்கின்றது.

வெவ்வேறு விதமான நடுகற்கள் பண்டைய தமிழகத்தில் வழிபாட்டில் இருந்தன. சில இன்னமும் வழிபாட்டில் தொடரப்படுகின்றன. அப்படிக் காணக்கிடைக்கின்ற வெவ்வேறு விதங்களில் அமைந்த நடுகற்களைப் பற்றி சில தகவல்கள் தெரிந்து கொள்வதும் நமக்குச் சுவாரசியமான அனுபவமாகத்தானே

அமையும். எனது ஒவ்வொரு ஆண்டு தமிழகத்துக்கான வரலாற்றுப் பயணங்களிலும் நான் தேடிச்செல்லும் இடங்களில் ஆங்காங்கே வேறுபட்டவடிவில் அமைந்த நடுகற்களைப் பார்த்ததுண்டு. மிகச் சாதாரணமாக உருவங்கள் யாதுமன்றி நெடிய கல் ஒன்று மட்டும் வைக்கப்பட்டு அதுவே வழிபடு பொருளாக இருக்கும். இதுவும் ஒருவகை நடுகல் தான்.

நடுகற்களில் புலியுடன் சண்டையிட்டு வீர மரணம் அடைந்தவருக்காக எழுப்பப்படுவதை "புலிகுத்திக்கல்" என வகைப்படுத்தி அழைக்கின்றார்கள். அண்மையில் திருப்பூர் மாவட்டம் கொடுவாய் எனும் சிற்றூரின் அருகே ஏறக்குறைய 700 ஆண்டுகள் பழமை வாய்ந்தது என அறியப்படும் புலிக்குத்திக்கல் ஒன்று கண்டெடுக்கப்பட்டது. கிராமத்தில் சேதங்களை ஏற்படுத்திய புலியுடன் சண்டையிட்டு மரணமடைந்து விட்ட வீரனுக்காக அவனது தாயார் எழுப்பிய கல்வெட்டு இது. இந்த நடுகல்லில் மேலும் சிறப்பாக மேற்பகுதியில் 3 வரிகளில் ஒரு செய்தி கல்வெட்டாகப் பதியப்பட்டிருக்கின்றது. "கொடுவாயில் முத்து (ப்) புவன வாணராயன் மகன் முத்தனுக்குத் தாய் வெட்டுவித்த கல்" என்பது தான் அச்செய்தி.

பெரும்பாலான நடுகற்கள் கல்வெட்டுக்கள் இல்லாமலேயே அமைந்து விடுகின்றன. அதனால் இது யாருக்கு யாரால் எழுப்பப்பட்டது எனக் கண்டறிவதில் சிரமம் ஏற்படுகின்றது. ஆனால் இந்தக் குறிப்பிட்ட நடுகல்லில் எழுத்துக்கள் மிகத் தெளிவாக அமைந்திருப்பதனால் இதனை உருவாக்கியவரின் பெயரையும் எதனால் இது எழுப்பப்பட்டது என்ற காரணத்தையும் 700 ஆண்டுகளுக்குப் பின்னரும் நம்மால் அறிந்து கொள்ள முடிகின்றது.

இதே போல கரூர் அருங்காட்சியகத்திலும் ஒரு புலிக்குத்திக் கல் ஒன்றினை நான் எனது அண்மைய பயணத்தில் பார்க்கும் வாய்ப்பு அமைந்தது. பெண்ணையாற்றின் கரையில் ஆங்காங்கே கிடைக்கின்ற நடுகற்களில் புலிக்குத்தி நடுகல் ஒன்றும் இருக்கின்றது. இதனை எனது 2012ஆம் ஆண்டு பயணத்தில் பார்த்து புகைப்படம் எடுத்து வந்தேன்.

நடுகல்லில் மற்றொரு வகையும் உண்டு. கரூர் அருங்காட்சியகத்தில் இருக்கின்ற ஒரு நடுகல் வீரன் ஒருவன் தன்

கையில் ஒரு வாளைப் பிடித்து குதிரையைத் தாக்குவது போல அமைந்திருக்கின்றது. இதனை "குதிரைக் குத்தப்பட்டான் கல்" என அழைக்கின்றனர். ஒரு போரில் அல்லது ஏதாவது ஒரு பிரச்சனையைத் தீர்க்க குதிரையை வாள் கொண்டு தாக்கிய வீரன் இறந்து போய்விடுகின்ற நிலையில் அவன் நினைவாக எழுப்பப்படுவது தான் இந்த வகை நடுகல்.

2012ஆம் ஆண்டு நான் தமிழகத்தின் கிருஷ்ணகிரி மாவட்டத்திற்குச் சென்றிருந்த போது பெண்ணையாற்று நதிக்கரையோரம் அமைந்திருக்கும் பெண்ணேஸ்வரர் சிவாலயத்திற்குச் சென்றிருந்தேன். இக்கோயிலின் வாசலிலேயே சில நடுகற்கள் வைக்கப்பட்டிருக்கின்றன. வெளியே சாலையின் இருபுறமும் நடுகற்களை அங்கொன்றும் இங்கொன்றுமாக

பார்த்துக் கொண்டே வந்தோம். சாலையின் வலது புறத்தில் உள்ள அடர்ந்த புதர் பகுதிகளில் பராமரிப்பு அற்ற நிலையில் ஆங்காங்கே நடுகற்கள் புதர்ச்செடிகளால் மூடியபடி கிடந்தன. அப்படி புதர் மூடிய ஒரு நடுகல்லைச் சென்று பார்த்து புகைப்படம் எடுப்போம் என நாங்கள் (திரு.சுகவன முருகன், பேரா. டாக்டர்.நா.கண்ணன், செல்வமுரளி, பிரகாஷ்) அருகில் சென்று சிறு கொடிகளையும் செடிகளையும் இழுத்து அப்புறப்படுத்தி அந்த நடுகல்லைப் பார்வையிட்டோம். அது ஒரு வீரன் வாளுடன் நின்ற வடிவில் அமைக்கப்பட்ட ஒரு நடுகல். கிராம மக்களுக்காக வீரச்செயல் புரிந்து மரணம் எய்திய அந்த வீரன் தெய்வமாக வழிபடப்படுவதைக் காட்டும் ஒரு நடுகல் தான் அது. இந்த அழகிய நடுகல் புதர் மண்டி பாதுகாப்பற்ற நிலையில் காட்டுக்குள் கிடப்பது தான் கொடுமை. இத்தகைய புராதனச் சின்னங்களை மீட்டெடுத்துப் பாதுகாத்து வைக்க வேண்டியது அவசியமல்லவா?

மக்கள் வரலாறு தொடக்கமும் தொடர்ச்சியும்

அதே சாலையில் நாங்கள் மேலும் பயணித்தபோது சிறு ஓடை ஒன்றின் அருகே மக்கள் வழிபாட்டில் இன்றும் இருக்கும் ஒரு நடுகல்லைப் பார்வையிட்டோம். அதில் ஒரு வீரனோடு அவன் மனைவியும் இணைந்து செல்வது போலச் சிற்பம் செதுக்கப்பட்டிருந்தது. அப்பெண்ணின் கையில் ஒரு பானை இருப்பது போலவும் வீரனின் கையில் அவன் வாள் ஏந்தி நடப்பது போலவும் சிற்பம் அமைக்கப்பட்டிருந்தது. வழிபாட்டில் இடம்பெறுவதால் மஞ்சள் சந்தனம் குங்குமம் என அலங்கரிக்கப்பட்டு நேர்த்தியாக வைக்கப்பட்டிருந்தது அந்த நடுகல்.

பெண்ணையாற்றுக் கரை நடுகற்களுக்குப் பிரசித்தி பெற்ற பகுதியாக இருப்பது போல கொங்கு மண்டலத்தின் கரூர், சேலம் போன்ற பகுதியிலும் பல இடங்களில் நடுகற்கள் உள்ளன.

கொங்குமண்டலத்தின் அந்தியூர் கிராமத்தில் உள்ள பத்ரகாளியம்மன் கோயில் மிகப்பிரசித்தி பெற்ற ஒரு கோயில். இங்கே கோயிலின் பின்பக்க கொல்லைப்புறத்தில் நவகண்டம் ஒன்றினை தற்செயலாக நான் காண நேர்ந்தது. கோயிலின் பழமையைப் பற்றி பேசிக் கொண்டிருக்கும் போது கோயில் குருக்கள் ஒரு நவகண்டம் ஒன்று கொல்லைப்புறத்தில்

இருப்பதாகக் குறிப்பிட, உடனே அதை தேடிச் சென்றேன். கோயில் அலுவலகத்தில் விசாரித்த பின்னர் அவர்களும் அதனை எடுத்து காண்பிக்க முன்வந்ததால் கொல்லைப்புறம் சென்று மண்ணிற்குள் கிடத்தி வைக்கப்பட்டிருந்த அந்த நவகல்லைத் திருப்பிப் பார்த்த போது வியந்தோம்.

மிக நேர்த்தியாக வடிவமைக்கப்பட்ட ஒரு நவகண்டம் வகை நடுகல் அது. வீரனின் கையில் வாளுடன் தன்னை பலியிட்டுக் கொள்ளும் நிலையில் தன் மற்றொரு கையால் தலையைப்

37

பிடித்தவாறு அமைக்கப்பட்ட சிற்பத்துடன் இந்த நடுகல் காட்சியளிக்கின்றது. இந்த நடுகல்லைப் கோயிலின் வளாகத்திலேயே தூய்மைப்படுத்தி வைக்கும்படி சொல்லி விட்டு வந்தேன்.

இதே போல தமிழகத்தின் பல சிற்றூர்களில் பொதுமக்கள் கண்டுபிடிக்கும் நவகண்டடங்கள் பற்றிய செய்திகள் அவ்வப்போது வந்துகொண்டிருக்கின்றன. வயல்களில் புதையுண்டு பாதிப்பகுதி மட்டுமே தெரியும் வகையில் உள்ள நவகண்டங்களைப் பார்த்தவர்கள் புகைப்படங்கள் எடுத்துசமூக ஊடகங்களில் பகிர்ந்து கொள்கின்றனர். சாலை ஓரத்தில் கவனிப்பாரற்று சிதிலமடைந்து போன நடுகற்களும் கிடைக்கின்றன. இவை தமிழர் மரபு சார் வரலாற்றுச் சின்னங்கள். இத்தகை வரலாற்றுச்சின்னங்களைப் பாதுகாக்கும் நடவடிக்கைகள் சீரிய முறையில் மேற்கொள்ளப்படும் போது விடுபட்டுப் போன பல வரலாற்றுச் செய்திகளை நாம் மீட்டெடுக்க வாய்ப்புக் கிடைக்கும்!

(தமிழ் மலர் நாளேடு (மலேசியா) 01.03.2017)

8
அந்தியூர் நடுகற்கள்

இறைவனுக்குப் பலி கொடுத்தல் என்பதைப் பற்றி கேள்விப்பட்டிருப்போம். இன்றும் கூட தமிழர்கள் புலம்பெயர்ந்து பெருமளவில் வாழ்கின்ற மலேசியச் சூழலில் முனீஸ்வரன், மாரியம்மன் போன்ற தெய்வங்களின் சன்னதியில் மக்கள் எதிர்பார்க்கும் ஏதாவது ஒரு காரியம் கைகூட வேண்டும் என்ற எண்ணத்தில் கோழி அல்லது ஆடு ஒன்றினைப் பலி கொடுப்பது என்பது வழக்கில் மலேசியாவில் இன்றும் இருப்பதுதான். அப்படிப் பலி கொடுக்கப்படும் ஆலயங்களாக இருந்து பலி கொடுப்பது நிறுத்தப்பட்ட ஆலயங்கள் சிலவும் இன்று இருக்கின்றன. அதற்கு ஒரு உதாரணமாக பினாங்கு மாநிலத்தின் பட்டர்வொர்த் சைவ முனீஸ்வரர் ஆலயத்தைக் கூறலாம்.

பலி கொடுத்தல் என்பதன் அடிப்படையைப் பற்றிக் கொஞ்சம் யோசிப்போம். மனிதரின் வாழ்க்கை இன்ப துன்பம் நிறைந்ததாகவே இருக்கின்றது. மக்களின் வாழ்க்கை நிலை பல தேவைகளை உள்ளடக்கியதாக அமைகின்றது. மனிதர்களின் ஆசைகளும், எதிர்பார்ப்புக்களும் வளர வளர இன்ப துன்பங்களும் இணைந்தே வளர்கின்றன. தான் விரும்பும் ஒரு காரியம் நடைபெற வேண்டும் என்று விரும்பும் மனிதர் தம் விருப்பத்தைச் செயல்படுத்தும் நடவடிக்கைகளில் இறங்கும் போது தன் விருப்பத்தை அடைவது தனது சக்திக்கு மேற்பட்டதாக அமையும் என்ற எண்ணம் தோன்றுகையில் அதனைச் சாதிக்கக் கடவுளின் துணையை நாடுகின்றனர். மக்கள் மனதில் உள்ள விருப்பங்களோ அல்லது எதிர்பார்ப்புக்களோ நிறைவேறினால் அதற்கு நன்றிக்கடனாகப் படையல் செய்து வழிபட்டு தனது நன்றியினை தெரிவிப்பதை வழக்கமாகக் கொண்டிருக்கின்றனர்.

இப்படி இறைவனுக்குப் படைக்கப்படுகின்ற படையல் பல நேரங்களில் தானிய வகை மற்றும் பழ வகையிலான உணவுகளாக அமைகின்றன. தமிழர் பண்பாட்டு வழக்குகளில் மக்கள் உண்பதற்காக தாம் வீட்டில் வளர்க்கும் பிராணிகளை இறைவனுக்காகப் படைப்பதும் ஒரு வழக்காக உள்ளது. சிலர் ஒரு சேவலை அல்லது ஒரு ஆட்டினை வளர்த்து வருவர். அந்தச் சேவலோ அல்லது ஆடோ இறைவனுக்காக நேர்ந்து விடப்பட்ட ஒரு விலங்கு என்ற வகையிலேயே வீட்டில் அனைவராலும் கவனிக்கப்படும். அந்தச் சேவலையோ ஆட்டினையோ வீட்டுத் தேவைக்காக மக்கள் பயன்படுத்த மாட்டார்கள். தக்க நாளில் அதனைப் பிடித்து மஞ்சள் நீரில் குளிப்பாட்டி அலங்கரித்து, தாம் படையலிட நினைக்கும் சாமியின் சிலைக்கு முன் வைத்து அதனைப் பலிகொடுத்து பின்னர் அதனைச் சமைத்து சாமிக்குப் படைத்து, உற்றார் உறவினருடன் சேர்ந்து சாப்பிடுவர். இத்தகைய வழக்கு பண்டைய காலம் தொட்டு வழி வழியாக வருவதைக் காண்கின்றோம்.பூர்வகுடி மக்களின் தொல் மரபின் ஒரு எச்சமாகவும் இதனைக் காணலாம்.

சாமியையும் தன்னைப்போல ஒரு மனிதருக்கு இருக்கின்ற குணாதிசியங்களோடு கருதும் மனம் மக்களுக்கு இருப்பதாலேயே இத்தகைய சிந்தனையுடன் கடவுளின் பெயரில் பலிகொடுத்து அதனை மக்கள் உண்ணும் வழக்கைக் காண்கின்றோம். சமைத்து படையலாக வைத்த உணவை இறைவன் சாப்பிடுகின்றாரா? இல்லை யார் அவற்றை உண்டு முடிக்கின்றார்கள் என்ற கருத்தோடும் மக்கள் சிந்திப்பதில்லை. கடவுளின் பெயரால் நடத்தப்படும் இத்தகைய பலிகள் நிறுத்தப்பட வேண்டியது அவசியமாகின்றது. கோழியோ அல்லது ஆடோ, அல்லது மாடோ அல்லது எந்த விலங்காகினும்அதனைக் கடவுள் சாப்பிடுவார் என்ற பேதைமையான சிந்தனையுடன் பலி கொடுக்கத் தேவையில்லை. தான் சாப்பிட விரும்புவதும் தனது பெருமைக்காக விழா எடுப்பதும் தான் இத்தகைய நிகழ்வுகளின்வழி நடக்கின்றது. ஆனால் மனிதர்களோ இதனை நேரடியாகச் சொல்லிக் கொள்வதைத் தவிர்த்து, கடவுள் சாப்பிட விரும்புவதாகக் கூறி விலங்குகளைப் பலிகொடுப்பதும், அதனை ஒரு சடங்காக்கிப் பார்ப்பதும் அதில் மகிழ்வதும் ஒரு வித மாயைதான்.

கடவுளின் பெயரில் வீட்டு வளர்ப்புப் பிராணிகளைப் பலி கொடுத்தல் என்பது போல இன்றைக்கு சில நூற்றாண்டுகளுக்கு முன்னர் மனிதர்கள் ஒரு காரியம் கைகூடவேண்டும் என்று வேண்டிக் கொண்டு தன்னைத் தானே உயிர்ப்பலி கொடுத்துக் கொண்டு இறந்து போவதும் ஒரு வழக்கமாக இருந்தது. இதனைத் தலைப்பலி எனக் கூறுவர். நமக்கு இன்று கிடைக்கின்ற கல்வெட்டுச் செய்திகளும் இலக்கியச் செய்திகளும் போரில் தன் மன்னன் வெற்றி பெற வேண்டும் என்ற சிந்தனையுடன் ஒரு வீரன் தன்னையே உயிர்த் தியாகம் செய்து கொண்டதைச் சான்று பகிர்கின்றன. தன் தலையைத் தன் ஒரு கரத்தால் பிடித்துக் கொண்டு, மற்றொரு கரத்தால் தனது தலையைத் தானே அறுத்துக் கொண்டு உயிர் விடுவது தமிழகத்தின் பல பகுதிகளில் நடைமுறையில் இருந்துள்ளது. ஏதோ ஒரு காரணத்திற்காக இத்தகைய அர்ப்பணிப்புச் செயலைச் செய்தமைக்காக மக்கள் இத்தகைய வீரனின் நினைவாக அவனுக்கு ஒரு நினைவுச் சின்னத்தை அமைக்கும் வழக்கத்தினைக் கடைப்பிடித்து வந்துள்ளனர். இறந்த வீரனின் வீரச்செயலைக் காட்டும் வகையில் ஒரு கல்லில் அவ்வீரனின் புடைப்புச் சிற்பத்தைச் செதுக்கி அதனை வழிபட்டனர். இவ்வகை தலைப்பலி நடுகல் ஒரே மாதிரியாக இருப்பதில்லை. ஒரு சில நடுகல் சின்னங்கள் எழுத்துக்கள் ஏதும் பொறிக்கப்படாமல் இருக்கும். ஒரு சில நடுகல் சின்னங்களில் தமிழ் எழுத்துக்கள் பொறிக்கப்பட்டு காணப்படும். சில, தனியாக ஒரு வீரன் மட்டும் தன் கழுத்தை வாளால் அறுக்கும் காட்சியுடன் இருக்கும். சில, ஒரு வீரன் தன் தலையை அறுத்துக் கொள்ளும் காட்சியுடன் ஒரு பெண்ணும் சிறிய வடிவில் அருகில் இருப்பது போல அமைக்கப்பட்டிருக்கும். சில நடுகல் சின்னங்களில் வீரனுடன் வேறு விலங்குகளின் சிற்பங்களும் இணைந்த வகையில் செதுக்கப்பட்டிருக்கும்.

2015ஆம் ஆண்டில் நான் தமிழகத்தில் தமிழ் மரபு அறக்கட்டளை களப்பணிக்காகச் சென்றிருந்தபோது மூன்று நாட்கள் ஈரோடு மாவட்டத்தின் சுற்று வட்டாரத்தில் உள்ள நெடுங்காலமாக மக்கள் வழிபாட்டில் உள்ள ஆலயங்கள் சிலவற்றிற்கு ஆய்விற்காகச் சென்றிருந்தேன். அப்படி ஓர் ஆலயம் தான் அந்தியூரில் அமைந்திருக்கும் அந்தியூர் பத்ரகாளியம்மன் ஆலயம். அந்தியூர் பத்ரகாளியம்மன் ஆலயம் நன்கு புதுப்பிக்கப்பட்டு மக்கள் வெகுவாக வந்து செல்லும் ஒரு

ஆலயமாகத் திகழ்கின்றது. தமிழகத்தில் வழக்கில் உள்ள மிகப் பழமையான தாய்தெய்வக் கோயில்களில் இதுவும் ஒன்று. கொற்றவை என சங்க காலத்தில் அழைக்கப்பட்ட தெய்வமே பின்னர் பத்ரகாளியம்மன் என்ற பெயருடன் இன்று வழக்கில் அழைக்கப்படும் பெயராக அமைந்துள்ளது எனலாம்.

இக்கோயிலின் பின் பகுதியில் நாட்டார் வழிபாட்டுத் தெய்வங்களும் அண்ணன்மார் சிற்பங்களும் வைக்கப்பட்டுள்ளன. இவை பின்னாளில் இக்கோயிலில் வழிபாட்டிற்காகச் சேர்க்கப்பட்டவையே. இவற்றைப் பார்த்து பதிவு செய்துகொண்டிருக்கும் போது ஆலயத்தின் பணியாளர் ஒருவர், கோயிலில் மேலும் சில சிற்பங்கள் இருப்பதாகவும் அவை கோயில் புனரமைப்பின் போது பத்திரப்படுத்தி வைக்கப்பட்டு ஒரு பகுதியில் கிடத்தி வைக்கப்பட்டுள்ளன என்றும் தெரிவித்தார். இச்செய்தி ஆவலைத் தூண்டவே அச்சிற்பங்களைப் பார்க்க வேண்டும், அவை எவ்வகை சிற்பங்கள் என ஆராய வேண்டும், என்ற ஆவல் எழுந்தது. முதலில் ஆலய நிர்வாகத்தினர் அதற்குச் சம்மதம் தெரிவிக்காவிட்டாலும் எனது கோரிக்கையை ஏற்றுக் கொண்டு கோயிலின் பின் பகுதியில் கிடத்தி வைக்கப்பட்டிருந்த அச்சிற்பங்களை எனக்குக் காட்டினர். அதில் ஒன்று தலைபலி நடுகல் என்பதை அதனைப் பார்த்த போது அறிந்து கொண்டேன். மேலும் சில தெய்வ வடிவங்களின் சிற்பங்களும் அங்கே கிடத்தி வைக்கப்பட்டிருந்தன.

தரையில் சாய்ந்து கிடக்கும் நடுகல்

இந்த நடுகல் சிற்பத்தையும் ஏனைய சிற்பங்களையும் ஆலய நிர்வாகம் தூய்மை செய்து அவற்றைக் கோயிலில் ஓரிடத்தில்

பதிந்து வைக்க வேண்டும் என்றும், அது இக்கோயிலின் பழமையையும் இங்கு கொற்றவைக்காக வீரர்கள் தன்னையே தலைப்பலி கொடுத்துக் கொண்டு மாண்டிருக்கின்றனர் என்பதையும், இவர்களின் நினைவாக இவ்வூர் மக்கள் அவ்வீரர்களுக்கு நினைவுச் சின்னங்கள் எழுப்பி அவர்களை மரியாதை செய்து வழிபட்டு வந்துள்ளனர் என்பதை இன்று இக்கோயிலுக்கு வரும் மக்கள் அறிந்து கொள்ள உதவும் என்றும் கூறினேன். கடந்த இரண்டு ஆண்டுகளில் இந்த நடுகல் சிற்பங்கள் கோயிலில் பத்திரப்படுத்தப்பட்டு மட்டுமே இருந்தன. இவ்வாண்டு நவம்பர் மாதம் 7ஆம் தேதி செவ்வாய்க்கிழமையன்று இக்கோயிலுக்குச் சென்று இந்த நடுகல் சிற்பங்கள் எவ்வகையில் இருக்கின்றன என்று கண்டு வர நேரில் சென்றிருந்தேன். தமிழ் மரபு அறக்கட்டளையின் இளையோர் பேரவைக் குழுவினரும் என்னுடன் வந்திருந்தனர்.

முனைவர் சுபாஷிணி அதிகாரிகளுக்கு நடுகற்களைப் பற்றி விளக்குகிறார்

கோயில் நிர்வாகத்தினருக்கு முன்னரே ஆய்வு நிமித்தம் தமிழ் மரபு அறக்கட்டளை குழுவினர் அங்கு வரவிருப்பதைத் தெரிவித்து எங்களுடன் இந்த ஆய்வில் இணைந்து கொள்ள ஈரோடு மாவட்ட கண்காணிப்பாளருக்கும் அழைப்பு விடுத்திருந்தோம். கோயில் நிர்வாகத்தினர் அந்த இரண்டு நடுகல் சிற்பங்களையும் தூய்மை செய்து எண்ணெய் பூசி வைத்திருந்தனர். சிறப்பாக செதுக்கப்பட்ட நடுகல் சிற்பங்கள் அவை. இரண்டுமே மாறுபட்ட வடிவில் அமைந்தவை. முதல் நடுகல் ஒரு வீரன்

மட்டுமே தனது தலையை ஒரு கரத்தால் பிடித்துக் கொண்டு மற்றொரு கரத்தால் தனது தலையை வாளால் வெட்டிக் கொள்வதைக் காட்டும் சிற்பம். மற்றொன்று, வீரன் ஒருவன் தன் தலையை வாளால் வெட்டிக் கொள்வது போலவும் அவனுக்கு வலப்பக்கம் கீழே ஒரு பெண்ணின் சிற்பமுமாக வடிக்கப்பட்ட சிற்பம். இது அனேகமாக தலைப்பலி கொடுத்துக் கொண்டு உயிர் நீத்த தன் கணவனுடன் தானும் தற்கொலை செய்து உயிர் மாய்த்துக் கொண்ட அவன் மனைவியினை நினைவு கூர்வதற்காக அமைக்கப்பட்ட சிற்பமே.

இந்த ஆய்வின் போது இந்த இரண்டு நடுகல் சிற்பங்களும் அந்தியூர் பத்ரகாளியம்மன் ஆலயத்திற்குச் சொந்தமானவையாகத்தான் இருக்க வேண்டும் என்பதையும் இதற்குக் காரணம் பழமையான கொற்றவை வழிபாட்டில் வீரர்கள் தன்னையே தலைப்பலி கொடுத்துக் கொண்டு உயிர்ப்பலி கொடுத்தல் வழக்கில் இருப்பதையும் சுட்டிக்காட்டி விளக்கினேன். இந்தக் கோயிலிலேயே ஓரிடத்தில் இந்தப் புராதனச் சின்னங்கள் பாதுகாக்கப்பட வேண்டும் அல்லது மாவட்ட அருங்காட்சியகத்தில் இவை ஒப்படைக்கப்பட்டு அங்கு இவை பாதுகாக்கப்பட வேண்டும் என்ற கோரிக்கையையும் முன் வைத்தேன். கோயில் நிர்வாகத்தினர் தக்க நடவடிக்கை எடுப்பதாக நம்பிக்கையளித்தனர்.

தமிழகத்தில் கொங்கு மண்டலத்தின் பல பகுதிகளில் குறிப்பாக திருப்பூர், ஈரோடு கோவை மாவட்டங்களில் நடுகற்கள் அவ்வப்போது பொது மக்களாலும், வரலாற்று ஆர்வலர்களாலும் கண்டறியப்படும் தகவல்களைப் பற்றி நாம் அவ்வப்போது செய்தி ஊடகங்களின் வழியாக அறிய முடிகின்றது. இதேப் போல தொண்டை மண்டலத்திலும் குறிப்பாக பெண்ணையாற்று நதிக்கரையில் குறிப்பிடத்தக்க எண்ணிக்கையிலான நடுகல் சிற்பங்கள் புதர்களில் மாட்டிக் கொண்டு கவனிப்பாரற்று கிடக்கின்றன. இவற்றைப் பாதுகாக்கும் நடவடிக்கைகள் மேற்கொள்ளப்பட வேண்டும். தமிழக தொல்லியல் துறை இத்தகைய பாதுகாப்பற்ற புராதனச் சின்னங்களைப் பாதுகாக்கும் முயற்சிகளை முன்னெடுக்க வேண்டும்.

தமிழர் வரலாற்றை நாம் அறிய வேண்டுமென்றால் புராதனச்சின்னங்களைப் பாதுகாப்பதும் அவற்றை ஆராய்வதும் அவசியத் தேவை என்பதை நாம் அனைவருமே கருத்தில் கொள்வது அவசியமாகும்!

(தமிழ் மலர் நாளேடு (மலேசியா) 16.10.2017)

☙◉❧

௯
குன்றக்குடி குடைவரைக்கோயில்

இந்து தெய்வக் கோயில்களின் அமைப்பு, காலம் காலமாகப் பல மாறுபாடுகளை உள்ளடக்கியதாக படிப்படியான வளர்ச்சியைக் கண்டுள்ளது. தமிழக நிலப்பரப்பில் அமைந்துள்ள இந்து தெய்வக் கோயில்கள் பலவகைப்படும். இன்று நாம் காணும் திறந்த வெளியில் அமைந்த குல தெய்வ சாமி வழிபாடாகட்டும், கோபுரங்களுடன் கூடிய பெரிய கட்டுமானங்களைக் கொண்ட கோயில்களாகட்டும், இவை அனைத்துமே காலம் காலமாக பல மாற்றங்களை உள்வாங்கிக் கொண்டு வளர்ச்சியடைந்தன. இன்றைக்கு ஏறக்குறைய இரண்டாயிரம் ஆண்டுகளுக்கு முன்னான கோயில்களைப் பற்றி ஆராயும் போது அவை மரம், செங்கல், சுண்ணாம்பு, மணல் போன்ற அடிப்படைப் பொருட்களைக் கொண்டு கட்டப்பட்டதாக அமைந்திருப்பதை, நமக்கு கிடைக்கின்ற அகழ்வாராய்ச்சி தகவல்களிலிருந்து அறிகின்றோம். பல்லவர் ஆட்சிக் காலத்தில், உறுதியான மலைப் பாறைகளைக் குடைந்து கோயில் அமைக்கும் தொழிற்கலை உருவானது.

குடைவரைக் கோயில் என்றால் என்ன, என பலருக்குத் தெரியாமல் இருக்கலாம். குடைவரைக் கோயில் என்பது மலையடிவாரத்தில் இருக்கும் ஓர் உறுதியான பாறையைக் குடைந்து அதில் சிற்பிகளைக் கொண்டு இறைவடிவங்களைச் செதுக்கச் செய்து, அக்குகைக்குள்ளேயே மண்டபங்களையும் அமைத்து தூண்களையும் செதுக்கி அமைக்கப்படும் கோயில் அமைப்பாகும்.

தமிழகத்தில் இருக்கின்ற புகழ்பெற்ற குடைவரைக் கோயில்கள் வரிசையில் மகேந்திரப்பல்லவனால் அமைக்கப்பட்ட

மண்டகப்பட்டு கோயில் காலத்தால் முந்தியதாக இன்று அறியப்படுகின்றது. பிள்ளையார்பட்டி விநாயகர் கோயிலும் ஒரு குடைவரைக் கோயில் தான். பொ.ஆ.7ஆம் நூற்றாண்டில் பல்லவ மன்னர்கள் மாமல்லபுரத்தில் உருவாக்கிய குடைவரைக் கோயில்கள் இன்று உலகப்பிரசித்தி பெற்றவையாகத் திகழ்கின்றன. கழுகுமலையில் இருக்கும் வெட்டுவான் கோயில் பாறையைக் குடைந்து இத்தனை சிற்பங்களை அமைக்க முடியுமா என்று நம்மை வியக்க வைக்கும் அமைப்பாக இருக்கின்றது.

தமிழ் மரபு அறக்கட்டளையின் வலைப்பக்கத்தில் இத்தகைய காலத்தால் முந்திய குடைவரைக் கோயில்களில் இதுவரை ஏறக்குறைய பத்துக்கும் குறையாத எண்ணிக்கையிலான குடைவரைக் கோயில்களைப் பற்றிய தகவல்களை இணைத்திருக்கின்றோம். அவற்றில் ஒன்று தான் குன்றக்குடியில் இருக்கும் ஒரு குடைவரைக்கோயில்.

குன்றக்குடியில் குன்றக்குடி மடத்தின் அருகாமையில் உள்ள குடைவரைக் கோயில் பொதுவாக பார்ப்பவர்களுக்குச் சிறு குகைக் கோயில் என்ற எண்ணத்தைக் கொடுத்தாலும் கூட உள்ளே சென்று பார்க்கும் போது அங்குள்ள சிற்பங்களும், கருவறையில் அமைந்திருக்கும் சிவலிங்க வடிவமும் நம்மை வியக்க வைக்கின்றன. மனதைப் பரவசப்படுத்தும் அற்புதச் சிற்பங்கள் இவை என்பதை யாரும் மறுக்க முடியாது.

கோயில் முழுக்க மலையைக் குடைந்து சிற்பிகள் உயரமான பெரிய சிற்பங்களை வடித்திருக்கின்றனர். அதுமட்டுமல்ல. இச்சிறிய குடைவரைக் கோயில் முழுதும் பல கல்வெட்டுக்கள் நிறைந்திருப்பதும் இக்கோயிலின் சிறப்பாக அமைகின்றது. குறிப்பாக "திருமகள் போல பெருநிலச் செல்வியும்" எனத் தொடங்கும் மாமன்னன் முதலாம் ராஜராஜ சோழனின் மெய்கீர்த்தியைக் குறிக்கும் கல்வெட்டு, சோழ மன்னர்கள் செய்த தானங்கள் மற்றும் பல வரலாற்றுக் குறிப்புக்களை இன்றளவும் வெளிக்காட்டும் ஆவணங்களாகத் திகழ்கின்றன.

இந்தக் குடைவரைக் கோயிலின் மூலஸ்தானத்தில் அமைந்திருப்பது சிவலிங்க வடிவம். மலையிலேயே பாறையைக் குடைந்து செதுக்கி இச்சிவலிங்க வடிவம் அமைக்கப்பட்டிருக்கின்றது. இந்தக் குடைவரைக் கோயிலில் ஒரு பக்கத்தில் வலம்புரி பிள்ளையாரின் சிலையும் வடிக்கப்பட்டுள்ளது.

பிள்ளையார்பட்டி பிள்ளையார் கோயிலில் உள்ளதைப் போலவே இந்தக் கோயிலில் அமைந்துள்ள பிள்ளையார் சிலையும் வலம்புரிப்பிள்ளையார் வடிவமாக, இரண்டு கரங்களுடன் அமைக்கப்பட்டிருக்கின்றது.

பழமையான இந்தக் கோயில் பொ.ஆ.7 அல்லது 8ஆம் நூற்றாண்டு வாக்கில் அமைக்கப்பட்டிருக்கலாம் என்று இங்குள்ள எழுத்துக்களின் தோற்ற அமைப்பைக் கருத்தில் கொண்டு கல்வெட்டு ஆய்வாளர்கள் கருத்து தெரிவிக்கின்றனர். இருப்பினும் பின்னர் வந்த சோழ மன்னர்களும் இக்கோயிலைப் பராமரித்து இங்கே தங்கள் செய்திகளையும் கல்வெட்டுக்களாகச் செதுக்கி வைத்து இக்கோயிலில் தொடர்ந்து வழிபாடு நடந்து வர ஆவன செய்திருக்கின்றனர்.

வெளியேயிருந்து பார்க்கும் போது ஒரு கோயிலாக மட்டும் இது தெரிந்தாலும் இக்கோயிலுக்குள் மூன்று கோயில்கள் அமைந்திருப்பதை உள்ளே சென்று காணும் போது அறியலாம். முதலில் அமைக்கப்பட்டுள்ள கோயிலில் மூலஸ்தானத்தில் இறைவன் சிவலிங்க வடிவில் அமைக்கப்பட்டிருக்கின்றார். வெளிப்பக்கச் சுவற்றில் பாறையைக் குடைந்தே ஒரு புறம் துர்க்கையின் வடிவமும் ஒரு புறம் விஷ்ணுவின் சிலையும் அமைக்கப்பட்டிருக்கின்றன. சங்கு சக்கரத்துடன் உள்ள மிகப் பிரமாண்டமான திருமால் வடிவம் இது. நடந்து செல்லும் வகையில் இந்த திருமால் வடிவம் அமைக்கப்பட்டுள்ளது. திருமால், துர்க்கை, இரண்டு சிலைகளுமே மிகப் பெரிதாக பிரமாண்டமான வகையில் அமைக்கப்பட்டிருக்கின்றன. இரண்டாவது குடைவரைக் கோயில் சற்று எளிமையான வடிவில் உருவாக்கப்பட்டுள்ளது. இந்தக் கோயிலிலும் மூலஸ்தானத்தில் சிவலிங்க வடிவமே அமைந்துள்ளது. இதுவும் பாறையைக் குடைந்து உருவாக்கப்பட்ட சிவலிங்க சிலையே.

மூன்றாவதாக அமைந்துள்ள கோயிலில் முன் வாசல் பகுதியில் இரண்டு துவார பாலகர்கள் அமைந்திருக்கின்றனர். மூலஸ்தானத்தில் சிவலிங்கம் அமைக்கப்பட்டுள்ளது. குடைவரைக் கோயில் படிகள் பாதி வட்டமாக (அர்த்தவட்டம்) அமைக்கப்பட்டிருப்பதும் குறிப்பிடத்தக்க ஒரு விஷயம். இக்கோயிலில் தற்சமயம் மாத பிரதோஷத்தின் போது மட்டும் இங்கு பூஜை நடைபெறுகின்றது. மற்ற சமயங்களில் இக்கோயில் பூட்டியே வைக்கப்பட்டுள்ளது. இக்கோயில் குன்றக்குடி ஆதீனத்தின் மேற்பார்வையிலேயே தற்சமயம் உள்ளது.

இக்கோயிலில் உள்ள கல்வெட்டுக்களில் பதிக்கப்பட்டுள்ள குறிப்புக்களின்வழி முன்னர் இக்கோயில் மசிலீச்வரம் என்று அழைக்கப்பட்டுள்ளது என்று தெரிந்து கொள்ளலாம்.

நாங்கள் பதிவிற்காகச் சென்ற தினத்தில் முதலில் குன்றக்குடியில் ஆதீனகர்த்தரை சந்திந்து ஒரு பேட்டியை முடித்து விட்டு தொல்லியல் அறிஞர் முனைவர். வள்ளி சொக்கலிங்கம், முனைவர். நா. கண்ணன், முனைவர். காளைராசன் நான் ஆகிய நால்வரும் இந்தக் கோயிலைப் பார்க்க வந்தோம். எங்களுக்கு உதவியாக கோயிலைத் திறந்து காட்டி உதவிட குன்றக்குடி மடத்திலிருந்து ஓர் உதவியாளரும் வந்திருந்தார்.

முனைவர் வள்ளியுடன்

இந்தப் பதிவின் போது தொல்லியல், கல்வெட்டு, தமிழ் ஆகிய துறைகளில் தேர்ச்சி பெற்ற காரைக்குடி முனைவர். வள்ளி சொக்கலிங்கம் அவர்களும் எங்களுடன் வந்திருந்ததால் கல்வெட்டுக்களை வாசித்து உடன் பொருளறிந்து கொள்ளவும் நல்ல வாய்ப்பாக அமைந்தது. மாமன்னன் ராஜராஜ சோழனின் கல்வெட்டுக்கள், குலோத்துங்க சோழனின் 12ஆம் நூற்றாண்டு கல்வெட்டுக்கள் ஆகியவற்றை டாக்டர் வள்ளி அவர்கள் வாசிக்கக் கேட்டு பதிவு செய்தேன். இப்பதிவுகள் தமிழ் மரபு அறக்கட்டளையின் வலைப்பக்கத்தில் பல புகைப்படங்களுடனும் ஒலிப்பதிவு கோப்புக்களுடனும் வரலாற்றுப்பகுதியில் இணைக்கப்பட்டுள்ளது.

இக்குகைக் கோயிலில் இருக்கும் ஒரு கல்வெட்டில் குன்றக்குடி என்ற பெயரும் பொறிக்கப்பட்டுள்ளதையும் காணமுடிந்தது. இது இவ்வூருக்கு அமைந்துள்ள பெயரின் பழமைக்கு ஒரு சான்றாக அமைந்துள்ளது. ராஜராஜ சோழன் காலத்தில் பாண்டி நாடு சோழர் ஆட்சியின் கீழ் இருந்ததால் இக்கல்வெட்டுக்கள்

சோழ அரசரின் மெய்கீர்த்தி குறிப்புக்களோடு தொடங்குவதைக் காணமுடிகின்றது.

தமிழகத்தில், பொதுவாக எங்கெங்கெல்லாம் சமண முனிவர்கள் தங்கியிருந்து சமணப் பள்ளிகள் அமைத்திருந்தார்களோ அங்கெல்லாம் இவ்வகைக் குடைவரைக் கோயில்களைப் காணலாம். சைவ வைணவ தெய்வ வழிபாடுகள் மேலோங்க ஆரம்பித்த காலங்களில் மன்னர்களின் ஆதரவும் இச்சமயங்கள் பெற்றதால் சைவ வைணவ தெய்வங்களுக்காக இவ்வகை பாறையைக் குடைந்த கட்டுமான அடிப்படையில் சிற்பிகளில் தேர்ந்த கைத்திறனைக் கொண்டு இவ்வகைக் குடைவரைக் கோயில்களை உருவாக்கியிருக்கின்றனர்

இதே குடைவரைக் கோயிலின் முன் வாசல்புறத்தில் அமைக்கப்பட்டுள்ள தூண்களில் மன்னர்களின் சிலைகள் மிக அற்புதமாக செதுக்கப்பட்டுள்ளன. மன்னர்களின் பெயர்களை அறிந்து கொள்ள முடியாவிட்டாலும் சிற்பங்களின் வடிவங்களைப் பார்த்தே அரசர்களின் வடிவங்கள் இவை என்பதை உறுதி செய்து கொள்ள முடிகின்றது.

இக்கோயிலுள்ள அனைத்து கல்வெட்டுக்களும் தமிழக தொல்லியல் துறையினரால் படியெடுக்கப்பட்டு வாசிக்கப்பட்டுள்ளன. தமிழகத்தில் அமைந்துள்ள சிறப்புமிக்க குடைவரைக் கோயில்களில் இதுவும் ஒன்று. கலைச்சிற்பங்களாக அமைந்திருக்கும் இறை வடிவங்களும் தமிழர் வரலாற்றை இன்றளவும் போற்றிப் பாதுகாக்கும் கல்வெட்டு ஆவணங்களும் நிறைந்துள்ள இக்குடைவரைக் கோயிலைப் பற்றி பலரும் நிச்சயம் தெரிந்து கொள்ள வேண்டும்.

(தமிழ் மலர் நாளேடு (மலேசியா)25.05.2016)

10
தாராசுரம் எனும் கவின் கலைப்படைப்பு

தமிழகத்துக்குச் சுற்றுலா செல்லும் மலேசியத் தமிழர்கள் தி.நகர், மற்றும் ரங்கநாதன் சாலை வணிக அங்காடிகளுக்குச் செல்வதும், தமிழகத்தின் கோயில்களுக்குச் சுற்றுலா செல்வதும் பட்டியலில் கட்டாயம் இருப்பவையே. அதிலும் கோயிலுக்குச் சென்று பார்த்து வருதல் எனும்போது பொதுவாக அனேகமானோர் தங்கள் பட்டியலில் சிதம்பரம் சிவன் கோயில், திருவண்ணாமலை சிவன் கோயில், கன்னியாகுமரி அம்மன் கோயில், தஞ்சாவூர் பிரகதீஸ்வரர் அல்லது பெரிய கோயில், மதுரை மீனாட்சி அம்மன் கோயில் ஆகியவற்றைக் கட்டாயம் பட்டியலில் வைத்திருப்பர். இதனைத் தவிர மேலும் சிலர் மேல்மருவத்தூர் ஆதிபராசக்தி, பிள்ளையார்பட்டி விநாயகர் கோயில் போன்ற கோயில்களுக்குச் சென்று வழிபட்டு வருவர். இந்தப் பட்டியலில் உள்ள கோயில்களைத் தவிர மேலும் பல அற்புதமான கட்டிட அமைப்பைக் கொண்ட கோயில்கள் தமிழகத்தில் நிறைந்திருக்கின்றன. எனது ஒவ்வொரு ஆண்டு பயணத்திலும் நான் பார்த்து பதிந்து வந்துள்ள கோயில்களைப் பற்றிய தகவல்கள் பல தமிழ் மரபு அறக்கட்டளை வலைப்பக்கத்தில் உள்ளன. ஆர்வமுள்ளோர் இவற்றை வாசிப்பதோடு, வாய்ப்பமைந்தால்

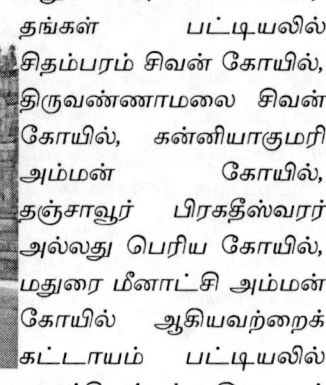

இக்கோயில்களுக்குச் சென்று அவற்றைப் பார்த்து கலை நேர்த்தியையும் அவை ஒவ்வொன்றின் சிறப்பினையும் அறிந்து மகிழ வேண்டும் என்பதே என் அவா. அந்த வகையில் கோயில் கட்டுமானக் கலைக்கு ஓர் உதாரணமாக அமைவது தான் தாராசுரம் கோயில்.

தமிழகத்தில் உள்ள ஊர்களில் கோயில்களுக்குப் பிரசித்தி பெற்ற ஒரு ஊர் கும்பகோணம். அங்கே சோழர்காலக் கோயில்கள் ஏராளமானவை இருக்கின்றன. கும்பகோணத்திற்கு அருகில் அமைந்திருக்கும் ஒரு சிற்றூர் தான் தாராசுரம். இந்த ஊரில் அமைந்திருக்கும் ஐராவதேஸ்வரர் கோயில், கோயில் சிற்பக்கலைக்கு ஓர் எடுத்துக்காட்டு. இக்கோயிலின் ஒவ்வொரு தூண்களும் பல கதைகள் சொல்லும். வரலாற்று முக்கியத்துவம் பெறுகின்ற சம்பவங்கள் சில நிகழ்ந்த ஓர் ஆலயம் என்ற சிறப்பும் பொருந்திய ஒரு கோயில் இது. தற்சமயம் யுனெஸ்கொ நிறுவனத்தால் பாதுகாக்கப்பட வேண்டிய ஒரு கலைப்பொக்கிஷமாகத் தேர்ந்தெடுக்கப்பட்டு சிறப்பாகப் பாதுகாக்கபட்டுகின்றது இக்கோயில்.

சோழ மன்னர்களில் இரண்டாம் ராசராசனால் கட்டப்பட்ட அழகிய கலைக்கூடம் இக்கோயில். இக்கோயிலைச் சுற்றிலும் ஏராளமான கல்வெட்டுக்கள் உள்ளன. தூண்களில் அமைக்கப்பட்டுள்ள சிற்பங்களும், சுவர்களில் அமைக்கப்பட்டுள்ள வடிவங்களும், நாட்டிய முத்திரைகளைக் காட்டி நிற்கும் சிற்பங்களும், தேர் போன்று வடிவிலமைந்த மண்டபமும் என பல அரிய சிற்பக் கலைப் படைப்புக்களை இக்கோயில் கொண்டுள்ளது.

தமிழ் நாடு தொல்லியல் துறை இக்கோயிலின் அமைப்புக்களை ஆராய்ந்து இக்கோயிலில் உள்ள கல்வெட்டுக்களைப் படியெடுத்து சோழ மன்னர்களைப் பற்றிய பல தகவல்களைக் கல்வெட்டு அறிக்கைகளாகப் பதிப்பித்துள்ளது.

இரண்டாம் ராசராசன் கங்கை கொண்ட சோழபுரத்தைத் தலைநகரமாகக் கொண்டு ஆட்சி செய்து கொண்டிருந்தான். இந்த இரண்டாம் ராசராசன், இரண்டாம் குலோத்துங்கச் சோழனின் மகன். கி.பி.1150ஆம் ஆண்டில் சோழ ராஜ்ஜியத்திற்கு அரசனாக கங்கை கொண்ட சோழபுரத்தில் முடிசூட்டிக் கொண்டவன் இவன். இரண்டாம் ராசராசன் சைவ வழிபாட்டை

பேணி வளர்த்தவன். சைவ சமயத்தில் ஆர்வம் மிகுதியாக இருந்த போதிலும் ஏனைய சமயங்களை ஆதரித்து வளர்க்கும் தன்மையுங் கொண்டவனாக இந்தச் சோழ மன்னன் அறியப்படுகின்றான்.

முதலில் கங்கை கொண்ட சோழபுரத்தைத் தன் சோழ ஆட்சிக்கு தலைநகரமாகக் கொண்டிருந்தாலும், பின்னர் பழையாறை நகரை தனது ஆட்சிக்குப் புதிய தலைநகரமாக உருவாக்கிக் கொண்டான். சுந்தர சோழன், முதலாம் இராசராசன் போன்றோர் தங்கி இருந்து சிறப்புடன் ஆட்சி செய்த நகரம் பழையாறை. அதனை மீண்டும் புதுப்பித்து தன் ஆட்சிக்கு தலைநகரமாக வடிவமைத்தான் இந்தச் சோழ மன்னன். இந்த நகரின் வடபகுதியில் இருப்பதுதான் தாராசுரம். இங்கே இராசராசேச்சுரம் என்ற ஒரு கோயிலை கட்டினான் இரண்டாம் ராசராசன். அதுவே இன்று தாராசுரம் கோயில் என அழைக்கப்படுகின்றது.

அம்பிகாபதி தமிழ்த்திரைப்படத்தைப் பார்த்தவர்களுக்கு அதில் வரும் பொல்லாத கவிஞர் ஒருவரை இன்றும் நினைவிருக்கலாம். ஒட்டக்கூத்தரே இந்தத் திரைப்படத்தில் வில்லனாகக் காட்டப்படுவார். இந்தத் திரைப்படத்தை எழுதிய கதாசிரியருக்கு பெருங்கவிஞர் ஒட்டக்கூத்தர் மேல் என்ன கோபமோ தெரியவில்லை. கம்பரையும் அமபிகாபதியையும் புகழ நினைத்து ஒட்டக்கூத்தரை வில்லனாக்கி ஒட்டக்கூத்தரை தமிழ் மக்கள் மத்தியில் அவரது கவிப்புலமையும், அரச சேவையும் சரியாக அறிந்து கொள்ளாத வகையில் செய்து

விட்டனர் இந்தத் திரைப்படத்தை எடுத்தவர்கள் என பல வேளைகளில் இதனை நினைத்து நான் ஆதங்கப்படுவதுண்டு.

இரண்டாம் இராசராசனின் காலத்தில் அவைப்புலவராக விளங்கியவர் கவிச்சக்கரவர்த்தி ஒட்டக்கூத்தர். இந்த மன்னனைப் புகழ்ந்து இராசராச சோழனுலா என்ற ஒரு நூலை இவர் எழுதியிருக்கின்றார். இந்த நூலை அரங்கேற்றியபோது அதில் உள்ள ஒவ்வொரு கண்ணிக்கும் ஒரு ஆயிரம் பொன் எனப்பரிசளித்து அந்த நூலைப் பெற்றுக் கொண்டான் அம்மன்னன்என்று சங்கர சோழனுலா எனும் நூல் விவரிக்கின்றது. இதுதவிர மூவருலா எனும் நூலையும் ஒட்டக்கூத்தர் இயற்றியுள்ளார். விக்கிரம சோழன், இரண்டாம் குலோத்துங்கன், இரண்டாம் ராஜராஜசோழன் ஆகிய மூவருடைய புகழைப் பாடுவதாக அமைந்த நூல் இது. ஒட்டக்கூத்தரின் புகழை இன்றும் கூறும் நூல் தக்கயாகப்பரணி. அந்த நூலை எழுதி இந்த தாராசுரம் கோயிலில் தான் அரங்கேற்றினார் ஒட்டக்கூத்தர்.

கட்டிடக் கலை, சிற்பக்கலை, கலை நுணுக்கம் ஆகிய அனைத்து சிறப்புக்களும் கொண்ட ஒரு கோயில் தாராசுரம். முதன் முதலில் ராசராசேசுவரமுடையார் என்ற பெயர் இக்கோயிலுக்கு வழக்கில் இருந்தது. பின்னர் ஐராவதேஸ்வரர் என பெயர் மாற்றம் பெற்றது. 63 நாயன்மார்களின் சிற்பங்களும் இந்தக் கோயிலில் வடிவமைக்கப்பட்டுள்ளன. இந்தக் கோயிலுக்கு இருக்கும் மற்றுமொரு சிறப்பு என்னவென்றால் இந்தக் கோயிலில் மேற்கொள்ளப்பட்ட அகழ்வாராய்ச்சியின் போது கண்டுபிடிக்கப்பட்ட ஒரு கல்வெட்டில் தான் முதலாம் ராசராசசோழனுக்கும் அவரது 5 மனைவியருக்கும் பள்ளிப்படை அமையப்பெற்றது என்ற தகவல் முதன் முதலாக அறியப்பட்டது. அவை வெவ்வேறு இடத்தில் அமையப்பெற்றிருந்தாலும், பள்ளிப்படைக்கோயில் அவர்களுக்கு எழுப்பப்பட்டது, என்ற செய்தியைக் குறிக்கும் கல்வெட்டுக்கள் இக்கோயிலில் இருப்பது இக்கோயில் சோழர் கால வரலாற்று ஆவணமாகத் திகழ்வதற்கு ஒரு நற்சான்று.

இக்கோயிலுக்கு நான் 2011ஆம் ஆண்டு நேரில் சென்றிருந்தேன். என்னுடன் தமிழக தொல்லியல் துறையில் பணியாற்றி ஓய்வு பெற்ற வரலாற்று ஆய்வாளர் தொல்லியல் அறிஞர் டாக்டர். பத்மாவதியும் உதயன், செல்வமுரளி ஆகியோரும் உடன்

வந்திருந்தனர். இக்கோயிலின் வரலாறு, இரண்டாம் ராசராசன், ஒட்டக்கூத்தரின் இலக்கியப் பணி மற்றும் அரசியல் பணி, கோயில் கட்டுமான அமைப்பு எனப் பல செய்திகளை டாக்டர். பத்மாவதி அவர்கள் விவரிக்க அதனை காணொளிப் பதிவாகத் தயாரித்து அதே ஆண்டு வெளியிட்டேன். அந்தப் பதிவும் இக்கோயிலின் கவின்கலையை விவரிக்கும் மூன்று பக்கங்கள் கொண்ட புகைப்படத் தொகுப்பும் தமிழ் மரபு அறக்கட்டளை வலைப்பக்கத்தில் வரலாறு எனும் தொகுப்பில் உள்ளன.

முனைவர் பத்மாவதி கல்வெட்டுகளை விளக்குகிறார்

தமிழகக் கோயில் கட்டுமானக் கலையில் ஆர்வம் உள்ள அனைவரும் தவறாமல் சென்று பார்த்து ரசிக்க வேண்டிய ஒரு கோயில் தாராசுரம் சிவன் கோயில். இங்கே ஒவ்வொரு கற்களும் கதை சொல்லும். சோழர் கால வரலாற்றில் தனித்துவம் பெறுகின்ற கோயிலாக இந்த 12ஆம் நூற்றாண்டு கோயில் இன்றும் அதன் சிறப்பு குறையாமல் வீற்றிருக்கின்றது.

(தமிழ் மலர் நாளேடு (மலேசியா) 02.09.2016)

☙◉❧

11
தூத்துக்குடி பனிமய மாதா

தூத்துக்குடி முத்துக்குளித்தல் தொழிலுக்கு மிகப் பிரசித்தி பெற்ற ஒரு நகரம். தமிழகத்தின் தென்பகுதியில் கடற்கரையோரத்து நகரமாக இது அமைந்திருக்கின்றது. 2011ஆம் ஆண்டு தமிழ் மரபு அறக்கட்டளை களப்பணிக்காகத் தூத்துக்குடி தொடர்பான வரலாற்றுப் பதிவுகளைச் செய்து வர அங்கு சென்றிருந்தேன்.

முத்துக்குளித்தல் என்பது கடலுக்குள் நீந்திச் சென்று சிப்பிக்குள் இருந்து முத்தெடுக்கும் தொழில். இப்பகுதி மக்களின் முக்கியத்தொழில்களில் மீன்பிடித்தல், கப்பல் கட்டுதல் எனபனவற்றோடு முத்துக்குளித்தலும் பிரசித்தி பெற்ற தொழிலாக காலம் காலமாக இருந்து வருகின்றது. தூத்துக்குடி முத்துக்கள் இன்றைக்கு இரண்டாயிரம் ஆண்டுகளுக்கு முன்னரே ஐரோப்பிய கடல் வணிகர்களால் விரும்பி வாங்கிச் செல்லப்பட்ட பொருட்களில் ஒன்றாக அமைந்திருந்ததைப் பற்றிச் சொல்லும் செய்திகள் இந்தத் தொழில் இப்பகுதியில் நீண்டகாலம் தொடர்ந்து மக்கள் வாழ்க்கையில் முக்கிய அங்கம் வகித்திருப்பதைக் காட்டுவதாக அமைந்திருக்கின்றது.

தமிழக நிலப்பரப்பில் காலம் காலமாக ஏனைய நாட்டினர் வருகை என்பது தொடர்ந்து நடந்து வருவதுதான். ஆயினும் இன்றைக்கு ஏறக்குறைய ஐநூறு ஆண்டுகளுக்கு முன்னர் கத்தோலிக்க மதம் பரப்ப தென்னிந்தியா வந்த போர்த்துக்கீசிய கத்தோலிக்க மதகுருமார்கள் தென் தமிழகத்தில் தூத்துக்குடி பகுதியில் படிப்படியாக இங்கேயே தங்கி தங்கள் மதம் பரப்பும் பணியை மேற்கொண்டனர். இந்த மதகுருமார்கள் தமிழகம் வந்து தங்கள் மதப்பிரச்சாரத்தைத் தொடங்க முற்பட்டபோது தமிழ்மொழி அடிப்படை அறிவு இல்லாமல் தம்மால் இத்தமிழ்

நிலத்து மக்களுக்குத் தங்கள் இறை போதனைகளை அறிமுகப்படுத்த முடியாது என்பதை அவர்கள் நன்கு அறிந்து கொண்டமையால் மிகத்தீவிரமாக தமிழ்மொழியைக் கற்றனர். அப்படித் தமிழ் கற்று, தமிழில் நூற்களையும் படிப்படியாக இவர்கள் அச்சுப்பதிப்பாக வெளியிட்டமைதான் அச்சுக்கலை. தமிழகம் மட்டுமல்ல, இந்தியா முழுமைக்குமே அறிமுகப்படுத்த காரணமாக அமைந்தது என்பது வரலாற்று உண்மை.

தூத்துக்குடி பகுதியானது, பரதவ சமூகத்து மக்கள் நிறைந்த ஒரு பகுதி. கிறிஸ்துவ மதம் இப்பகுதியில் அறிமுகப்படுத்தப்படுவதற்கு முன்னர் இங்கு வாழ்ந்த மக்கள் சமயத்தால் இந்துக்களாக இருந்தவர்களே. இன்றைக்கு ஐநூறு ஆண்டுகளுக்கு முன்னர் பரதவ மக்கள் தூத்துக்குடி கடற்கரையோரத்து முத்துக்குளித்துறை பகுதியில் தங்கள் இயல்பான வாழ்க்கையை நடத்திக் கொண்டிருந்தபோது அப்பகுதியில் வியாபாரம் செய்ய, அக்காலத்தில் அப்பகுதியை ஆட்சி செய்த பாண்டிய மன்னனிடம் அனுமதி பெற்றுக் கொண்டு அரேபிய மூர் வியாபாரிகளும் இப்பகுதியில் முத்துக்குளித்தல் தொழிலைத் தொடங்கியிருந்தனர். மத்திய கிழக்காசியாவிலிருந்து வந்த அரேபியர்கள் இவர்கள். இவர்களுக்கும் இங்கேயே காலம்காலமாக முத்துக்குளித்தல் தொழில் புரிந்து வரும் பரதவ இன மக்களுக்கும் அவ்வப்போது ஏதாவது சண்டை சச்சரவு என்பது நடப்பது வழக்கமாக இருந்திருக்கின்றது.

ஒரு முக்கிய நிகழ்வு கி.பி.1535ஆம் ஆண்டு நிகழ்ந்தது.

ஒருநாள் தூத்துக்குடி கடற்கரைப் பகுதியில் ஒரு பரதவ சமூகத்துத் தமிழ்ப்பெண் மாவுப்பணியாரம் விற்றுக் கொண்டிருந்தார். அப்பெண்ணை மூர் அரேபியன் ஒருவன் அவமானப்படுத்தி விட்டான். இதனை அறிந்த அவள் கணவன் கோபம் தாளாது, அவனோடு சண்டையிட்டான். இந்தச் சண்டை நடந்த போது மிகக் கொடூரமாக அந்தக் கணவனின் காதில் அணிந்திருந்த தொங்கட்டான் என்று சொல்லப்படுகின்ற காதணியை அவனது காதோடு சேர்த்து மூர் அரேபியன் வெட்டி எறிந்து விட்டான். இது அவ்வூர் பரதவ மக்களுக்குப் பெரும் கோபத்தை உண்டாக்கியது. இந்தக் கொடுஞ்செயல் தங்கள் சமுதாயத்திற்கு ஏற்பட்ட பெரிய அவமானமாகக் கருதிய

பரதவர்கள், அரேபிய மூர்களோடு சண்டையிட்டு, பலரைக் கொன்றனர். அரேபிய மூர்களும் சும்மா இருக்கவில்லை. ஆத்திரமடைந்த மூர்கள் கீழக்கரையிலிருந்தும் காயல்பட்டினத்திலிருந்தும் ஏராளமான ஆயுதங்களுடன் திரண்டுவந்து, பரதவர்களோடு போரிட்டு நிறைய தமிழ் பரதவ சமூகத்து மக்களையும் கொன்றனர். வெட்டி எடுத்துக் கொண்டு வரப்படும் ஒவ்வொரு பரதவ இனத்தவர் தலைக்கும் ஐந்து சிறிய பொற்காசுகள் தருவதாக மூர்கள் வாக்களித்தனர்.

அவ்வளவுதான்! ஏராளமான பரதவர்களின் தலைகள் வெட்டி எறியப்பட்டன. ஒரு தலைக்கு ஐந்து பொற்காசுகள் என்பது, ஒரு தலைக்கு ஒரு பொற்காசு என்று மலிவாகும் அளவிற்கு ஏராளமான கொலைகள் நடந்தேறின. இது மக்கள் மனதில் பெறும் அச்சத்தை உருவாக்கியது.

மூர் அரேபியர்களுடன் ஏற்பட்ட இப்பிரச்சனையிலிருந்து தங்களைப் பாதுகாத்துக் கொள்ள உதவி நாட வேண்டிய அவசியம் பரதவ மக்களுக்கு ஏற்பட்டது. இது மதமாற்றத்திற்கு நல்லதோர் காரணமாக அமைந்தது என்பது குறிப்பிடத்தக்க விஷயம். அச்சமயத்தில் கேரளாவில் இருந்த டாம் ஜோகுருஸ் என்ற போர்த்துக்கீசிய குதிரை வியாபாரி ஒருவர் பரதவக் குலத் தலைவர்களான பட்டங்கட்டிகள் என்பவர்களிடம் பேசி, அவர்களுக்குப் போர்த்துக்கீசிய படைகளின் ஆதரவைப் பெற்றுத் தருவதாகக் கூறி அதற்கு பரதவர்கள், கிறிஸ்துவ மதத்தைத் தழுவ வேண்டும் என்று ஆலோசனை வழங்க கி.பி.1535ஆம் ஆண்டின் இறுதியில் பட்டங்கட்டிகள் கொச்சின் சென்று அங்கே முதன்மை கத்தோலிக்க குரு மிக்கேல் வாஸ் அடிகளாரிடம் திருமுழுக்குப் பெற்று மதம் மாறினர். இந்த ஒப்பந்ததில் வாக்களித்தபடி தூத்துக்குடியின் கடற்கரைப் பகுதிக்கு ஒரு கப்பற்படையை போர்த்துக்கீசிய படைத்தளபதி அனுப்பிவைத்து மூர் அரேபியர்களுடன் போரிட்டு அவர்களை அடக்கி படிப்படியாக அப்பகுதி முழுமையையும் தம் வசமாக்கிக் கொண்டனர். அதன்வழி அப்பகுதி பரதவ மக்களுக்கு போர்த்துக்கீசியர்களின் பாதுகாப்பு கிடைத்தது. அதே ஆண்டிலும் பின்னர் 1536ஆம் ஆண்டிலும் தூத்துக்குடியின் கடற்கரைப் பகுதி பரதவர்கள் 30,000 பேர் கிறிஸ்துவ சமயத்தைத் தழுவினர் என்பது குறிப்பிடத்தக்க ஒரு விஷயம்.

அப்படி மதம் மாறிய பரதவ இன மக்கள் தாங்கள் புதிதாக மாறிய மதத்தில் வழிபாட்டினைச் செய்ய முற்பட்டபோது தங்களுக்குக் காலங்காலமாக பழக்கமான வகையிலேயே தங்கள் மத வழிபாட்டினைச் செய்யத் தொடங்கினர்.

கத்தோலிக்க கிறிஸ்துவ மதம் ஐரோப்பாவில் வளர்ந்து விரிவடைந்த மதம். அங்கே ஏசு கிறிஸ்துவின் தாயாரான புனித மேரி அன்னையார் வெள்ளை நிற நீண்ட கவுன் போன்ற உடையில் தான் அனைத்து தேவாலயங்களிலும் காட்சி அளிப்பார். அந்த மேரி அன்னை தூத்துக்குடிக்கு அறிமுகம் செய்யப்பட்ட போது பனிமயமாதாவாக கோயில் கொண்டு அருளினார். அந்தச் சிலை மட்டுமன்றி தமிழகத்தில் அதற்குப் பின்னர் அமைக்கப்பட்ட தேவாலயங்களில் புனித அன்னை மேரி, வண்ணச் சேலைகள் கட்டிய வகையில் தமிழ்க் கோயில்களில் உள்ள பெண் தெய்வங்கள் போல உடை அலங்காரம் செய்யப்பட்டிருப்பதைக் காணலாம்.

அது மட்டுமா?

கத்தோலிக்க மதம் பிறந்த ஐரோப்பாவில் மத விழாக்களில் தேர்த் திருவிழா என்பது வழக்கில் இல்லாத ஒன்று. ஆனால் தமிழ் நிலத்தில் திருவிழாக்களில் தேர் இழுத்துச் செல்வது என்பது நீண்ட காலமாக வழக்கில் இருக்கும் ஒன்று. கத்தோலிக்க மதத்திற்கு மாறிய தூத்துக்குடி பரதவர்கள் தங்கள் தெய்வ

நம்பிக்கையின் தொடர்ச்சியாக தூத்துக்குடியில் கட்டப்பட்ட 450 ஆண்டுகள் பழமையான பனிமயமாதா கோயில் புனித அன்னை மேரிக்குத் தேர் இழுத்துச் செல்வதைத் தொடர்ந்து கடந்த 200 ஆண்டுகளாக நடைமுறைப்படுத்தி வருகின்றனர்.

இந்தத் தூத்துக்குடி பனிமய மாதா ஆலயத்திற்கு நான் நேரில் சென்றிருந்த போது தேவாலயத்தின் வலது புறத்தில் இருக்கும் அலுவலகப் பகுதிக்குச் சென்று தேவாலயத்தின் மதகுருவைச் சந்தித்து உரையாடும் வாய்ப்பு பெற்றேன். தொடர்ச்சியாக

அப்பகுதியில் வாழும் எளிய மக்களுக்குத் தேவையான பல உதவிகளை இவர்களது அமைப்பின்வழி செய்து வருகின்றார் என்ற செய்தியை அவரிடம் உரையாடும் போது தெரிந்து கொண்டேன்.

பனிமயமாதா பற்றிய வரலாற்றுச் செய்திகள் அடங்கிய கட்டுரைத் தொகுப்பு ஒன்றினை தமிழ் மரபு அறக்கட்டளை பதிவிற்காக தேவாலத்தின் மத குரு வழங்கினார்கள். அந்தக் கட்டுரை தொகுப்பில் அடங்கியிருக்கும் கட்டுரைகள் அனைத்தும் தமிழ் மரபுஅறக்கட்டளையின் மரபு விக்கியில் http://www.heritagewiki.org/ வலைப்பக்கத்தில், கிறிஸ்துவம் என்ற தலைப்பின் கீழ் இணைக்கப்பட்டுள்ளன.

தமிழகத்தில் கிறிஸ்துவ மதம் தொடர்பான ஆவணங்களைச் சேகரிப்பதில் தொடர்ந்து நாம் ஈடுபட்டு வருகின்றோம். போர்த்துக்கீசிய மத குருமார்களான ஹெண்ட்ரிக்ஸ் ஹெண்ட்ரிக்ஸ் அடிகளார், வீரமாமுனிவர் என்ற பெஸ்கி அவர்கள், மற்றும் லூத்தரேனியன் மத போதகர்களான சீகன்பால்க், க்ரூண்ட்லர் போன்றவர்கள், தமிழ் மொழி ஐரோப்பா வரை பரவ வழி செய்தவர்கள். தமிழ் கிறிஸ்துவம் என்பது மிக விரிவான ஒரு ஆய்வுத்துறை.

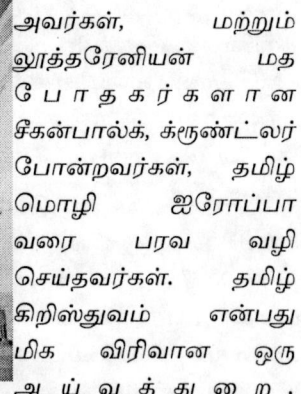

தமிழகத்தில் மட்டுமல்லாது ஐரோப்பாவின்சில ஆவணப்பாதுகாப்பகங்களில் தமிழகம் வந்து சென்ற கிறிஸ்துவ மத போதகர்களின் கையெழுத்து ஆவணங்கள் பாதுகாக்கப்படுகின்றன. அவை மின்னாக்கம் செய்யப்பட்டு பரவலாக ஆய்வுலகில் ஆய்வுக்குட்படுத்தப்படவேண்டும்.

(தமிழ் மலர் நாளேடு (மலேசியா) 13.04.2016)

☙⊙❧

12
பெர்லிஸ் மாநில கோயில்கள்

கோயில் இல்லாத ஊரில் குடியிருக்க வேண்டாம் என்ற எண்ணம் கொண்டு செல்லும் இடங்களிலெல்லாம் கோயில்களை அமைத்து கலாச்சார வளம் சேர்ப்பவர்கள் தாம் நம் தமிழ்மக்கள். மலேசியாவை எடுத்துக் கொண்டால் தமிழர்கள் அதிகம் வசிக்கின்ற கிள்ளான், கோலாலம்பூர், பினாங்கு, பேராக் மாநிலம், ஜொகூர், கெடா ஆகிய மாநிலங்களில் ஏராளமான இந்து சமயக் கோயில்கள் இருக்கின்றன என்பது பலருக்கும் தெரியும். ஆனால் மலேசியாவிலேயே மிகக் குறைவாக தமிழர்கள் வாழும் சிறிய மாநிலமான பெர்லிஸிலும் ஆலயங்கள் உள்ளன என்பதைத் தெரிந்து கொள்ளும் போது ஆச்சரியமாக இருக்கிறது அல்லவா?

பெர்லிஸ் மாநிலத்தில் 4 கோயில்கள் இருக்கின்றன. அவை, கங்கார் நகரிலுள்ள ஆறுமுகசாமி ஆலயம், கங்காரிலேயே உள்ளஸ்ரீவீர மகா காளியம்மன் ஆலயம், ஆராவ் நகரிலுள்ள ஸ்ரீமகா மாரியம்மன் ஆலயம், பாடாங் பெஸார் நகரிலுள்ள ஸ்ரீமீனாட்சி அம்மன் ஆலயம்ஆகியநான்குமாகும். ஆராவ் பெர்லிஸ் மாநிலத்தின் அரச நகரம். இங்கு தான் பெர்லிஸ் சுல்தானின் அரண்மனையும் ஏனைய அரசாங்க அலுவலகங்களும் உள்ளன. இங்கு ஏறக்குறைய பத்து ஆண்டுகளுக்குள் தான் புதிதாக ஸ்ரீமகா மாரியம்மன் ஆலயம் கட்டப்பட்டுள்ளது.

பாடாங் பெஸார் நகர் தாய்லாந்தின் எல்லையில் அமைந்த நகரம். இங்கு மீனாட்சியம்மன் கோயில் ஒன்று அமைந்துள்ளது. இக்கோயிலை நேரில் பார்க்கும் வாய்ப்பு எனக்கு அமையவில்லை என்பதனால் விரிவாக இப்பதிவில் குறிப்பிட இயலவில்லை.

அடுத்ததாக, கங்கார் நகரிலுள்ள ஆறுமுகசாமி ஆலயத்தைச் சொல்லலாம். இந்த ஆலயத்தின் பக்கத்திலேயே தான் ஸ்ரீவீர

மகா காளியம்மன் ஆலயமும் அமைந்துள்ளது. ஆக இரண்டையுமே பக்கத்திலேயே பார்க்கலாம். கங்கார் ஒருமுக்கிய நகரம் என்ற போதிலும் பசுமை எழில் கொஞ்சமும் குறையாத ஒரு நகரம் என்பதை இங்கு சென்றிருக்கும் அனைவரும் அறிந்திருப்போம். இந்த ஆறுமுகசாமி கோயில் பசுமையான சிறு குன்று போன்ற ஒரு பகுதியில் தான் அமைந்துள்ளது. கங்கார் நகரின் முக்கிய சாலையைக் கடந்து உள்ளே சென்றால் சுலபமாக இக்கோயிலை நாம் கண்டுபிடித்து விடலாம்.

கங்காருக்கு நான் சென்ற போது மதியமாகியிருந்தது. ஆக ஆலயம் பூட்டப்பட்டிருக்குமோ என்ற சந்தேகம் எனக்கு இருந்தது. ஆனாலும் ஆலயத்தின் வாசல் திறந்திருந்தது. அத்துடன் வாசலில் வந்து நின்ற என்னைப் பார்த்த ஆலய பொறுப்பாளர் ஒருவர் ஆலயத்தின் அலுவலகத்துக்கும் அழைத்துச் சென்று தேநீர் பானமும் பழங்களும் வழங்கி அன்புடன் உபசரித்தார். இதுதானே மலேசியர்களுக்கே உள்ள தனித்துவமான விருந்தோம்பல் பண்பு.

பெர்லிஸ் அரண்மனை வாயிலில்

அவருடன் மேலும் சிலரும் என்னுடன் சில நிமிடங்கள் பேசிக் கொண்டிருந்ததோடு மட்டுமல்லாமல் கோயில் பற்றிய தகவல் அடங்கிய சிறு கையேடு, மாசி மகம் திருவிழா

அழைப்பிதழ் ஆகியவற்றோடு ஒரு தேவார பாடல்கள் அடங்கிய நூல் ஒன்றையும் எனக்கு வழங்கினர்.

பெர்லிஸ் நகரில் அமைந்திருக்கும் ஒரே முருகன் கோயில் இதுதான். ஆறுமுகங்களுடன் கூடிய ஆறுமுகசாமியாக இங்கே இறைவன் கருவறையில் வள்ளி தேவயானையுடன் அமைந்திருக்கின்றார். மூலமூர்த்தியின் சிலை கருங்கல்லால் அமைக்கப்பட்ட சிலையாகும். பெர்லிஸ் மாநிலத்தில் இக்கோயில் அமைக்கும் எண்ணம் முதலில் 1965ஆம் ஆண்டு வாக்கில் தான் எழுந்துள்ளது. இப்பணியில் முழுமையாகத் தங்களை ஈடுபடுத்திக் கொண்டவர்களில், மறைந்த திரு.எம்.கே.கோவிந்தசாமி அவர்கள், மறைந்த திரு.எஸ்.சதாசிவம் அவர்கள், மறைந்த திரு.வி.கோவிந்த சாமி அவர்கள், மறைந்த திரு.கே.ஜி.ராவ் அவர்கள் மற்றும் மறைந்த திரு. அழகுமலை ஆகியோர் மிக முக்கியமானவர்கள். இக்கோயில் அமைப்பதற்கான முதல் சந்திப்பினை இவர்கள் ஆராவ் நகரிலிருக்கும் மறைந்த திரு. எஸ் சதாசிவம் அவர்கள் இல்லத்தில் 03.06.1965 அன்று நடத்தினர். கங்கார் நகரில் ஓர்

இந்து ஆலயம் அமைக்கப்பட வேண்டும் என்ற எண்ணம் இச்சந்திப்பின்வழி முதன் முதலாக அக்கலந்துரையாடலின் போது உருவாக்கம் கண்டது.

இதனை அடுத்து 02.07.1965 அன்று பெர்லிஸ் மாநிலத்திலுள்ள இந்துக்கள் பெர்லிஸ் இந்தியர் சங்கத்தில் ஒன்று கூடி இந்தக் கருத்து பற்றி விரிவாக கலந்தாலோசித்தனர். இக்கூட்டத்தினை மறைந்த டாக்டர். சிவசம்பந்தன் அவர்கள் தலைமையேற்று நடத்தி வைத்திருக்கின்றார். இதற்கு அடுத்த சில நாட்களிலேயே டாக்டர். சிவசம்பந்தன் அவர்கள் பினாங்கு மாநிலத்திற்குத் தொழில் நிமித்தம் மாற்றலாகிச் சென்றதால் மறைந்த திரு.வி. கே.கோவிந்தசாமி அவர்கள் கோயில் கட்டுமான குழுவின் தலைவராக நியமனம் செய்யப்பட்டு கோயில் கட்டும் இப்பணியை ஆரம்பித்திருக்கின்றனர். ஸ்ரீசுப்ரமணிய சுவாமி தேவஸ்தானம் எனப் பதிவு செய்யப்பட்டு கோயில் கட்டும் பணிகள் தொடங்கப்பட்டன.

இந்தக் கோயில் எப்படி படிப்படியாக மாநில அரசின் உதவியுடனும் பொது மக்களின் பெரும் உழைப்பினாலும் வளர்ந்து இன்று பெர்லிஸ் மாநிலத்தில் மிக முக்கிய இந்து ஆலயமாகத் திகழ்கின்றது என்பது போன்ற தகவல்களைக் கோயில் கையேட்டு நூலிலிருந்து அறிந்து கொண்டேன்.

ஸ்ரீசுப்ரமணிய சுவாமி தேவஸ்தானம் எனப் பதிவு செய்யப்பட்டு பணிகள் தொடங்கப்பட்ட போது கோயிலை அமைப்பதற்காகத் திரு.எஸ்.பி.எல்.பி.பழனியப்பா அவர்கள் தனது நிலம் ஒன்றினை அன்பளிப்பாக வழங்க முன்வந்தார்கள். அந்த இடம் கோயில் அமைப்பதற்கு ஆகம முறைப்படி சரியான இடமாக அமையாமல் போனதால் வேறு வகையில் உதவும் பொருட்டு இந்த ஆலயத்தில் எழுந்தருளியுள்ள மூலமூர்த்தி ஸ்ரீ ஆறுமுக சுவாமி, வள்ளி, தேவயானை, மயில் வாகனம், பலி பீடம் ஆகியவற்றை இந்தியாவிலிருந்து கொண்டு வருவதற்கான அனைத்துச் செலவுகளையும் தனது பொறுப்பில் ஏற்றுக் கொண்டார். அத்துடன் தனது மூதாதையர் பர்மாவில் வழிபாட்டுக்கு வைத்திருந்த தேக்கு மரத்தில் சட்டமிடப்பட்ட தண்டாயுதபாணி படம் ஒன்றினையும் இவ்வாலயத்தில் வைப்பதற்கு அன்பளிப்பாக வழங்கினார்.தற்போது ஆலயம் எழுப்பப்பட்டுள்ள இடம் பெர்லிஸ் மாநில அரசுக்குச் சொந்தமான இடத்தில் அமைந்திருந்ததால் இந்த இடத்தை பெறுவதற்காக மாநிலத்தின் முதலமைச்சரை இந்த ஆலயப்பணிக் குழுவினர் அணுகினர். மத்திய அரசிடமிருந்து $25,000.00 (மலேசிய வெள்ளி) நன்கொடையும் இக்கோயிலை

அமைப்பதற்காகக் கிடைத்தது. இதற்கு மாநில முதலமைச்சர் டத்தோ ஷேக் அஹமத் மிகவும் உறுதுணையாக இருந்திருக்கின்றார். இடம் கிடைத்ததும் சேற்றுப் பகுதியாக இருந்த அவ்விடத்தை மணலால் கொட்டி நிரப்பி அதனைச் சரியான நிலைக்கு மாற்றினர் கங்காரிலும் ஆராவ் பகுதியிலும் வாழ்ந்த தமிழ் மக்கள்.

இக்கோயிலின் அடிக்கல் நாட்டு விழா 11.07.1968ஆம் ஆண்டு துன் வீ.தீ.சம்பந்தன் அவர்களால் நிகழ்த்தப்பட்டது. இக்கோயில் கட்டுமானப்பணிகள் தொடங்கப்பட்டதும் பொருளாதாரப் பிரச்சனைகள் எழுந்த போது மாநில முதலமைச்சர் அவர்கள் மேலும் $15,000 (மலேசிய வெள்ளி) மாநில பொறுப்பிலிருந்து ஏற்பாடு செய்து உதவியிருக்கின்றார். அத்துடன் நாடு முழுவதுமிருந்து திரட்டப்பட்ட நன்கொடைகளிலிருந்து மேலும் கிட்டிய தொகையில் கோயிலின் முழு கட்டுமானப்பணியும் நிறைவு பெற்றிருக்கின்றது.

கட்டுமானப்பணிகள் முடிவுற்று 14.06.1970 ஞாயிற்றுக்கிழமை ஸ்ரீ ஆறுமுகசாமி ஆலயத்தின் முதல் கும்பாபிஷேகம் சிறப்புற நடைபெற்றது. இவ்வாலயத்தை அதிகாரப்பூர்வமாக பெர்லிஸ் மாநில முதலமைச்சர் டத்தோ ஷேக் அகமது அவர்கள் காலை மணி 11.15க்கு திறந்து வைத்துச் சிறப்பு செய்திருக்கின்றார்.

28.01.1972 அன்று இவ்வாலயத்தின் முதல் பொதுக் கூட்டம் நடைபெற்று அதில் மறைந்த திரு.வீ.கோவிந்தசாமி நாயுடு அவர்கள் முதல் ஆலயத்தலைவராகத் தேர்ந்தெடுக்கப்பட்டார். இவர் தலைமையிலான குழு முக்கியப் பணியாக ஆலயத்தைச் சுற்றிலும் சுவர் எழுப்பும் திட்டத்தை திறம்பட செய்து முடித்துள்ளனர். அத்துடன் ஆலயத்தின் வைகாசி விசாகத் தேர் திருவிழாவிற்காக ஸ்ரீ ஆறுமுகசாமியின் பஞ்சலோக சிலை ஒன்றினை வாங்க முடிவு செய்து அதனை இந்தியாவிலிருந்து தருவித்தனர். அதனைத் தொடர்ந்து ஆலயத்தில் நவக்கிரக சன்னிதியும் அமைக்கப்பட்டது.

இக்கோயிலுக்குத் தவத்திரு கிருபானந்த வாரியார் சுவாமிகளும் வந்து சிறப்பித்திருக்கின்றார் என்பதுவும் ஒரு பெருமை தரும் செய்தி. 15.12.1981 அன்று முதன் முதலில் தவத்திரு கிருபானந்த வாரியார் சுவாமிகளின் சொற்பொழிவு இவ்வாலயத்தில் நிகழ்ந்துள்ளது. 1983ஆம் ஆண்டு திரு.வி. கோவிந்த சாமியின்

மறைவுக்குப் பின்னர் மறைந்த திரு.அழகுமலை அவர்கள் ஆலய தலைமைப் பொறுப்பை ஏற்றுக் கொண்டார். அதற்குப் பின்னர் 1987ஆம் ஆண்டு நடைபெற்ற ஆலயப் பொதுக்கூட்டத்தில் திரு. ராமையா நரசிம்மலு அவர்கள் தலைவராகத் தேர்ந்தெடுக்கப்பட்டார்கள்.இவ்வாலயத்திற்கு மீண்டும் கிருபானந்த வாரியார் சுவாமிகள் 1982ஆம் ஆண்டு வருகை புரிந்து ஆன்மீகச் சொற்பொழிவாற்றியிருக்கின்றார்.

2002ஆம் ஆண்டு இக்கோயிலின் பெயர் ஸ்ரீ ஆறுமுகசாமி தேவஸ்தானம் எனப் பெயர் மாற்றம் கண்டது. அதே ஆண்டு இக்கோயில் முழுதும் சீரமைக்கப்பட்டு 11.9.2002ஆம் அன்று மூன்றாவது கும்பாபிஷேகம் நிகழ்த்தப்பட்டது. இக்கோயில் சீரமைப்பு மற்றும் கும்பாபிஷேகத்துக்கு தேவைப்பட்ட $200,000.00 (மலேசிய வெள்ளி) பொது மக்கள் வழங்கிய நன்கொடையின் வழி சேகரிக்கப்பட்டது.இக்கோயிலின் தேர் இலங்கையிலிருந்து (கொழும்பு) ஆகம முறைப்படி தயாரிக்கப்பட்டு இங்கு கொண்டு வரப்பட்டது. தேக்கு, மஹோகானி, சந்தன மரத்தினால் உருவாக்கப்பட்ட தேர் இது. இலங்கையிலிருந்து தயாரித்து கொண்டுவரப்பட்ட தேரின் தனித்தனி பாகங்களைத் திரு.ஜெயகாந்தன் என்பவர் ஆலயத்திலேயே இருந்து அவற்றை பொருத்தி முழுமைப்படுத்தி முடித்திருக்கின்றார்.

31.05.2004 அன்று ஆலயத்தில் ஒரு பொன்னாலான வேல் மட்டும் வைத்து இத்தேரினை ஆலயத்தைச் சுற்றி வலம் வரச் செய்திருக்கின்றனர். இதனைத் தொடர்ந்து 02.06.2004 அன்று ஆலயத்தில் மிகச் சிறப்பான முறையில் ஷண்முக அர்ச்சனை நிகழ்த்தப்பட்டுள்ளது.அத்துடன் திருமதி.சுசீலா ராமையா என்பவர் இவ்வாலயத்தில் தற்போதுள்ள 250 கிலோ எடையுள்ள பஞ்சலோக ஸ்ரீ ஆறுமுகசாமி, வள்ளி தெய்வானை சிலைகளை நன்கொடையாக வழங்கியிருக்கின்றார். இச்சிலைகள் இலங்கையில் தயாரிக்கப்பட்டவை. இந்தச் சிலைகளே தற்சமயம் வைகாசி விசாகத் தேர் திருவிழாவில் ஊர்வலத்தில் பயன்படுத்தப்படுகின்றன. இந்த உற்சவ மூர்த்தி சிலைகளை வைத்து முதன் முதலாக 02.06.2004 அன்று இத்தேர் கங்கார் நகரை வலம் வந்தது. பினாங்கு மாநிலத்திலிருந்து ஏற்பாடு செய்து கொண்டுவரப்பட்ட இரண்டு காளைகள் இந்தத் தேரினை இழுத்துச் சென்றன. இத்திருவிழாவும் ஆலய பூஜை

வைபவங்களும் ஆலய ஆகம முறைப்படி செய்விக்கப்பட்டிருக்கின்றன.

வைகாசி விசாக விழாவோடு, கந்தர் சஷ்டி, திருக்கார்த்திகை ஆகிய விழாக்களும் இவ்வாலயத்தில் சிறப்பாக ஒவ்வொரு ஆண்டும் கொண்டாடப்படுகின்றன.

மலேசியாவைப் பொறுத்தவரை பொதுவாகவே ஆலயத்திருப்பணிகளுக்கு ஆதரவு தர பொதுமக்கள் என்றும் தயங்குவதில்லை என்பதை நாம் அறிவோம். ஆலயங்களில் நடைபெறும் பல திருவிழாக்கள், கலாச்சாரப் போட்டிகள் போன்றவை மக்கள் தரும் நன்கொடைகள், சமூக ஆர்வலர்களின் உழைப்பு ஆகியவற்றால் நிகழ்த்தப்படுபவை தான். பெரும்பாலான ஆலயங்களில் ஆலயப் பொதுக்குழு, இளைஞர் குழு, மகளிர் குழு என தனித்தனி பிரிவுகளை அருகாமையில் உள்ள மக்களாகவே சேர்ந்து உருவாக்கி பல்வேறு நடவடிக்கைகளை மேற்கொள்வார்கள். அதில் குறிப்பாக ஆலயத் துப்புரவுப் பணி, திருவிழா ஏற்பாடுகள், கலாச்சாரப் போட்டிகள், பொங்கல் திருவிழா ஏற்பாடுகள், ஆலய பஜனைக் குழுவினர் என அமைந்திருக்கும். பலர் தங்கள் வார இறுதி நாட்களையும் வெள்ளிக் கிழமையையும் இவ்வகை பணிகளுக்காக ஒதுக்குவதும் உண்டு. முன்னர் மலேசியாவில் இருந்த காலகட்டத்தில் எனது அனுபவத்திலேயே இவ்வாறு பல நடவடிக்கைகளில் நானும் ஈடுபட்டிருக்கின்றேன். அவை அனைத்தும் மனதை விட்டு அகலாத இனிய நிகழ்வுகளாக இருக்கின்றன.

பெர்லிஸ் மலாய்க்காரர்கள் வாழும் மாநிலமாயிற்றே என நினைக்கும் நம்மில் பலருக்கு இச்சிறிய மாநிலத்திலேயே இத்தகைய சிறப்பு மிக்க ஆலயங்களும் உள்ளன. அவற்றைப் பேணிக்காக்கும் தமிழர்கள் இங்கே வாழ்கின்றனர்; பெர்லிஸ் மாநில அரசும் இக்கோயில் உருவாக்கத்தில் பங்களித்துள்ளது என்ற செய்திகள் மகிழ்ச்சி அளிக்கின்றன.

(தமிழ் மலர் நாளேடு (மலேசியா) 24.08.2017)

☙◉❧

13
பானையின் மேல் ஓவியமா?

மண்பாண்டங்களில் சமைத்தல் என்பது தமிழர்களாகிய நமக்குப் புதிதல்ல. இன்று அயல்நாடுகளுக்குக் குடியேறிவிட்ட தமிழ் மக்களுக்கு சூழ்நிலை, வசதிகள் காரணமாக மண்பாண்டங்களை வைத்து சமைத்து சாப்பிடுவதற்கும், ஏனைய வகையில் மண்பாண்டங்களை உபயோகப்படுத்துவதற்கும் வாய்ப்பு கிடைக்காமல் போயிருக்கலாம். ஆயினும் ஆசிய நாடுகளில் அதிலும் குறிப்பாக தமிழகத்தில் மண்பாண்டங்களின் உபயோகம் என்பது கிராமப்புறங்களில் மிக அதிகமாகவே இருக்கின்றது. மண்பாண்டங்கள் உற்பத்தி செய்பவர்களையும் அவர்களது தொழில் முறையையும் நேரில் கண்டு பதிவு செய்ய வேண்டும் என்ற விருப்பம் இருந்ததால் ஒருமுறை மதுரைக்கு அருகே இருக்கும் மானாமதுரைக்குச் சென்றிருந்தேன்.

குடிசைத் தொழிலாக நேரில் மக்கள் எவ்வாறு மண்பாண்டங்களையும் மண்ணினால் ஆன வேறு சில பொருட்களையும் செய்கின்றார்கள் என்பதை அம்மக்களை நேரில் பார்த்து பேட்டி கண்டு அது தமிழ் மரபு அறக்கட்டளை வலைப்பக்கத்தில் வெளிவந்தது. அது பற்றி வேறொரு கட்டுரையில் சொல்கின்றேன். இந்தப் பதிவில் 2002ஆம் ஆண்டு, அதாவது தமிழ் மரபு அறக்கட்டளை அதிகாரப்பூர்வமாகத் தொடங்கப்பட்ட ஓராண்டுக்குப்பின் தமிழகத்திற்கு நான் சென்றிருந்த போது அங்கே மண்பாண்டங்கள் தொடர்பாக மேற்கொண்ட ஒரு ஆய்வைப் பற்றி சில செய்திகளைப் பகிர்ந்து கொள்கின்றேன்.

மண்பாண்டங்கள் என்பன முன்பு, அதாவது சிந்து வெளி நாகரிக காலத்திலேயே புழக்கத்தில் இருந்தது என்பதையும், தமிழகம் முழுவதும் இன்றைக்கு 3000 ஆண்டுகள் எனும் கால

அளவிலும் புழக்கத்தில் இருந்தன என்பது, தமிழகத்தில் பல்வேறு பகுதிகளில் நிகழ்த்தப்பட அகழ்வாய்வுகளில் கிடைத்த மண்பாண்டங்களின் வழி நம்மால் அறிந்து கொள்ள முடிகின்றது.

கோயம்புத்தூருக்கு அருகே உள்ள பேரூர் பகுதியில் ஒரு கட்டுமானப்பணி நடந்து கொண்டிருந்த போது அதன் நிமித்தம் மேற்கொள்ளப்பட்ட அகழ்ந்தெடுக்கும் பணியின் போது பல மண்பாண்டங்கள் கிடைத்தன. அவை பேரூரில் இருக்கும் சைவ மடத்தில் அப்போது வைக்கப்பட்டிருந்ததோடு, கல்வெட்டு வாசிப்பிலும், தொல்லியல் ஆய்வுகளிலும் நிபுணத்துவம் பெற்ற சில அறிஞர்களின் உதவியோடு வாசிக்கப்பட்டு அவை ஆராய்ச்சிக்கு உட்படுத்தப்பட்டன. அந்த மண்பாண்டங்களின் மேல் கீறப்பட்டிருந்த எழுத்துக்களும் அதன் மேல் கீறப்பட்டிருந்த ஓவியங்களையும் ஆராயும் வகையில் தமிழ் மரபு அறக்கட்டளை ஒரு நாள் பட்டறை ஒன்றினை நடத்தினோம். இது நிகழ்ந்தது 2002ஆம் ஆண்டில்!

தமிழ்நாடு அரசின் பொதுப்பணித் துறையில் முக்கியப் பொறுப்பில் இருந்தவரும் தொல்லியல் துறை சம்பந்தமான ஆய்வுகளில் மிகுந்த நாட்டம் கொண்டவருமான மறைந்த திரு. கொடுமுடி சண்முகம் அவர்கள் அச்சமயம் நமது தமிழ் மரபு அறக்கட்டளையின் செயலவைக் குழுவிலும் அங்கம் வகித்தார். அவரின் உதவியோடும், தமிழ் மரபு அறக்கட்டளையின் டாக்டர். நா. கண்ணனின் உதவியோடும் உலகத் தமிழாராய்ச்சி நிறுவனத்தைத் தொடர்பு கொண்டு அங்கே ஒரு நாள் பட்டறை ஒன்றை இந்த ஆய்விற்காகவே ஏற்பாடு செய்திருந்தோம். டாக்டர்.நா. கண்ணன் பேரூர் சைவ மடத்திற்குச் சென்றிருந்த போது அங்கே பதிந்து வந்திருந்த பானை ஓடுகளின் புகைப்படங்களை இந்தப் பட்டறையில் மேற்கொண்ட ஆய்வில் பயன்படுத்தினோம்.

இவ்வாய்வில் இந்த முயற்சிக்கு உதவுவதற்கு அப்போது தமிழக தொல்லியல் துறையில் பணியாற்றிக் கொண்டிருந்த டாக்டர். அ.பத்மாவதி அவர்களும் மேலும் சில ஆய்வாளர்களும் இப்பட்டறையில் கலந்து கொண்டனர். இந்தப் பட்டறையில் வாசிக்கப்பட்டு அறிந்து கொள்ளப்பட்ட தகவல்கள் அனைத்தும் தமிழ் மரபு அறக்கட்டளையின் ஒரு பிரத்தியேக வலைப்பக்கத்தில் இணைக்கப்பட்டுள்ளன. அத்தகவல்களை அறிந்து கொள்ள

விரும்புவோர், *www.tamilheritage.org/old/monument/oodu/sangkam.html* என்ற பக்கம் சென்று இவ்விபரங்களை அறிந்து கொள்ளலாம்.

தமிழகத்தில் கண்டெடுக்கப்பட்ட மண்பாண்டங்கள் எனச் சொல்லும் போது அவை பொதுவாக சமையலுக்கு மட்டுமே பயன்படுத்தப்படுபவை எனக் குறிப்பிட முடியாது. ஏனெனில் பண்டைய நாகரிகத்தில் ஈமச்சடங்கின் முக்கிய அம்சமாக விளங்கியவையாக மண்பாண்டங்களே திகழ்கின்றன. இது தமிழகத்தில் மட்டும் இருந்த ஒன்றல்ல. மாறாக உலகில் தோன்றிய பண்டைய நாகரிகங்கள் பலவற்றில் மண்பாண்டங்களுக்குள் மனித உடலை வைத்து ஈமக்கிரியைச் செய்வது என்பது மிக விரிவாக கையாளப்பட்ட ஒரு சடங்கு முறையாகவே இருந்திருக்கின்றது. நல்ல உதாரணமாக அமைவது எகிப்திய ஈமச்சடங்கு முறை. ஈமச்சடங்கில் மண்பாண்டங்கள் உபயோகித்தல் என்பது ஆப்பிரிக்க கண்டத்தில் வாழ்கின்ற பல்வேறு இனக்குழு மக்களின் வாழ்க்கையில் இன்றும் கடைபிடிக்கப்படுகின்ற ஒரு நிகழ்வாகத்தான் இருக்கின்றது. தமிழகத்தில் எடுத்துக் கொண்டாலோ, மண்பாண்டங்களின் உள் இறந்தவர் உடல்களை வைத்துப் புதைப்பது என்பது வழக்கில் இருந்த ஒன்றாகவே கருதலாம். இதற்குச் சான்றாக தமிழகத்தின் பல்வேறு பகுதிகளில் மேற்கொள்ளப்பட்ட அகழ்வாய்வுகளில் கிடைத்த மண்பாண்டங்களே அமைகின்றன. அண்மையில் செய்திகளில் பரவலாகப் பேசப்பட்ட மதுரைக்கு அருகாமையில் உள்ள கீழடி அகழ்வாய்விலும் இத்தகைய பொருட்கள் கிடைத்திருக்கின்றன என்பதைக் குறிப்பிட்டுச் சொல்லலாம்.

எனது தமிழகப் பயணம் ஒன்றில் சென்னையில் அத்திரம்பாக்கம் பகுதியில் வரலாற்றுப் பயணம் மேற்கொண்டபோது, சென்னையின் புறநகர் பகுதியில் ஒரு பெரிய வெட்ட வெளியில் வரிசையாக பாதி உடைந்த நிலையிலான மண்பாண்டங்கள் தென்படுவதை நேரில் காணும் வாய்ப்பு கிடைத்தது. இவை முதுமக்கள் தாழி எனப்படுவன. முதுமக்கள் தாழி என்பது பெரிய வடிவில் அமைந்த மண்பானை. ஒரு மனிதரின் உயரத்திலோ அல்லது சற்று குறைவான உயரத்திலோ இவை அமைக்கப்பட்டிருக்கும். அதன் உள்ளே இறந்தவரை வைத்து அவர் பயன்படுத்திய அணிகலன்களையும் உள்ளே வைத்து மண்ணிற்குள் புதைக்கும் முறையே பண்டைய காலத்தில்

ஈமச்சடங்கு முறையாக இருந்தது. ஆச்சரியம் என்னவென்றால், இவ்வகையான இறந்தோரை மண்பாண்டங்களில் வைத்து புதைப்பதுவோ அல்லது அவர்களது எரியூட்டப்பட்ட உடலிலிருந்து எடுக்கப்பட்ட எலும்புகளையும் சாம்பலையும் பானைக்குள் வைத்து புதைப்பது என்பதுவோ தமிழகத்தில் என்று மட்டுமல்லாது பண்டைய நாகரிகங்கள் பலவற்றில் வழக்கில் இருந்திருக்கின்றன என்பதுதான். ஆசிய நாகரிகம், எகிப்து, மெசொபொட்டேமிய நாகரிகம் என்பனவற்றை இவ்வகையில் குறிப்பிட்டுச் சொல்லலாம்.

புதை படிமங்கள்

தமிழகத்தில் நெடுங்காலமாக மக்கள் வாழ்விடமாக குறிப்பிடப்படும் பகுதிகளில் பரவலாக அகழ்வாய்வுகள் நடத்தினால் மிக அதிக அளவிலான முதுமக்கள் தாழிகளைக் கண்டெடுக்கலாம். இதன்வழி மானிடவியல், சமூகவியல், தொல்லியல், குறியீடுகள் தொடர்பான ஆய்வுகளை மேற்கொள்ளலாம்.

தமிழக அகழ்வாய்வுகளில் கிடைத்திருக்கின்ற மண்பாண்டங்களின் உடைந்த பகுதிகளில் இருக்கும் கீறல்களை ஆராயும் போது பொதுவாக இரண்டு வகைகளில் இக்குறியீடுகள் உருவாக்கப்பட்டமை பற்றி அறிய முடிகின்றது. முதலாவது, இந்த மண்பாண்டங்களை உருவாக்கி அதனைச் சுட்டு இறுக்கமாக ஆக்குவதற்கு முன்னரே பானையின் மேல் சில கீறல்கள் அமைப்பது. இரண்டாவது வகை, பானையை முழுமையாகத் தயாரித்த பின்னர் அதன் மேல் ஏதாகினும் பொருளைக் கொண்டு தீட்டப்படும் குறியீடுகள் என்ற வகையில் அமைவது. இதில் முதல் வகையில் அமைந்த குறியீடுகளோடு கண்டெடுக்கப்பட்ட மண்பாண்டங்களின் மேல் இருக்கும் கீறல்களை நன்கு காண முடிகின்றது என்பது முக்கியமானது.

தமிழகத்தில் இதுவரை மேற்கொள்ளப்பட்ட அகழ்வாய்வுகளில் கண்டெடுக்கப்பட்ட மண்பாண்டங்களின் மேல் உள்ள குறியீடுகளில் எழுத்துக்களும் அடங்கியிருப்பது கண்டுபிடிக்கப்பட்டுள்ளது. எழுத்துக்களும் ஓவியங்களும், அல்லது எழுத்துக்கள் மட்டும், அல்லது ஓவியக் கீறல்கள் மட்டும் என்ற வகையில் இவை அமைந்திருக்கின்றன. ஓவியங்களாக இருக்கின்றனவற்றைக் காணும் போது பெரும்பாலும் கோடுகள், அல்லது உருவ வடிவங்கள் ஆகியவை அமைந்திருக்கின்றன. உருவ வடிவங்கள் எனப்படும்போது மரங்கள், விலங்குகள், சூரியன் போன்ற உருவங்களும் காணக்கிடைக்கின்றன.

அத்திரம்பாக்கம்

இந்தப் பழைய மண்பாண்டங்களில் உள்ள எழுத்துக்களையும் கீறல்களையும் பார்த்தும் வாசித்தும் என்ன பயன் எனப் பலரும் நினைக்கலாம். தமிழர்தம் வரலாற்றை அறிந்து கொள்ள இவ்வகை ஆய்வுகள் மிக அவசியம். தமிழ் மொழியின் வளர்ச்சி, அக்கால நடைமுறைகள், அக்கால தமிழர் வாழ்வியல், அக்கால வணிகமும் பொருளாதார நிலையும் என்ற பல்வேறு தளங்களிலான விசயங்களை ஆதாரப்பூர்வமாக அறிந்து கொள்ள இவ்வகை கண்டுபிடிப்புக்களும் அது தொடர்பான ஆய்வுகளும் மிக மிக அவசியம். அந்த வகையில் மலேசியச் சூழலிலும் தமிழர் தம் வரலாற்றை முறையாக அறிந்து கொள்ள முறையான அகழ்வாய்வுகள் மேற்கொள்ளப்பட வேண்டும். அதற்கான தேவையும் அவசியமும் நிச்சயமாக இருக்கின்றது என்பதில் தமிழ் மரபு அறக்கட்டளைக்கு மாற்றுக் கருத்து ஏதும் இல்லை!

(தமிழ் மலர் நாளேடு (மலேசியா) 09.3.2016)

৵⦿৵

14
திருமலை - மனித உருவ பாறைச்சித்திரங்கள்

தமிழகத்தில் எனக்குத் தனிப்பட்ட வகையில் என் மனதைக் கவரும் சில ஊர்கள் உண்டு. அதில் காரைக்குடியும் அடங்கும்.

2012ஆம் ஆண்டு தான் முதன் முறையாக காரைக்குடிக்கு நான் சென்றிருந்தேன். அழகப்பா பல்கலைக்கழகத்தில் தமிழ் மரபு அறக்கட்டளையின் கருத்தரங்கம் ஒன்று ஏற்பாடாகியிருந்தது. அதனை முடித்து சில வரலாற்றுப் பதிவுகளைச் செய்வதற்குத் திட்டமிட்டிருந்தேன். மூன்று நாட்கள் காரைக்குடியில் இந்தப் பயணத்தின் போது நான் இருந்தேன்.

எனது காரைக்குடிக்கானப் பயணத்தின் இறுதி நாளில் சில இடங்களுக்குச் சென்று வரலாற்றுப்பதிவுகள் ஏதேனும் செய்யவேண்டும் என நினைத்திருந்தேன். இந்தப் பயணத்தின் போது முழு ஏற்பாட்டு உதவிகளையும் நண்பர் முனைவர் காளைராசன் செய்து உதவினார். அன்று மாலை 8:30மணியளவில் எனக்கு சென்னைக்குச் செல்வதற்கான ரயில் டிக்கெட்டை ஏற்கனவே முனைவர்.காளைராசன் எடுத்து வைத்திருந்தார். ஆக இரவு எட்டுக்குள் அருகாமையில் உள்ள ஏதாகினும் முக்கிய இடங்களுக்குச் சென்று வரலாற்றுப் பதிவுகள் செய்து வர வேண்டும் என்று நாங்கள் திட்டமிட்டோம். இருக்கின்ற நேரத்தில் எங்கு செல்லலாம் என யோசித்த போது தகுந்த இடங்களைக் கண்டறிய வரைபடத்தை வைத்துக் கொண்டு ஆராய்ந்தோம். அருகாமையில் உள்ள சில இடங்களைப் பரிசீலித்தோம். திருப்பத்தூர் செல்லலாமா என்ற எண்ணமும் வந்தது. இறுதியில் காரைக்குடியிலிருந்து புறப்பட்டு நேராகத் திருமலை செல்வது.

பின்னர் அதனை முடித்து விட்டு எப்படி வசதி அமைகின்றதோ அதன்படி செய்வோம் என முடிவு செய்து கொண்டோம்.

எங்களுடன் இப்பயணத்தில் இணைந்து கொண்ட முனைவர்நா.கண்ணனுக்கு அவரது சொந்த ஊரான நாட்டரசன் கோட்டைக்கும் சென்று வர வேண்டும் என்ற ஆவல் இருந்ததால் அதனையும் அன்றே முடிந்த வரை பார்ப்போம் என்று முடிவானது. பயணம் எங்கு செல்வது என முடிவானதும் சற்று நேரத்தில் எங்களை அழைத்துச் செல்ல தனது வாகனமோட்டியுடனும் வாகனத்துடனும் வந்து சேர்ந்தார் டாக்டர் வள்ளி. இவர் இப்பகுதியில் கல்வெட்டாய்வுகள் செய்தவர் என்பதனை இவ்வேளையில் குறிப்பிடுவது அவசியம்.

திருமலை என்ற ஊரின் பெயரைக் கேட்டால் பெரும்பாலோர் குழம்புவது இயல்புதான்.ஆந்திரப்பிரதேசத்தில் உள்ள திருமலையோ என சிலர் நினைக்கக்கூடும்.

இன்னும் சிலர் திருவண்ணாமலை மாவட்டத்தில் உள்ள சமணத்தலமோ என்றும் நினைக்கலாம். ஆனால், இந்தத் திருமலை இருப்பது காரைக்குடிக்கு ஏறக்குறைய 49கி.மீ. மேற்குப்பக்கத்தில். காரைக்குடியிலிருந்து புறப்பட்டு பிள்ளையார்பட்டி வந்து பின்னர் திருப்பத்தூர், திருக்கோஷ்டியூர் ஆகிய நகரங்களைக் கடந்து வந்தால் திருமலையை வந்தடையலாம். திருமலையை நாங்கள் வந்தடைவதற்குச் சற்று அதிக நேரம் எடுத்தது என்றே சொல்வேன். ஆனால் வழி நெடுக பேசிக் கொண்டே நாங்கள் பயணித்ததால் நேரம் போனதே தெரியவில்லை.

இயற்கை எழில் கொஞ்சும் ஒரு கிராமம் இது. வயல்வெளியின் பசுமை கண்களுக்குக் குளிர்ச்சி. மனதிற்கு இதம். பார்க்கும் இடமெல்லாம் பச்சைப் பசேலன நெற்பயிர்கள். தாமரை மலர்கள் நிறைந்த குளம். அக்குளத்தில் அங்கொன்றும் இங்கொன்றுமாக தாமரை மலர்கள். வயலில் உழைத்து விட்டு நடந்து செல்லும் மூதாட்டி. துள்ளித் திரிந்து விளையாடும் சிறுவர்கள். அழகான பாறைகள் நிறைந்த குன்றுகள். அங்கே ஓர் ஆலயம். இப்படி நகரங்களின் சாயம் ஏதும் பூசப்படாத எளிமையான கிராமம்தான் திருமலை.

தமிழகத்திலேயே இருக்கின்ற பலர் கூட இன்னமும் இந்தப் பகுதிக்குச் சென்றிருக்க மாட்டார்கள் என்பதை நான் பயணம்

முடிந்து சென்னைக்கு வந்து நண்பர்களோடு பேசிக் கொண்டிருந்த போது அறிந்து கொண்டேன். இந்தத் திருமலைப்பகுதியில் இந்தப் பதிவின் போது நான் தமிழ் மரபு அறக்கட்டளைக்கான பதிவுகளாக குறிப்பிடத்தக்க விசயங்களைப்பதிந்து வந்து வெளியீடு செய்தேன். அதில்பாண்டியர் காலத்தில் கட்டடப்பட்ட

- » மலைக்கொழுந்தீஸ்வரர் ஆலயம்
- » மலைக்கொழுந்தீஸ்வரர் ஆலயத்தின் உட்பகுதியில் அமைந்திருக்கும் குடைவரைக் கோயில்
- » குகைகளிலும் பாறைச் சுவர்களிலும் உள்ள தமிழ்க் கல்வெட்டுக்கள்
- » மலைக்கொழுந்தீஸ்வரர் ஆலயத்தின் முன்பகுதி கோயிலைக் கட்டிய கருவபாண்டியன் சிற்பம்
- » கோயிலுக்கு மேலே குன்றில் உள்ள பாறைகளில் இருக்கும் பாறை ஓவியங்கள்
- » பாறைகளுக்குக் கீழே குகைகளுக்குள்ளேஉள்ள சமணப் படுகைகள்
- » அங்குச் சுற்றுப்புறத்தில் வாழும் யாதவர் குல மக்கள்
- » அந்த யாதவர் குல மக்களின் கருப்பண்ணசாமி குல தெய்வம்

என்பன இடம் பெற்றிருக்கின்றன.

எங்களின் இந்தக் களப்பணி குன்றின் அடிவாரத்தில் தொடங்கியது. படிகளில் ஏறிச் செல்லும் போதே கீழே மூலையில் இருக்கும் இரண்டு சிதைந்த சிலைகளைப் பார்த்துக் கொண்டே சென்றோம். கோயிலின் வாசலில் ஒரு ஆத்தி மரம் இருக்கின்றது. இந்த ஆத்தி மரம் நூறு வருஷங்களுக்கும் மேல் வயதுடையதாக இருக்க வேண்டும் என்பதையும் தெரிந்து கொண்டோம். (குறிப்பு: மண்ணின் குரல் - ஜனவரி 2013: திருமலை யாதவர்கள்குலக் கண்ணன்)

முதலில் கோயிலுக்குள் சென்று இறை தரிசனத்தை விரைவாக முடித்து விட்டு வாசலுக்கு வந்து சேர்ந்தோம். கோயிலுக்கு இடது புறமாக உள்ள பாறைகளில் தான் முன்னர் இந்தப் பாறை ஓவியங்களைத் தாம் பார்த்ததாக டாக்டர் வள்ளி குறிப்பிடவே அங்கே நடக்கலானோம். டாக்டர்.வள்ளி கால் வலியினால் வருந்திக் கொண்டிருந்தமையினால் அவரை கீழே அமரச் சொல்லி விட்டு காளைராசன், நா.கண்ணன், நான் மூவரும்

மேலே செல்ல ஆயத்தமானோம். எங்கள் பின்னாலேயே சிறுவர்கள் சிலரும் ஓடி வந்து இணைந்து கொண்டனர்.

முதலில் கீழே கோயிலில் எங்களைச் சந்தித்த இரண்டு இளைஞர்களும் எங்களுடன் இணைந்து கொண்டனர். இப்படித்தான் பல முறை எனது களப்பணிகளில் நிகழ்ந்துள்ளது. நான் பதிவுகளைச் செய்து கொண்டிருக்கும் போது ஆர்வத்துடன் இப்பதிவுகளைக் கவனிக்கும் சிறார்களும் இளையோரும் பெரியோரும் தாமும் இணைந்து கொள்வார்கள். அவர்களுக்குத் தெரிந்த செய்திகளையும் கதைகளையும் சொல்லிக் கொண்டே வருவார்கள். சிலர் வேடிக்கை பார்த்துக் கொண்டு மட்டும் வருவார்கள். எப்படியாகினும் அன்று என்னுடன் வந்து இணைந்து கொள்வோர், ஏதாவது ஒரு வகையில் தாமும் புராதன வரலாற்றுச் சின்னங்களைப் பாதுகாக்க வேண்டும் என்ற செய்தியைப் புரிந்துகொள்வர்.

பாறைகளில் ஏறிய பின்னர் சுற்றுச்சூழலைப் பார்க்க மனதிற்கு மிக ரம்மியமாக இருந்தது. குன்றில் ஏறுவது சுலபமான

காரியமாக இருந்தாலும் மேலே செல்லச் செல்ல உடைந்த கற்களைக் கடந்து மிகச் சிறிதான பாறைகளில் பயணித்து பின்னர் மண்டிக் கிடக்கும் செடிகளைத் தாண்டிச் செல்வது என்பதாகப் பயணம் இருந்தது. அதிக நடைப்பயிற்சியும் உடற்பயிற்சியும் அடிக்கடி மேற்கொள்வதால் எனக்கு இவ்வகை பயணங்களில் சிரமம் பொதுவாகவே இருப்பதில்லை. ஆனாலும் மண்டிக்கிடக்கும் புதர்களைச் தாண்டிச் செல்லும் போதும் பாறைகளில் கைகளில் கீறல்கள் படுவதைத் தவிர்க்க இயலவில்லை.

முதலில் ஒரு பாறையைக் கண்டோம். அதில் நான் அதே ஆண்டு கிருஷ்ணகிரியில் பார்த்த வகையில் அமைந்த குறியீடுகள் என்றில்லாமல் முழு மனித உருவத்தின் சிலை பதித்த உருவங்கள் வரையப்பட்டிருந்தன. தலைப்பகுதியில் மிருகங்களின் தலையை

வைத்துக் கொண்டு இருப்பதைப் போன்ற மனித வடிவங்கள் அவை. எகிப்தில் இரண்டு வார கால பயணம் மேற்கொண்டு பல பழமையான ஆலயங்களைச் சென்று பார்த்து வந்த அனுபவம் எனக்கு இருந்தமையால் இந்த உருவங்கள் அதே வடிவில் இருப்பதை உணர்ந்தேன். வேறுபாடுகள் அதிகம் இல்லாமல் அதே வகையிலான உருவங்கள். எகிப்திய பண்டைய தெய்வங்களின் உடல் கூறு என எடுத்துக் கொண்டால் அவை மெல்லிய உடலும் நீண்ட கை கால்களும், தலையில் ஏதாகினும் ஒரு மிருகத்தின் தலையும், உதாரணமாகக் கழுகு, எருது, முதலை என அமைந்திருக்கும். அதே வகையில் இங்கே ஓரிரண்டு சித்திரங்கள் பாறைகளில் இருந்தன. ஆச்சரியப்பட்டுப் போனேன்.

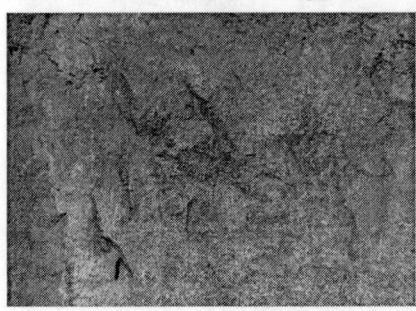

பாறை ஓவியங்கள்

பின்னர் அவற்றைப் பார்த்து அவ்வகைக் குறியீடுகள் வேறு எங்குள்ளன என தேடிக் கொண்டுமேலும் நடந்தோம். இடது பக்கம் முழுதும் பார்த்து விட்டு வலது பக்கம் வந்தோம். அங்கே பாறைகள் கூட அழகாக இருக்குமா என வியக்க வைத்த பிரமாண்டமான வடிவத்தில் அமைந்த பாறைகள் இருந்தன. அதன் அடியிலே சமணப்படுகைகள் இருப்பதைக் கண்டோம். மழைநீர் வடியாமல் இருக்க அமைக்கப்பட்ட காடி, பாறைக்குள்ளேயே நீர் வடியச் செய்யப்பட்டிருக்கும் சிறு வாய்க்கால், வரிசை வரிசையாக அமைக்கப்பட்டிருந்த படுகைகள் என அனைத்தையும் பார்த்து அறிந்து வீடியோவிலும் கேமராவிலும் பதிந்து கொண்டேன்.

சமணப்படுகைகள் இருந்த தரைப்பகுதியை அங்கு வரும் மக்கள் சேதப்படுத்தி வைத்திருக்கின்றனர். பாறை ஓவியங்கள் இருந்த பாறைகளின் மேல் பலர் தங்கள் பெயர்களை எழுதிக் கீறி வர்ணம் அடித்து வைத்திருக்கின்றனர். மனம் பதைத்து

விட்டது எங்களுக்கு. இது என்ன கொடுமை? நம் மரபுச் செல்வங்களை முன்னரெல்லாம் வேற்று நாட்டினரும் வேற்று மதத்தினரும் வந்து அழித்தனர் என்று புலம்பி அழுகின்றோம். ஆனால் கண்முன்னேயே தற்காலத்திலேயே நம் மக்களே நம் மரபுச் செல்வங்களை அழிக்கும் ஒரு நிலையை எப்படிப் பார்த்து அதை அனுமதித்துக் கொண்டிருக்கின்றோம்? எனச் சொல்லி வருந்தினோம்.

இப்படி யோசித்து பேசிக் கொண்டிருக்கும் போதே எங்களை நோக்கி பாறைகளில் ஏறி காவல்துறை உடையணிந்த போலீஸ்காரர்கள் இருவர் வந்து கொண்டிருந்தனர். ஏன் இவர்கள் இங்கு வருகின்றனர் என்று ஆச்சரியத்துடன் பார்த்து நின்றோம். அப்போது காலை ஏறக்குறைய 11 மணியிருக்கலாம். எங்களை நோக்கி வந்த காவல்துறை அதிகாரிகளிடம் காரணம் விசாரித்தோம். அன்றைக்கு முதல் நாள் தான் திருமலை சுற்று வட்டாரத்தில் வாழும் குடும்பத்தினர்கள் சேர்ந்து திருமலை மலைக்கொழுந்தீஸ்வரர் ஆலயச் சுற்றில் உள்ள பாறை ஓவியங்களையும் மரபுச் சின்னங்களையும் அரசாங்கத்தின் பாதுகாப்பிற்குரிய இடமாக அறிவித்து அரசு பாதுகாக்க வேண்டும் என மனு கொடுத்திருப்பதாகவும் அதற்காகக் கூட்டமாக அங்கு வந்து தங்கள் கோரிக்கையை வைக்கப் போவதாகவும் அதனைக் கண்காணிக்க அங்கே வந்திருப்பதாகவும் குறிப்பிட்டார்கள் இரண்டு காவல் அதிகாரிகளும்.

அவர்கள் சொன்னதை நிரூபிப்பது போன்று ஒரு வெள்ளை நிற ஜீப் வண்டியும் 2 அம்பாஸிடர் கார்களும் வந்து சேர்ந்தன. ஏறக்குறைய 30பேர் பலதரப்பட்ட வயதுடைய ஆண்கள் வந்திறங்கினர்.

நாங்கள் அந்தக் காவல்துறை அதிகாரிகளிடம் தமிழ் மரபு அறக்கட்டளை பற்றி விளக்கி நாங்கள் அங்கு வந்திருப்பதற்கான காரணத்தையும் குறிப்பிட்டோம். அவர்கள் இருவருக்குமே

ஆச்சரியம். எங்களோடு சேர்ந்து நாங்கள் புகைப்படமும் வீடியோவும் எடுத்த இடங்களுக்கெல்லாம் வந்து பார்த்துக் கொண்டிருந்தனர். அதற்குள் கீழேயிருந்து வந்தவர்களில் சில இளைஞர்கள் நாங்கள் இருக்கும் இடத்திற்கு வந்து சேர்ந்தனர்.

நாங்கள் பொதுமக்கள் சேதப்படுத்தி வைத்திருக்கும் சமணப்படுகைகளையும் பாறைச் சித்திரங்களையும் காவல் அதிகாரிகளிடம் காட்டி இவையெல்லாம் பாதுகாக்கப்பட வேண்டிய மரபுச்சின்னங்கள் என அவர்களுக்கு விளக்கினோம். அவர்களும் நாங்கள் சொல்வதை ஆமோதித்தனர்.

நான் முதல் நாள் டாக்டர் வள்ளியிடம் கற்றிருந்த சமணப்படுகைகள் பற்றிய விளக்கத்தைக் காவல் அதிகாரிக்கும் சொல்லி விளக்கினேன். இப்படிவரலாற்றுத் தகவல்கள் ஒருவர் வழியாக மற்றவருக்கு எடுத்துச் செல்வதன்வழி அவற்றை பொதுமக்களிடம் சேர்க்க முடியும் என்பதை அன்று நேரில் அனுபவப்பூர்வமாக உணர்ந்தோம்.

பாறைக்கு மேலே பதிவுகளை முடித்துக் கொண்டு கீழே கோயிலுக்கு வந்தோம். கீழே வந்திருந்த பொதுமக்களுக்குக் திரு. காளைராசன் எங்களையும் நாங்கள் அங்கு வந்ததற்கான காரணத்தையும் எடுத்து விளக்கினார். அவர்களின் முகத்தில் மலர்ச்சி. எங்களுக்கும்!

அவர்கள் காவல்துறையினரிடம் பேசி தங்கள் கோரிக்கையைச் சமர்ப்பித்தனர். பின்னர் நாங்கள் மலைக்கொழுந்தீஸ்வரர் ஆலயத்தின் உள்ளே செல்ல ஆயத்தமானோம். நால்வராக இருந்த நாங்கள் 40 பேருக்கு மேல் என்றானோம். எங்களுடன் அந்த 2 காவல் அதிகாரிகளும் குடைவரைக் கோயிலைப் பற்றி தெரிந்து கொள்ள ஆவலுடன் இணைந்து கொண்டனர்.

(தமிழ் மலர் நாளேடு (மலேசியா) 03.11.2016)

∞•∞

15
பனைமலை தாளகிரீஸ்வரர் உமையம்மை ஓவியம்

தமிழகத்தில் பல்லவ மன்னர்களின் ஆட்சிச் சிறப்பை இன்றும் நமக்கு காட்டுவனவாக அமைந்திருக்கும் கோயில்கள் பல. பல்லவர்கால பாறைக்கோயில்களும் குடைவரைக்கோயில்களும் தமிழகத்தின் கோயில் கட்டுமானக் கலைக்குத் தனிச்சிறப்பை வழங்குகின்றன. அவற்றுள் குறிப்பிடத்தக்கனவாக அமைந்திருப்பவை மகாபலிபுரத்து குடைவரைக் கோயில்களும் காஞ்சிபுரத்து கைலாசநாதர் கோயிலும். இவை மட்டுமன்றி விழுப்புரம் செஞ்சி மாவட்டத்தில் உள்ள மண்டகப்பட்டு, தளவானூர் ஆகியவற்றுடன் பனைமலை தாளபுரீஸ்வரர் ஆலயமும் பல்லவ மன்னர்களின் கோயிற்கலைக்கு எடுத்துக்காட்டாக அமைந்திருப்பவை.

2016ஆம் ஆண்டு டிசம்பர் மாதம் செஞ்சி மாவட்டத்தில் உள்ள வரலாற்றுச் சிறப்பு மிக்க இடங்களின் பதிவுகளைச் செய்யத் தமிழ் மரபு அறக்கட்டளை குழுவினர் சென்றிருந்தோம். அந்தப் பட்டியலில் பனைமலை தாளகிரீஸ்வரர் ஆலயத்தின் பெயரையும் இணைத்திருந்தேன். இந்தக் கோயில் பல்லவர் ஆட்சிக்காலத்தில் கோவில்களும் கலைகளும் நீர் மேலாண்மையும் சிறப்புடனும் செழிப்புடனும் வளர்ச்சியுற்றமைக்குச் சான்றாகத் திகழ்பவை.

செஞ்சியிலிருந்து சுமார் 25கி.மீ. தொலைவில் விழுப்புரம் மாவட்டத்தில் இருக்கின்றது "பனைமலை". இது விவசாய நிலப்பகுதி நிறைந்த ஊர் என்றாலும் பாறைக்குன்றுகள் நிறைந்த ஒரு பகுதி. இங்குள்ள மலைப்பகுதியைச் சார்ந்தார் போன்று பெரிய ஏரி அமைந்துள்ளது. இது இரண்டாம் நரசிம்மன்

அல்லது ராசசிம்மன் என அழைக்கப்படும் பல்லவ மன்னனால் அமைக்கப்பட்டது. இந்தக் கற்பாறை மலையைச் சுற்றிலும் விவசாய நிலங்கள் சூழ்ந்திருக்கின்றன. அருகாமையில் இருக்கும்

விவசாயிகள் இந்த நிலங்களில் விவசாயம் செய்வதால் இந்தப் பகுதியும் இதன் சுற்றுப்புறப்பகுதியும் பசுமை குன்றாது கண்களைக்கவரும் எழிலுடன் திகழ்கின்றது. இயற்கை வளம் நிறைந்த ஒரு பகுதியாகவே இன்றும் காட்சியளிக்கின்றது பனைமலை.

வயல்பகுதியைக் கடந்து ஏரிப்பகுதியின் ஓரத்தில் அமைந்திருக்கும் பெரிய பாறைக்குன்று இருக்கும்பகுதியில் கற்பாறைமலைமேல் அமைந்திருப்பதுதான் தாளகிரீஸ்வரர் ஆலயம். இது பல்லவர் கால கட்டுமானக் கலைக்குச் சிறப்பைப் சேர்க்கும் ஆலயங்களின் வரிசையில் தனி இடம் பெறும் ஒரு கோயில். ஆலயத்திற்குச் செல்லுமுன் மலைப்பகுதியின் அடிவாரத்தில் முதலில் நமக்குத் தெரிவது ஒரு பிள்ளையார் கோயில். பாறையை முற்றிலுமாகக் குடைந்து உருவாக்கப்பட்ட ஒரு கோயில் இது. ஆயினும் முன்பகுதியில் கற்களால் அமைக்கப்பட்ட சிற்ப வேலைப்பாடுகளைக் கொண்ட கற்தூண்களும் உள்ளன. இதன் உள்ளே பெரிய பிள்ளையார் உருவச் சிலை வைக்கப்பட்டுள்ளது. கோயில் பாறைச்சுவற்றில் மூஞ்சூறு வடிவமும் செதுக்கப்பட்டுள்ளது.

இங்கிருந்து தொடங்கி மேல் நோக்கிச் சென்றால் கோயிலை அடையலாம். செங்குத்தான மலையில் ஏறுவதற்குப்

பாறைகளையே படிகளாகச் செதுக்கி இருக்கிறார்கள். செல்லும் வழியில் ஒரு சுரங்கப்பாதையின் வாயில் பகுதி தெரிகின்றது. இச்சுரங்கப்பாதை மேலே இருக்கும் கோயில்வரை செல்லும் வகையில் அமைக்கப்பட்டுள்ளது. இந்தச் சுரங்கப்பாதை தற்சமயம் புதர்கள் மண்டிக்கிடப்பதால் உள்ளே நுழைந்து பார்க்க முடியாத நிலையில் இருக்கின்றது. படிகளைக் கடந்து செல்லும் போது பாறைகளுக்கிடையே குடைந்து சுனைகள் இருப்பதைக் காண முடிகின்றது. பெரிய குளங்களும் பாறைகளுக்கு இடையில் இருக்கின்றன. நீர் தேங்கி இருக்கும் குளங்களில் அல்லியும் தாமரைச்செடிகளும் நிறைந்திருக்கின்றன.

இந்தக் கோயிலை முதலில் பார்ப்பவர்கள் இது வெவ்வேறு காலத்து கட்டுமானங்கள் உட்புகுத்தப்பட்டிருக்கும் நிலையைக் காணலாம். இந்தக் கோயிலில் உள்ள விமானம், கோபுரம், மகரதோரணம், வாயிற்காப்போர் மற்றும் ஏனைய இடங்களில் பல்லவர்களுக்குப் பின்னர் இப்பகுதியில் ஆட்சி செய்த மன்னர்கள் கோயில் கட்டுமானப் பகுதியில் சீரமைப்பிற்காக மாற்றங்களைச் செய்திருக்கின்றனர். ஆங்காங்கே ஆலயத்தில் சுதைப்பூச்சு செய்யப்பட்டுள்ளது. பல இடங்கள் உடைந்த நிலையில் இருக்கின்றன. இக்காரணங்களினால் மாறுபட்ட கட்டிட அமைப்புக்களை இடைக்கிடையே இருப்பதைக் காண முடிகின்றது.

கோவிலைச் சுற்றியும் எல்லாப் பகுதிகளிலும் ராஜசிம்ம பல்லவனுடைய காலத்து நிகழ்வுகளைக் கூறும் நீண்ட 'கிரந்த கல்வெட்டுகளைக் காண்கிறோம். இவற்றில் பல நன்கு வாசிக்கக் கூடிய வகையிலேயே இருக்கின்றன. இன்றும் வாசிக்கக்கூடிய வகையில் இந்தக் கல்வெட்டுக்கள் இருக்கின்றன. கருவறையின் தெற்குப் பக்க படிக்கட்டுகளில் தமிழ் கல்வெட்டுக்கள் உள்ளன. இந்தத் தமிழ்க் கல்வெட்டுகள் பிற்காலத்தவை.

தமிழகத்தின் காஞ்சிபுரம் கோயில்களுக்குப் புகழ்பெற்ற ஒரு நகரம். இங்குள்ள காஞ்சி கைலாசநாதர் கோயிலைக் கட்டியவர் என்ற சிறப்பினைப் பெறும் ராசசிம்ம பல்லவமன்னனால் கட்டப்பட்டதுதான் இந்தக் கோயில். பல்லவ மன்னர்கள் இசை, நடனம், நாட்டியம், சிற்பக்கலை, ஓவியம் எனக் கலைகளை வளர்த்தவர்கள். பாறைக் கோயில்கள், குடைவரைக்கோயில் கட்டுமானங்கள், பாறைகளைக் குடைந்து புடைப்புச் சிற்பங்களாக

தெய்வ வடிவங்களை வடித்தல் ஆகியவற்றோடு கவின் மிகு ஓவியங்களையும் கோயில்களில் சுவர்ச்சித்திரங்களாக இணைக்கும் முயற்சிகளையும் மேற்கொண்டனர் என்பதற்கு பனைமலை தாளகிரீஸ்வரர் ஆலய பாறை ஓவியங்கள் சான்றாக அமைகின்றன.

இந்தக் கோயிலின் விமானத்தின் உட்புறமோ, கருவறையிலோ இன்று ஓவியங்கள் எவையும் முழுமையாகக் காண முடியவில்லை. எனினும், விமானத்தைச் சுற்றி வரும் போது, கோயிலின் வலது புறத்தில் அமைந்துள்ள ஒரு சன்னிதியில் மட்டும் உள்ள ஓவியம் இன்றும் காணக்கூடியதாக இருக்கின்றது. இந்தச் சன்னிதி உயரமாக ஏறக்குறைய தரையில் இருந்து சுமார் நான்கு அடி உயரத்தில் அமைக்கப்பட்டுள்ளது. சன்னிதியின் உள்ளே சிவலிங்கத்தைப் பிரதிஷ்டை செய்துள்ளார்கள்.

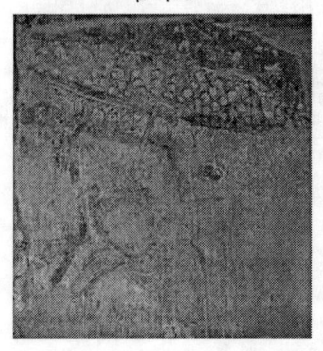

கைலாசநாதர் கோயிலைப் போலவே கோயில் சன்னிதானத்தில் சுவர் ஓவியங்களை இக்கோயிலிலும் தீட்டி இருக்கிறார்கள். அதற்கான சுவடுகள் ஆங்காங்கே இன்றும் தெரிகின்றன. இந்தக் கோயிலின் சிறப்பு எனக் கருதப்படுவது கோயிலுக்கு இடப்பக்கம் இருக்கும் சன்னிதியில் இருக்கும் உமையம்மையின் ஓவியம். ஓவியத்தின் பெரும்பாலான பகுதிகள் சிதைந்தாலும் கூட இன்றும் ஓரளவு காணக்கூடிய வகையில் இந்த ஓவியம் இருக்கின்றது. சன்னிதிக்கு உள்ளே மறைவாக இந்த ஓவியம் இருப்பதால் தான் இன்றளவும் ஓரளவு காணக்கூடிய வகையில் இந்த ஓவியம் முற்றிலும் சிதைவுறாமல் தப்பியுள்ளது எனக் கூறலாம். உமையம்மை தனது ஒரு காலை சிறிய மேடை மேல் நிறுத்தி, ஒரு காலை தரையில் ஊன்றி ஒயிலாக நின்ற கோலத்தில் இந்த ஓவியத்தில் காட்சி தருகின்றார். தெய்வீக எழில் நிறைந்த இந்த ஓவியம் இந்திய ஓவியக் கலைக்குச் சிறப்பைச் சேர்ப்பது.

இந்த ஆலயத்தின் வாயில் பகுதியிலிருந்து நோக்கினால் சிவலிங்க வடிவத்தை உமை பார்ப்பது போல் இக்காட்சி தோன்றும். இதே சன்னிதியின் மேற்பரப்பில் ஓவியங்கள் முற்றிலும் சிதைவுற்ற நிலையில் உள்ளன. மலைப்பகுதியிலிருந்து

கீழிறங்கும் பகுதியில் கீழே நாட்டார் வழிபாட்டுத் தெய்வ வடிவங்களைப் பிரதிஷ்டை செய்து வைத்து இங்குள்ள மக்கள் வழிபடுகின்றனர். சப்த கன்னிகளின் உருவங்கள் கற்களால் அமைக்கப்பட்ட வகையில் காட்சியளிக்கின்றன. இதன் அருகில் உள்ள ஒரு குகையில் துர்க்கை அம்மனின் கருங்கற்சிலை ஒன்றும் உள்ளது.

இந்தக் கோயிலையும் அதன் சூழலையும், பல்லவ மன்னன் ராசசிம்மபல்லவன் உருவாக்கிய இந்த ஆலயத்தில் இருக்கும் உமை அம்மை ஓவியத்தைப் பற்றியும் விளக்கும் காணொளிப் பதிவினை தமிழ் மரபு அறக்கட்டளையின் வலைப்பக்கத்தில் வரலாற்றுப் பிரிவில் காணலாம்.

பனைமலை தாளகிரீஸ்வரர் ஆலயம் தமிழகத்தின் பாதுகாக்கப்பட வேண்டிய ஒரு அரிய புராதனச் சின்னம். தமிழக தொல்லியல் துறையினால் பாதுகாக்கப்படும் கோயிலாக இக்கோயில் உள்ளது. ஆயினும், இன்றைய நிலையில் இங்குள்ள ஓவியங்கள் விரைந்து முறையாகப் பாதுகாக்கப்பட வேண்டிய அவசரத் தேவை உள்ளது.

(தமிழ் மலர் நாளேடு (மலேசியா) 30.11.2016)

✍☉✌

16
சித்தன்னவாசல் சிற்பங்கள்

தமிழகத்தின் புதுக்கோட்டை மாவட்டம் கலாச்சார பின்னனியும் வரலாற்றுச் சிறப்பும் பெற்று தனித்துவத்துடன் விளங்குகின்றது. இந்த மாவட்டத்தில் வளம் மிக்க வரலாற்றுச் சின்னங்கள் ஏராளம் இருக்கின்றன. கோயில் கட்டிடங்கள், சிற்பங்கள், ஓவியங்கள், குடைவரைக் கோயில்கள் என்று தமிழகத்தின் குறிப்பிடத்தக்க வரலாற்றுச் சின்னங்கள் சூழ்ந்த பகுதியாக புதுக்கோட்டை விளங்குகின்றது. கட்டுமானச்சிறப்பு கொண்ட கோயில்கள், சிற்ப வேலைகள் மட்டுமன்றி, தொல்படிமங்களான விசிறிக்கற்கள், முதுமக்கள் தாழிஎனத் தொல்லியல், மானுடவியல் ஆய்விற்கு பல தகவல்களை வழங்கும் களமாகவும் புதுக்கோட்டை விளங்குகின்றது.

பொதுவாகவே புதுக்கோட்டை தொடர்பான வரலாற்றைப் பேச ஆரம்பித்தால் நமக்கு முதலில் மனதில் தோன்றும் பெயர் சித்தன்னவாசல் தான். சித்தன்னவாசல் எனும் ஊர் புதுக்கோட்டையிலிருந்து 12கி.மீ. வடமேற்குப் பகுதியில் அமைந்திருக்கின்றது. புதுக்கோட்டையிலிருந்து அன்னவாசலுக்குச் செல்லும் இடத்தில் இந்த ஊர் அமைந்திருக்கின்றது. புதுக்கோட்டை பகுதியானது தமிழகத்தில் சமணம் பரவி செழித்த ஊர்களில் ஒன்றாகத் திகழ்கின்றது. தமிழகத்தில் சமண சமயம் மிக விரிவாக வேரூன்றி இருந்த பகுதிகளில் முக்கியமானதொரு பகுதியாக இதனைக் கருதலாம். மதுரையைப் போலவே புதுக்கோட்டையும் மிகப்பிரபலமாக சமணம் செழித்த ஊர் எனத்தயங்காது குறிப்பிடலாம்.

சித்தன்னவாசல் குகைப்பகுதிக்குச் செல்லும் முன் சாலையோரத்திலேயே பண்டைய வழிபாட்டுச்சின்னங்களான

விசிறிக்கற்கள் ஓரிரண்டு சாலையின் இரு பக்கங்களும் இருப்பதை நாம் காணலாம். அவை இருக்கும் இடங்களிலேயே ஈமக்கிரியைச் சடங்குகள் நிகழ்ந்தமைக்குச் சான்றாக வட்டக்கற்கள் அங்கொன்றும் இங்கொன்றுமாக இருப்பதையும் காணலாம். இப்பகுதியைக் கடந்து செல்லும் போது முதலில் நமக்குத் தென்படுவது ஏழடிப்பட்டம் எனப்படும் பாறைப்பகுதி. இந்த ஏழடிப்பட்டம் எனப்படும் பகுதி பாறைகள் சூழ்ந்த ஒரு பகுதி. இங்கே இயற்கையாக உருவான குகைகள் இருக்கின்றன. இக்குகைப்பகுதிகளில் முன்னர் சமணத்துறவியர்கள் தங்கியிருந்து பள்ளிகளை நடத்தியமைக்குச் சான்றுகளாக இருக்கும் சமணப்படுக்கைகளையும் கல்வெட்டுக்களையும் இன்றும் காணலாம். பாறையின் மேற்பகுதியில் பதினேழு கற்படுக்கைகள் வெட்டப்பட்டிருக்கின்றன. கற்படுக்கைகள் உள்ள பகுதி மழைக்காலத்தில் சேதமடையாமல் இருப்பதற்கு ஏதுவாக மலையில் காடி (இது மழை நீர் வடியும் வகையில் பாறையில் நீர் வடிய செய்யப்பட்ட ஒரு அமைப்பு) வெட்டப்பட்டுள்ளது.

சித்தன்னவாசல் கல்வெட்டு என்பது தமிழக தொல்லியல் வரலாற்றிற்கு முக்கியத்துவம் வாய்ந்த கண்டுபிடிப்புக்களில் ஒன்றாகக் கருதப்படுவது. பொ.ஆ.மு.3ஆம் நூற்றாண்டிலிருந்து கி.மு.1ஆம் நூற்றாண்டு எனக்குறிப்பிடப்பிடப்படும் தமிழி (தமிழ் பிராமி) எழுத்துருக்களில் அமைந்த கல்வெட்டுக்களை இங்கே காணலாம். அவற்றில் சில, சாகும் வரை உண்ணா நோன்பு இருந்து மறைந்த சமண முனிவர்களைப் பற்றிய குறிப்புக்களைக் கொண்டதாக அமைந்திருக்கின்றன. இங்கே அமைக்கப்பட்டுள்ள கற்படுக்கைகளின் மேல் உள்ள

கல்வெட்டுக்களை வாசிப்பது மிகச் சிரமமானதொரு செயலாகவே இருக்கின்றது. இதற்கு முக்கியக் காரணம், இங்கு வருகின்ற சுற்றுப்பயணிகளில் சிலரும் பொழுதுபோக்கிற்காக வருகின்ற இளைஞர்களும் பார்க்கும் இடங்களிலெல்லாம் தங்கள் பெயர்களையும் தங்கள் காதலன் அல்லது காதலி பெயர்களையும் கீறி வைத்தும், தொலைபேசி எண்களை எழுதி வைத்தும் இங்குள்ள கல்வெட்டுக்களை வாசிக்க இயலாத நிலைக்கு சிதைத்து விட்டனர்.

தங்கள் பெயரையோ அல்லது தாம் விரும்பும் நபர்களின் பெயர்களையோ இவ்வகையான வரலாற்றுச் சிறப்பு மிக்க இடங்களில் எழுதி வைக்கும் போது தமது சொந்த இனத்தின் வரலாற்றையே நாம் சேதம் செய்கின்றோம் என்று யோசிக்க பலர் மறந்து விடுகின்றனர். வரலாற்று முக்கியத்துவம் வாய்ந்த ஓர் இடத்திற்கு நாம் சென்று வந்தோம் என்பது பிறருக்குத் தெரிய வேண்டும் என நினைத்து சிலர் இவ்வகைக் காரியங்களைச் செய்கின்றனர். ஒரு சிலர் அந்தச் சின்னங்கள் பல நூற்றாண்டுகள் நிலைத்து நிற்பது போல தனது பெயரும் தாம் விரும்புபவர் பெயரும் நிலைத்து நிற்கவேண்டும் என்றும் நினைத்து செய்கின்றனர். அல்லது ஏதோ ஒரு காரணத்திற்காகச் செய்கின்றனர். காரணம் எதுவாகினும், இப்படிச் செய்வதனால் இச்சின்னங்கள் இருக்கும் பகுதியில் அமைந்திருக்கும் பாறை ஓவியங்களையும் எழுத்துக் குறியீடுகளையும் கண்டு அவற்றை ஆராய்வதில் பெரும் சிரமம் ஏற்படுகின்றது. இது மிகவும் வருத்தத்திற்குரிய ஒரு நிலை. பொதுவாகவே ஒரு வரலாற்றுச்

சிறப்பு மிக்க இடத்திற்கு நாம் செல்லும் போது அதன் சீரும் சிறப்பும் கெடாத வகையில் நாம் ஒவ்வொருவரும் அதனைப் பாதுகாக்கும் எண்ணத்தை மனதில் ஏற்படுத்திக் கொண்டு செல்வது மிக அவசியம்.

தமிழர் வரலாறு, கலாச்சாரம், பண்பாட்டு விழுமியங்கள் என்பனவற்றை முறையாக ஆராய முற்படும் போது வரலாற்றுச் சின்னங்கள் தாம் மிக முக்கிய ஆய்வுக்கான ஆவணங்களாக அமைகின்றன. அவை சேதப்படுத்தப்படும் போது முறையான ஆய்விற்கு இடம் கிடைக்காமல் போகும் வாய்ப்பு அமைவதால் நம் வரலாற்றை நாமே சீர்குலைத்த நிலையை நாம் ஏற்படுத்தி விடுகின்றோம் என்பதை மறக்க இயலாது.

ஏழடிப்பட்டம் பாறைப் பகுதிக்கு வலது புறத்தில் பல்லவ மன்னன் மகேந்திர பல்லவன் (பொ.ஆ.580 - 630) தான் சமணத்திலிருந்து சைவ சமயத்திற்கு மாறுவதற்கு முன்னர் கட்டிய குடைவரைக்கோயில் ஒன்றுள்ளது. அரிவர்கோயில் என இது அழைக்கப்படுகின்றது. ஆயினும் அதற்குப்பின்னர் இப்பகுதியில் ஆட்சி செய்த பாண்டிய மன்னர்களான, மாறன் சேந்தன் (பொ.ஆ. 654 - 670), அரிகேசரி மாறவர்மன் (பொ.ஆ.670 - 700) ஆகியோர் இதனைப் புதுப்பித்துக்கட்டிய செய்திகளை கல்வெட்டுக்களின்வழி அறிய முடிகின்றது. இந்தக் குடைவரைக்கோயிலின் உட்பகுதியில் இருக்கும் முதல் மண்டபத்தை அடுத்து இரண்டாம் மண்டபம் வருகின்றது. உள்ளே சமண தீர்த்தங்கரர் மூவரின் புடைப்புச் சிற்பங்கள் அமைக்கப்பட்டுள்ளன. இக்குடைவரை கோயிலின் சுவர்ச் சித்திரங்கள் மிகப்பிரசித்தி பெற்றவை. தமிழகத்து சுவர்ச்சித்திரங்களில் புகழ்மிக்க சுவர்ச்சித்திரமாக இது இன்றளவும் புகழ்பெற்றிருப்பது இதன் தனிச்சிறப்பை எடுத்துக்காட்டுவதாக அமைகின்றது.

தமிழகத்தின் வரலாற்றுச் சிறப்பு வாய்ந்த பகுதிகளில் ஒன்றாகக் கருதப்படும் சித்தன்னவாசல், தமிழகத் தொல்லியல் துறையின் பாதுகாப்பில் தற்சமயம் உள்ளது. நான் 2013ஆம் ஆண்டில் தமிழ் மரபு அறக்கட்டளைக் களப்பணிக்காகச் சென்றிருந்த போது விரிவான ஒரு பதிவைச் செய்யக்கூடிய வாய்ப்பு எனக்கு அமைந்தது. அப்பதிவு விளக்கமாகவும் ஒரு வீடியோ பதிவாகவும் வெளியிடப்பட்டது. இந்த விழியப்பதிவை

யூடியூப்வழி www.youtube.com/watch?v=PbY0WlLwXrg என்ற முகவரியில் கண்டு மகிழலாம்.

சித்தன்னவாசல் கல்வெட்டுக்களையும், குடைவரைக்கோயில் சிற்பங்களையும், ஓவியங்களையும் பதிவு செய்துவிட்டு வரும்போது கீழே சாலை அமைக்கும் பணியில் ஈடுபட்டிருந்த பெண்கள் சிலரைச் சந்தித்தேன். அவர்களிடம் உரையாடி சித்தன்னவாசலின் வரலாற்றுச் சிறப்பை பற்றி கொஞ்சம் விவரித்தேன். அவர்கள் அன்புடன் என்னை அமரவைத்து அவர்கள் கொண்டுவந்திருந்த உணவையும் பழங்களையும் எனக்குக் கொடுத்துச் சாப்பிடுமாறு அன்புக்கட்டளையிட்டனர். இது மறக்கமுடியாத ஒரு இனிமையான அனுபவம்.

சித்தன்னவாசல் சிற்பங்கள் கற்சிற்பங்கள்; அவை அசையாதவை! இந்தப் பெண்களோ அசையும் சித்தன்னவாசல் சிலைகள், என நினைத்துக் கொண்டே மகிழ்வுடன் மீண்டும் புதுக்கோட்டைக்கு புறப்பட்டேன்.

(தமிழ் மலர் நாளேடு (மலேசியா) 29.04.2016)

ஜ⊙ஓ

17
டென்மார்க்கில் தமிழ் ஓலைச்சுவடிகள்

"நல்லதோர் வீணை செய்தே - அதை
நலங்கெடப் புழுதியிலெறிவருதுண்டோ?
சொல்லடி, சிவசக்தி ! எனைச்
சுடர்மிகு மறிவுடன் படைத்துவிட்டாய்.
வல்லமை தாராயோ, - இந்த
மாநிலம் பயனுற வாழ்வதற்கே?"

தமிழ் ஓலைச்சுவடிகள் அனைத்தும் பாதுகாக்கப்பட்டு விட்டனவா? அனைத்தும் நூற்களாக அச்சிடப்பட்டு வெளிவந்து விட்டனவா? என்றால் அதற்கு பதில், இல்லை என்பது தான்!தமிழ் நிலம் பல நூறு ஆண்டுகளாய் கிளைத்தெழுந்த அறிவுப் பொக்கிஷங்கள் நிறைந்த ஒரு தாய் நிலம். இங்கே அறிவுக் களஞ்சியங்கள் காலம்தோறும் ஏதோ ஒரு வகையில் தொடர்ச்சியாகப் பாதுகாக்கப்பட்டும் பரவலாக்கப்பட்டும் வந்துள்ளது.

அச்சுப்பதிப்பு முறை தமிழகத்தில் அறிமுகமாகும் வரை தமிழர்தம் வாழ்வியலில், தமிழ் மொழியில் எழுதப்பட்ட இலக்கியங்களும் ஆவணங்களும் பல்வேறு வகைப்பட்ட குறிப்புக்களும் பனை ஓலைச் சுவடிகளிலும், கோயில்களில் கல்வெட்டுக்களாகவும் தான் எழுதப்பட்டும் பொறிக்கப்பட்டும் இருந்தன. அச்சு இயந்திரங்கள் தமிழக நிலப்பரப்பில் அறிமுகமாகும் வரை இலக்கியங்கள் என்பது மட்டுமன்றி வணிகம், கலைகள், இலக்கியம், பக்திப்பனுவல்கள், பல்வேறு வகைப்பட்ட சாத்திரங்கள், ஓவியங்கள், சிற்பக்கலை நுணுக்கங்கள், மனிதர்களுக்கான மருத்துவக் குறிப்புக்கள், விலங்குகளுக்கான மருத்துவக் குறிப்புக்கள், வான சாஸ்திரம், கலைகள் என பலதரப்பட்ட தகவல்கள் அனைத்துமே பனை

ஓலை நூல்களில் வழிவழியாக படியெடுக்கப்பட்டு பாதுகாக்கப்பட்டு வந்தன. அதே வேளை, பண்டைய அரசுகளின் அதிகாரப்பூர்வ செய்திகளும், போர்ச் செய்திகளும், நன்கொடைகளும் கோயில்களில் கல்வெட்டுக்களாகப் பொறிக்கப்பட்டு இன்றும் வாசிக்கும் தன்மையுடன் காணப்படுகின்றன.

அச்சு இயந்திரங்களின் அறிமுகம், அதன் தொடர்ச்சியாக தாள்களின் அறிமுகம் எனத் தமிழ்ச் சமூகம் கல்விப் புரட்சியை நோக்கி முன்னேற்றம் கண்ட வேளையில் குறிப்பிடத்தக்க ஆவணப்பாதுகாப்பு முயற்சிகள் நடந்தன. முதல் முயற்சிகள் 16ஆம் நூற்றாண்டிலே தொடங்கினாலும் விரிவான முயற்சிகள் 17ஆம் நூற்றாண்டு தொடங்கி நடைபெற ஆரம்பித்தது எனலாம்.

இவ்வகை முயற்சிகளே நமது பண்டைய இலக்கிய வளங்களில் சில இன்று நமக்கு அச்சு வடிவிலும் இணையத்திலும் கிடைக்க அடிப்படைக் காரணங்களாக அமைகின்றன. இலக்கியங்கள், வரலாற்றுத் தகவல்கள், தமிழக நிலப்பரப்பில் வாழும் பழங்குடி மக்கள், இனக்குழுக்கள், சடங்கு முறைகள் என்பன போன்ற பல தகவல்கள் இப்படி கடந்த நான்கு நூற்றாண்டுகளில் மேற்கொள்ளப்பட்ட முயற்சிகளின் பலனாக நமக்குக் கிடைத்திருக்கின்றன.

தாள், அச்சு இயந்திரங்கள் தமிழகத்தில் அறிமுகமாவதற்கு முன்னர் பண்டைய தமிழர்களின் ஞானக் கருவூலங்கள் கல்வெட்டுக்களிலும் சுவடி நூல்களிலும் மட்டுமே எழுதப்படுவது வழக்கமாக இருந்தது. சில சிறு குறிப்புக்கள் பாறைகளிலும் மண்பாண்டங்களிலும் கீறி வைக்கப்பட்டமையயும் தொல்லியல் ஆய்வுகளும், அகழ்வாய்வுகளும் வெளிப்படுத்துவதை நாம் அறிய வருகின்றோம்.

லூத்தரன் பாதிரிமார்களின் தமிழகத்துக்கான வருகை என்பது டேனீஷ் வருகையோடு தொடர்புடையது. லூத்தரன் பாதிரிமார்கள் என்போர் அடிப்படையில் ஜெர்மனியைச் சேர்ந்தவர்கள். 16ஆம் நூற்றாண்டில் ஒரு மாபெரும் சிந்தனைப் புரட்சியை ஐரோப்பிய சூழலில் உருவாக்கினார் மார்ட்டின் லூதர். இவர் ஜெர்மனியைச் சார்ந்தவர். அன்றைய வாட்டிக்கன் சமய ஆளுமைக்குஎதிர்க்குரலாக அமைந்தது மார்ட்டின் லூதரின் கருத்துக்கள். இவையே லூத்தரன் சமய நெறியாக உருவாக்கம் கண்டன. இன்று ப்ராட்டஸ்டன் மதம் என்ற பெயரால் இது அழைக்கப்படுகின்றது. மார்ட்டின் லூதரின் கருத்துக்களை ஏற்றுக் கொண்டு சமயச் சீர்திருத்தத்தை வரவேற்ற பொதுமக்கள் இந்தப் புதிய சமயத்தை ஜெர்மனியிலும் ஸ்கேண்டிநேவிய நாடுகளிலும் ஆர்வத்துடன் வரவேற்றனர். டென்மார்க் அரசு இந்தச் சமயத்திற்கு பெரும் ஆதரவும் அளித்து அதனைப் பரப்பும் முயற்சியில் பெரும் பங்கு வகித்தது என்பது குறிப்பிடத்தக்கது.

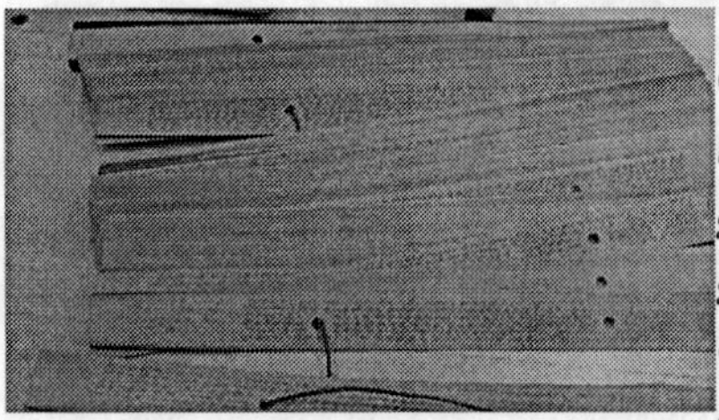

1612ஆம் ஆண்டில் டென்மார்க் அரசின் டேனிஷ் ஈஸ்ட் இந்தியா கம்பெனி, தமிழகத்தின் தஞ்சாவூரின் தரங்கம்பாடி பகுதியில் ஒரு சிறு பகுதியைப் பெறும் உரிமையை ஆண்டுக் கட்டணமாக இந்திய ரூ.3111 செலுத்தி அச்சமயம் தஞ்சையை ஆண்டு கொண்டிருந்த ரகுநாத நாயக்க மன்னரின் அனுமதியோடு பெற்றனர். இதன் தொடர்ச்சியாக நிகழ்ந்த அரச ஆணையின் படி 19.11.1620ஆம் நாள் தரங்கம்பாடியில் டென்மார்க்கின் டேனிஷ் கொடி ஏற்றப்பட்டு தரங்கம்பாடியில் டேனிஷ் தொடர்பு உறுதி செய்யப்பட்டு இந்த உடன்பாடு அதிகாரப்பூர்வமாக்கப்பட்டது. இதன் தொடர்ச்சியாக டேனீஷ்

வர்த்தகர்கள் தரங்கம்பாடி வந்திறங்கினர். வர்த்தகத்தோடு மதம் பரப்பும் நடவடிக்கைகளிலும் ஈடுபடும் வகையில் ஜெர்மானிய லூத்தரன் பாதிரிமார்கள் தமிழகத்தின் தரங்கம்பாடி வந்தனர். அவர்களில் சீகன்பால்க், ஷூல்ட்ஷெ, க்ருண்ட்லர், ரைனூஸ் போன்றோர் தமிழில் நூல்களை எழுதிய ஐரோப்பிய பாதிரிமார்களும் பல்கலைக்கழகங்களிலும் தமிழ் ஒரு மொழியாகக் கற்க வகைசெய்தவர்கள் என்பது குறிப்பிடத்தக்க ஒன்று.

இவர்களது நூல்கள் மட்டுமன்றி தமிழகத்தில் இவர்கள் இருந்த காலத்தில் எழுதப்பட்ட இவர்களது நாட்குறிப்புக்கள், கடிதங்கள் ஆகியன தமிழில் எழுதப்பட்டவை. உதாரணமாக டேனிஷ் உயரதிகாரியால் சிறைபடுத்தப்பட்ட சீகன்பால்க் ஒவ்வொரு நாளும் சில பக்கங்கள் நாட்குறிப்புக்களைப் பனை ஓலைச்சுவடிகளில் எழுதியிருக்கின்றார். இன்னொரு பாதிரியாரான க்ருன்ட்லர், தான் கண்டறிந்த உள்ளூர் மூலிகைகள் பற்றி பனை ஓலைச் சுவடிகளில் எழுதித் தொகுத்து வந்ததோடு அவற்றை டென்மார்க்கின் கோப்பன்ஹாகன் நூலகத்திற்கு அனுப்பி வைத்தார்.

லூத்தரன் பாதிரிமார்களின் கையெழுத்துக் குறிப்புக்களாக உள்ள ஆவணங்கள் 17, 18, 19, 20ஆம் நூற்றாண்டின் தமிழக மக்களின் சமூக, வாழ்வியல், சமய, வரலாற்று, அரசாட்சி, மருத்துவம், ஆய்வு என பல்வகைப்படுவன. லூத்தரன் பாதிரிமார்களின் கையெழுத்து பனை ஓலைச்சுவடி ஆவணங்கள் இன்று டென்மார்க்கின் கோப்பன்ஹாகன் அரச நூலகத்திலும் ஜெர்மனியின் ஹாலே ஃப்ராங்கன் ஆய்வகத்திலும் பாதுகாக்கப்படுகின்றன. இப்படி பாதுகாக்கப்படும் கையெழுத்து பனை ஓலைச்சுவடி ஆவணங்கள் மின்னாக்கம் செய்யப்பட்டு பொதுமக்கள் வாசிப்பிற்குக் கிடைக்கும் போது 15ஆம் நூற்றாண்டு தொடங்கி 20ஆம் நூற்றாண்டின் பிற்பகுதி வரையிலான சமூக வரலாற்று விசயங்கள் மிகப் பல விரிவான

ஆய்வுகளுக்குப் பயன்படும் வகையில் கிடைக்கும் வாய்ப்பு உள்ளது. இது அக்கால சூழலின் சமூகவிசயங்களை அறிந்து கொள்ள பல சான்றுகளை வழங்குவதாகவும் நிச்சயம் அமையும் என்ற எண்ணம் எனக்கு உருவானது.

முதன் முதலில் லூத்தரன் பாதிரிமார்களின் தமிழகத்திற்கான வருகை, பின்னர் அது தொடர்பில் படிப்படியாக நிகழ்ந்த செயல்பாடுகள் ஆகியனபற்றிய அறிமுகம் எனக்கு டாக்டர். சி.மோகனவேலு அவர்கள் எழுதிய *German Tamilology* என்ற நூலின்வழி கிடைத்தது. அப்பாதிரிமார்கள் எழுதிய தமிழ் ஓலைச்சுவடிகளைப் பார்க்க வேண்டும், வாசிக்க வேண்டும்; அதுமட்டுமன்றி அவற்றைக் கணினி தொழில்நுட்பம் கொண்டு மின்னாக்கம் செய்து தமிழ் மொழியிலும் தமிழக வரலாற்றிலும் ஆர்வம் உள்ள அனைவருக்கும் இலவசமாக வழங்க வேண்டும், அது தொடர்பிலான ஆய்வுகள் நடைபெற வேண்டும் என்ற ஆர்வம் எனக்கு அதிகரித்துக் கொண்டே வந்தது.

நான் அறிந்து கொண்ட செய்திகளைக் கட்டுரையாக ஜெர்மனியில் நடைபெற்ற ஒரு கருத்தரங்கில் 2014ஆம் ஆண்டு வாசித்துப் படைத்தேன். தொடர்ச்சியாக 2014ஆம் ஆண்டு மலேசிய தலைநகர் கோலாலம்பூரில் நடைபெற்ற உலகத்தமிழாராய்ச்சி மாநாட்டில் இது தொடர்பான ஒரு கட்டுரையை நான் வாசித்தேன். 2015ஆம் ஆண்டு திருச்சி பிஷப்ஹீபர் கல்லூரியில் நடைபெற்ற மதுரைத் தமிழ்ச்சங்க கருத்தரங்கிலும் ஒரு கட்டுரை இது தொடர்பில் வாசித்தளித்தேன். இதன்வழி ஐரோப்பிய லூத்தரன்பாதிரிமார்களின் தமிழ் முயற்சிகள் பற்றிய செய்திகள் தமிழ் வரலாற்று ஆர்வலர்களிடையே ஓரளவு கொண்டு செல்ல முடிந்தது.

தமிழ் மரபு அறக்கட்டளை ஐரோப்பாவில் டென்மார்க் தலைநகர் கோப்பன்ஹாகனிலும், ஜெர்மனியின் ஹாலேநகரிலும் பாதுகாக்கும் இந்த ஆவணங்களைக் கணினி தொழில்நுட்பத்தின் துணை கொண்டு மின்னாக்கம் செய்ய வேண்டும் என்ற ஆர்வம் எனக்குத் தொடர்ச்சியாக இருந்தமையால், கோப்பன்ஹாகன் அரச நூலகத்தின் அரிய கையெழுத்துச் சுவடிகள் துறையின் பொறுப்பாளர் டாக்டர்.பெண்ட் அவர்களை மின்னஞ்சல் வழியாகத் தொடர்பு கொண்டு அதற்குத் தேவையான அதிகாரப்பூர்வ ஏற்பாடுகளைச் செய்த பின்னர், கோப்பன்ஹாகன்

அரச நூலகம் எனக்கு அங்கே வருகை தந்து நேரடியாக இவற்றை நான் மின்னாக்கம் செய்ய அனுமதி அளித்தனர். இது என்னுடைய இந்தத் தீவிர முயற்சிக்குக் கிடைத்த முதல் வெற்றி. அதோடு டென்மார்க்கில் வாழும் கோப்பன்ஹாகன் தொழில்நுட்ப பல்கலைக்கழகத்தில் பேராசிரியராகப் பணிபுரியும் டாக்டர் ராமானுஜம் அவர்களின் தொடர்பும் நட்பும் ஏற்பட்டதால் மேலும் சில தகவல்களும் எனக்குக் கிடைத்தன. அவர் ஏற்கனவே நூலகத்தின் பட்டியலிலிருந்து எடுத்து பட்டியலிட்டிருந்த தமிழ் ஓலைச்சுவடிகளின் பட்டியல் ஒன்றினை எனக்கு அனுப்பி வைத்தார்.

இந்த முன்னேற்பாடுகளுடன் எனது டென்மார்க்கிற்கான பயணத்தை நான் திட்டமிடலானேன். 2016, மே மாதம் 26ஆம் தேதி கோப்பன்ஹாகனுக்கு ஸ்டுட்கார்ட் விமான நிலையத்திலிருந்து புறப்பட்டேன்.அன்றே கோப்பன்ஹாகன் அரச நூலகம் சென்று என்னை நூலகர்களுக்கு அறிமுகப்படுத்திக் கொண்டு இந்த அரிய தமிழ்ச்சுவடிகளின் மின்னாக்கப்பணியைத் தொடங்கினேன். மூன்று நாட்கள் இடைவிடா மின்னாக்கப்பணியில் ஈடுபட்டிருந்தேன். காலை 9மணிக்குத் தொடங்கி இரவு ஒன்பது மணி வரை என என் மின்னாக்கப்பணி நடைபெற்றது. இந்த முயற்சியில் முப்பத்தெட்டு தமிழ்ப் பனை ஓலைச்சுவடிகளை, அதாவது ஏறக்குறைய 1200 பனை ஓலைப்பக்கங்கள் கொண்ட தமிழ் ஆவணங்களை மின்னாக்கம் செய்து முடித்தேன்.

நாம் ஏற்கனவே நன்கறிந்த சில கதைகள், ஒரு நிகண்டு, இரண்டு மருத்துவ ஓலைச்சுவடிகள் இவற்றுள் அடங்கும். இதுவரை வெளியிடப்படாத சீகன்பால்கின் கையெழுத்து ஆவணங்கள், தமிழிலும் தெலுங்கிலும் என இரு மொழிகளில் அமைந்த

ஷூல்ட்ஷேவின் சமய போதனை நூல், சீகன்பால்கின் டைரி, சீகன்பால்கின் உதவியாளர்களின் டைரிகள் எனப் பல புதிய ஆவணங்கள் இந்த மின்னாக்கத்தில் உள்ளன. இந்த மின்னாக்கப்படிமங்கள் படிப்படியாக நூல் வடிவம் பெறும் வகையிலும், ஆக்கப்பூர்வமான தொடர்

ஆய்வுகள் தொடங்கும் வகையிலும் எமது அடுத்தக் கட்ட செயல்பாடுகள் அமையும்.

இந்த முயற்சியில், தரங்கம்பாடியில் டென்மார்க் அரசின் டேனிஷ் ஈஸ்ட் இந்தியா கம்பெனியிடம் சிறு நிலப்பகுதியைப் பெற ரூ.3111 ஆண்டுக் கட்டணத்தைப் பெற்றுக் கொண்டு உரிமை அளித்த, அச்சமயம் தஞ்சையை ஆண்டு கொண்டிருந்த ரகுநாத நாயக்க மன்னரின் கையெழுத்து பொறிக்கப்பட்ட தங்க ஆவணத்தை நேரில் பார்த்து அதனை ஆவணப்படுத்தியது என் வாழ்வில் மறக்க முடியாத ஒருஅனுபவம். இந்த பத்திரம் தங்கத்தினால் ஆனது. வேறு எந்த உலோகமும் கலக்காதது. பனை ஓலைச்சுவடி போன்ற வடிவத்திலேயே அமைக்கப்பட்டது. இதில் ரூ.3111 ஆண்டுக்கட்டணத்திற்கு தரங்கம்பாடியின் ஒரு பகுதியை டேனீஷ் அரசு பெற்றுக் கொண்டமை தமிழில் எழுதப்பட்டுள்ளது. மன்னர் ரகுநாத நாயக்கரின் கையெழுத்து தெலுங்கில் எழுதப்பட்டுள்ளது. இந்தத் தங்கச்சுவடி கோப்பன்ஹாகன் நேஷனல் ஆர்க்கைவில் மிகப்பாதுகாப்பான அறையில் வைக்கப்பட்டு பாதுகாக்கப்படுகின்றது.

இன்றைய கட்டுரை டென்மார்க், கோப்பன்ஹாகன் விமான நிலையத்திலிருந்து உங்களை வந்தடைகின்றது. அதிலும் குறிப்பாக டென்மார்க் அரச நூலகத்தில் பாதுகாக்கப்படும் ஓலைச்சுவடிகளில் சிலவற்றைத் தொட்டு மின்னாக்கம் செய்த அனுபவத்தோடு திரும்பிக் கொண்டிருக்கும் வேளையில் அச்செய்திகளை உங்களுடன் இக்கட்டுரையின் வழி பகிர்ந்து கொள்வதில் அகம் மிக மகிழ்கின்றேன்.

(தமிழ் மலர் நாளேடு (மலேசியா) 02.06.2016)

18
பிரான்சில் தமிழ் ஓலைச்சுவடிகள்

14 மில்லியன் ஆவணங்களைத் தன்னகத்தே கொண்ட மாபெரும் நூலகம் பிரான்சு தேசிய நூலகம். உலக மொழிகள் பலவற்றின் பழமையான நூல்களும் ஆவணங்களும் இங்கே பாதுகாக்கப்படுகின்றன. இந்திய மொழிகளில் தமிழ் மொழிகளில் எண்ணிக்கையில் அதிகம் கொண்ட சேகரத்தைக் கொண்டுள்ளது இந்த நூலகம். இதன் அரிய ஆவணச் சேகரங்கள் பகுதியில் 578 தமிழ் ஓலைச்சுவடிகள் பாதுகாக்கப்படுகின்றன. இந்தத் தமிழ்ச்சுவடிகளையும் ஆவணங்களையும் பார்வையிட்டு ஆய்வு செய்து குறிப்பிட்ட சில ஓலைச்சுவடிகளையும் கையெழுத்து ஆவணங்களையும் மின்னாக்கம் செய்து வர, கடந்த வாரம்

அதாவது ஜூன் மாதம் 15ஆம் தேதி பிரான்சின் தலைநகரமான பாரீசுக்கு நான்கு நாட்கள் சென்றிருந்தேன்.

பிரான்சு தேசிய நூலகம் Bibliothèque Nationale de France என்று பிரெஞ்சு மொழியில் அழைக்கப்படுகின்றது. இந்த நூலகத்தின் நான்கு தனிப்பகுதிகள் பாரீசின் வெவ்வேறு பகுதிகளில் அமைந்திருக்கின்றன. நான் தமிழ் மரபு அறக்கட்டளைக்காக மின்னாக்கம் செய்யச் சென்றிருந்த பகுதி அரிய சுவடிகள் ஆவணப்பாதுகாப்பகம் அமைந்திருக்கும் ஐந்து மாடிக் கட்டிடம். இங்கு மூன்றாம் தளத்தில் தான் அரிய ஆவணங்களின் சேகரங்கள் ஆய்வாளர்களின் பார்வைக்கு வைக்கப்பட்டிருக்கின்றன. இங்கு சேகரிக்கப்பட்டு பாதுகாக்கப்படும் ஆவணங்கள் வெவ்வேறு காலகட்டத்தைச்

சார்ந்தவை. சில நூல்களைப் பார்த்த போது இவ்வளவு பெரிய அளவில் நூல்களைச் செய்தனரா, என்று வியக்காமல் இருக்க முடியவில்லை.

உலகின் பல நாடுகளில் பல கால கட்டங்களில் நூல்கள் உருவாக்கப்பட்டன. பழமையான இந்த நூல்கள் உலக வரலாற்றின் முக்கியச்சான்றுகளாக அமைந்திருப்பவை. இத்தகைய அரிய நூல்களையும் ஆவணங்களையும் பெறுவதில் உலகின் முன்னணி நூலகங்கள் போட்டி போட்டுக் கொண்டு செயல்படுகின்றன என்பதைச் சொல்லித்தான் ஆகவேண்டும். பிரித்தானிய நூலகம், ஹார்வர்ட் நூலகம், பெர்லின் நூலகம் போன்று இந்த பிரான்சு தேசிய நூலகமும் அத்தகைய பழமையான நூல்களை ஏதாவது ஒரு வகையில் பெற்று பாதுகாத்து வருகின்றது. இந்த நூல்களைப் பார்த்து ஆய்வு செய்ய இவை அனுமதிக்கின்றன என்பதுதான் நமக்குக் கிடைத்திருக்கும் ஒரு பெரும் பேறு எனக் கருதுகின்றேன்.

தமிழகத்திற்கு வெளியே பல்வேறு காரணங்களால் கொண்டு செல்லப்பட்ட தமிழ் நூல்கள் ஆங்காங்கே பாதுகாக்கப்படுகின்றன என்ற செய்திகளை சில ஆய்வறிக்கைகளில் காணமுடிகின்றது. இந்த பிரான்சு தேசிய நூலகத்தின் சேகரிப்புக்களை இணையத் தேடலில் நான் அறிய வந்த பின்னர் இந்த நூல்களை வந்து பார்த்து ஆராய்ந்து அவற்றில் சிலவற்றை மின்னாக்கம் செய்ய வேண்டும் என அனுமதி கோரி நூலகப் பொறுப்பாளர்களுக்குக் கடிதம் அனுப்பினேன். எனது கோரிக்கையை ஏற்று, தமிழ் மரபு அறக்கட்டளையின்

பணிகளைப் பற்றி அறிந்து இவற்றை வந்து பார்த்து ஆராய அனுமதி வழங்கிய இந்தப் பிரான்சுநூலகப் பொறுப்பாளர்களுக்கு நிச்சயம் நன்றி சொல்லத்தான் வேண்டும்.

நூலகப் பட்டியலில் 578 தமிழ் நூல்களின் பெயர்கள் இருந்தன. பெரும்பாலானவை ஓலைச்சுவடிகளாகவும் மற்றும்

சில கையெழுத்து நூல்களாகவும் காணப்பட்டன. அவற்றில் திருவள்ளுவரின் குறள், வீரமாமுனிவர் குறளுறை, பரிமேலழகர் உரை, அவ்வைபாடினகுறள், மூதுரை, நீதிசாரம், விவேகசாரம், உலகநீதி, சுகிர்தமணிமாலை, கொலைமறுத்தல், சந்தனக்கொறடு,

சாமுத்திரிகாபலாபலன், வயித்தியம், தன்மாதிரி உடற்கூறு, மணிமேகலை மூலம், பரதம், மாரியம்மன் பாடல்கள், சாதி நூல், மாணிக்கவாசகர் பிள்ளைத்தமிழ், எண் சுவடி, பிரசங்கம் எனப் பல நூல்கள் உள்ளன. இவற்றில் 15 சுவடி நூல்களை அங்கிருந்த வேளையில் நான் மின்னாக்கம் செய்து முடித்தேன். அவை தமிழ் மரபு அறக்கட்டளை வலைப்பக்கத்தில் படிப்படியாக வலையேற்றப்படும் என்ற செய்தியை வாசகர்களுக்கு அறியத் தருவதில் மகிழ்ச்சி அடைகிறேன்.

நான் பார்வையிட வேண்டிய நூல்களின் பட்டியலை என் வருகைக்கு நான்கு நாட்களுக்கு முன்னரே நூலக அதிகாரிக்கு நான் அனுப்பி வைத்து விட்டேன். என் பெயரில் நான் பட்டியலிட்டிருந்த 15 நூல்களும் எனக்காக எடுத்து வைக்கப்பட்டிருந்தன. இந்த மின்னாக்கப் பணியில் என்னுடன் இணைந்து கொண்டு உதவி செய்வதற்காக பிரான்சில் வசிக்கும் நண்பர் சாம் விஜய் அவர்களும் உடன் வந்து முதல் நாள் இணைந்து கொண்டார். எங்களுக்கான அனுமதியைப் பெற்றுக் கொண்டு அரிய ஆவணங்கள் உள்ள மூன்றாம் தளத்திற்குச் சென்று அங்கு சில அடிப்படை சோதனைகளை முடித்த பின்னர் எங்களுக்காக வைக்கப்பட்டிருந்த ஓலைகளை அங்கிருந்த ஓர் ஊழியர் காட்டினார். அனைத்து ஓலைக்கட்டுக்களையும் எடுத்துப்பார்க்க அனுமதி வழங்கப்படுவதில்லை. மாறாக ஒரு நேரத்தில் ஒரு சுவடிக்கட்டு என்ற வகையில் தான் அனுமதி அளிக்கின்றனர். முதலில் நமக்கு வேண்டிய சுவடிக்கட்டை ஓர் ஊழியரிடமிருந்து பெற்ற பின்னர் இன்னொரு ஊழியர் நாம் எடுத்துச் செல்லும் அந்தச் சுவடிக்கட்டின் குறிப்பு எண்ணைக்

கணினியில் பதிகின்றார். அவர் அனுமதி அளித்த பின்னரே சுவடிக் கட்டு நம் கைக்குக் கிடைக்கின்றது.

சுவடிக்கட்டுக்கள் ஒவ்வொன்றும் தனித்தனியாக தூய்மையான பெட்டிக்குள் வைக்கப்பட்டிருக்கின்றன. ஒவ்வொரு பெட்டிக்கும் அதன் குறிப்பு எண் வழங்கப்பட்டுள்ளது. சுவடிக்கட்டுக்கள் ஒவ்வொன்றும் ஒரு மென்மையான வெள்ளைத்துணியால் போர்த்தப்பட்டிருக்கின்றன. சுவடிக்கட்டுக்கள் ஒவ்வொன்றும் வெவ்வேறு வகை பனை ஓலைகளால் வெவ்வேறு காலகட்டங்களில் உருவாக்கப்பட்டவை என்பதை ஒவ்வொன்றையும் தொட்டு ஆராயும் போதே அறிய முடிகின்றது. தமிழ் எழுத்தர்கள் எழுதி உருவாக்கிய பனை ஓலைச்சுவடி நூல்களோடு தமிழகத்துக்கு வந்து அங்கே தமிழ் கற்று வாழ்ந்த ஐரோப்பிய பாதிரிமார்களின் கையெழுத்தில் அமைந்த சுவடி நூல்களும் இந்தத் தொகுப்பில் இடம்பெறுகின்றன என்பதும் ஒரு சிறப்பு.

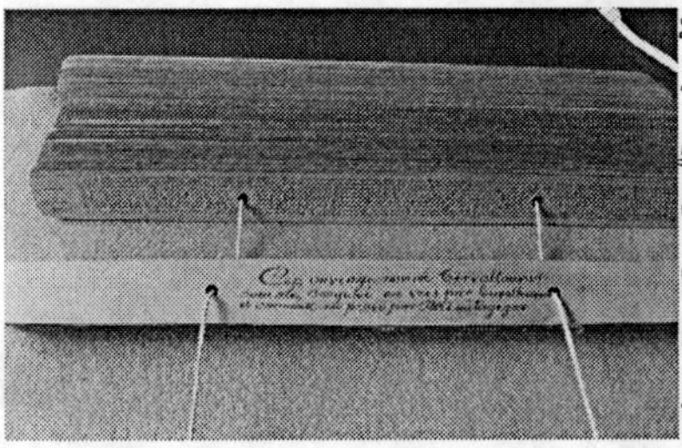

இங்குள்ள சேகரத்தில் குறிப்பிடத்தக்க மூன்று நூல்கள் உள்ளன. ஒன்று 19ஆம் நூற்றாண்டில் தமிழகத்தில் வழக்கில் இருந்த தொழில்கள், அத்தொழில்களைச் செய்த மக்களின் சமூகக் குறிப்புக்கள், ஆண் பெண் அவர்களின் உடையலங்காரத்துடன் கூடிய 200க்கும் மேற்பட்ட கையால் தீட்டப்பட்ட ஓவியங்கள் அடங்கிய தொகுப்பு ஒன்று இங்கிருக்கின்றது. இன்றைக்குப் பதிவு செய்ய நாம் பயன்படுத்தும் கேமரா போன்ற கருவிகள் இல்லாத அக்காலகட்டத்தில் மிகத் தத்ரூபமாக வரையப்பட்ட ஓவியங்கள் இவை. இவற்றை 1830ஆம் ஆண்டில் வரைந்து உருவாக்கியவர் Mr. Philippe Etienne Ducler (1778-1840) என்பவர். இன்றைக்கு இருநூறு ஆண்டுகளுக்கு முன்னர் தமிழ் மக்களின் உடையலங்காரம் எவ்வாறு இருந்தது என்பதைக் கண்டறிய உதவும் மிகச் சிறந்த ஆவணங்களுள் ஒன்று இது என நாம் தாராளமாகக் குறிப்பிடலாம். அதே போல, தமிழகத்தில் தாம் பார்த்த இறைவடிவங்களின் தோற்றத்தை ஓவியங்களாக வரைந்து அத்தெய்வங்களின் பெயர்களைத் தமிழிலும் பிரெஞ்சு மொழியிலும் வழங்கியிருக்கின்றனர். இது

கோயில்களில் இருக்கின்ற சிற்பங்களின் பல்வேறு வடிவங்களைப் பதிந்து வைத்த சிறப்பானதொரு ஆவணம் என்பதில் ஐயமில்லை.

தமிழகத்துக்கு கிறித்துவ மதம் பரப்பும் நோக்கில் வந்த பாதிரிமார்களில் இத்தாலியிலிருந்து தமிழகம் வந்த வீரமாமுனிவர் என்ற கொண்ஸ்டான்சோ பெஸ்கி அவர்களைப் போல ரோபெர்ட்டொ டி நோபிலி அவர்களும் குறிப்பிடத்தக்கவர். இவர் இன்று கிறித்துவ மறை நூல்களில் மறை, வேதம், அருள் போன்ற சொற்கள் இடம்பெறக் காரணமாக இருந்தவர். அவர் கைப்பட தமிழில் எழுதிய நூலான "ஞானயுபதேசம்" என்ற தமிழ் நூல் இந்த நூலகத்தில் இருக்கின்றது. இதில் 16ஆம் நூற்றாண்டில் வழக்கில் இருந்த தமிழ் எழுத்து முறையை நன்கு காணலாம். இப்படிப் பல அரிய பொக்கிஷங்களைக் கொண்டிருக்கின்றது பிரான்சின் தேசிய நூலகம்.

இந்தச் சுவடி நூல்கள், அவை எழுதப்பட்ட நிலமான தமிழகத்தில் இன்று இல்லை என்றாலும், ஐரோப்பாவில் மிகப் பாதுகாப்பாக இவை வைக்கப்பட்டுள்ளன என்பது ஆறுதல் அளிக்கும் செய்தியே. ஆர்வம் உள்ள ஆய்வாளர்களுக்கு இவை ஆய்வு நோக்கத்திற்காகப் பார்வையிட வழங்கப்படுகின்றன. தமிழ் மரபு அறக்கட்டளை இத்தகைய அரிய ஆவணங்களைத் தொடர்ந்து மின்னாக்கம் செய்வதோடு உலகளாவிய அளவில் இந்த அரிய தமிழ் பழம் ஓலைச் சுவடிகள் இணையத்தின் வழியாக பார்வையிட இலவசமாகவும் வழங்குகின்றது என்பதைத் தெரிவிப்பதில் பெருமையும் மகிழ்வும் கொள்கின்றோம்.

(தமிழ் மலர் நாளேடு (மலேசியா) 22.06.2017)

☙❀❧

19

திருமலை சிகாமணி

பண்டையத் தமிழர் நிலப்பரப்பில் இருந்த இயல்பான வழிபாடுகளானவை குலதெய்வ வழிபாடு, இயற்கைத் தெய்வ வழிபாடு, தாய் தெய்வ வழிபாடு, இயற்கையின் அங்கமான காடு, மலை, தாவரங்கள், மழை, நெருப்பு ஆகியவற்றைப் போற்றும் வழிபாடு என அமைந்திருந்தன. இவை மனிதர்களும் தெய்வங்களும் நெருக்கமான உறவினைக் கொண்டிருக்கும் வகையில் அமைந்த வழிபாடுகள். இந்த வழிபாட்டு முறையில் மனிதருக்கும் கடவுளுக்கும் இடையே இடைத்தரகர்களாக பலம் பொருந்திய ஒருவர் தேவை என்ற கருத்திற்கு இடமில்லை. ஆண் பெண் இருவருமே பூசாரிகளாக இருக்கத் தகுதி படைத்தோராகவே பண்டைய தமிழ்ச்சமூகத்தின் நிலை இருந்தது. இந்த இயல்பான தெய்வ வழிபாடு மக்களை இணைத்தது. அவர்கள் அஞ்சுகின்ற சக்திகளிடமிருந்து அவர்களைப் பாதுகாத்து நன்மை அளிக்கும் ஒரு சமூகப்பண்பாக இது அமைந்திருந்தது.

இது சாதிப்பிரிவினை அற்ற மிக இயல்பான திணை, அதாவது, நிலப்பகுதி அடிப்படையில் அமைந்த மனித வாழ்க்கையும் அதற்குரிய தெய்வ வழிபாடுகளும் என்ற வகையில் அமைந்த ஒரு சமூக நிலை.

இந்த வழிபாட்டு முறையில் மிகப்பெரிய மாற்றம் என்பது தமிழக நிலப்பரப்பிற்கு ஆரியர்களின் வேத நெறி அறிமுகப்படுத்தப்பட்டபோது நிகழ்ந்தது. அது வர்ண பேதங்களை, அதாவது மனுதர்மம் எனும் வேத சாத்திர நூலில் குறிக்கப்படும் பிரிவுகளை அடிப்படையாகக் கொண்டும் மனிதருக்குள்ளே பிரிவினையை ஏற்படுத்தும் ஒரு கொள்கை.

ஆரிய வேத தத்துவக்கருத்துக்களின் தாக்கம் அரசுகளை ஈர்த்த போது வேத சாத்திரங்கள் அதிலும் குறிப்பாக மனுதர்மம் சொல்லும் பிரிவினையை அரசியல் அமைப்புப்படி சட்டமாக்கி நடைமுறைப்படுத்தி அதனை விரிவாக்கின அன்றைய அரசுகள். வேத முனிவர்கள் செய்கின்ற வேள்விகளில் உயிர்ப்பலி கொடுக்கும் நடைமுறை வழக்கில் இருந்தது. உயிரினங்களை தாங்கள் செய்கின்ற யாகங்களில் பலி கொடுத்து மேல் உலகத்தில் இருக்கும் தேவர்களை மகிழ வைத்து தங்கள் விருப்பங்களை வரமாகப் பெறலாம் என்ற நம்பிக்கையை வைதீக சமயம் விரிவாக்கியிருந்தது. அதுமட்டுமன்றி ஞானக் கல்வி வாய்ப்புக்கள் என்பன குறிப்பிட்ட குலத்தோருக்கு மட்டுமே உரியது என்றும் ஏனையோர் தொழில் கல்வி செய்து வாழ்வதே குல தர்மம் என்ற கொள்கையையும் விரிவுபடுத்தியிருந்தது வைதீக மதம்.

இதற்கு ஒரு மாற்றாக சமணமும் பௌத்தமும் விளங்கின. இறைவனை அடைய எல்லோரும் தவம் செய்யலாம்; நல்ல நெறிகளை ஒழுகினால் மோட்சம் பெறலாம்; கல்வி என்பது எல்லோருக்கும் சமமானது; என்ற கருத்துக்களைச் சமணமும் பௌத்தமும் முன்வைத்தன. இதில் மேலும் விரிவாக அகிம்சை கோட்பாட்டை வலியுறுத்தும் பண்பைக் கொண்டிருந்தது சமணம். எந்த உயிரனங்களையும் வதைத்தல் கூடாது என்பதை மிக முக்கியக் கோட்பாடாக சமண சமயம் முன்வைத்தது. மக்கள் மத்தியில் அறத்தை உயர்வாக மதிக்க வேண்டும் என்ற சிந்தனையையும் எல்லோருக்கும் கல்வி என்ற கொள்கையையும் வைதீக மதம் சூழ்ந்திருந்த தமிழக நிலப்பரப்பில் சமணம் முன்வைத்துப் பரவலாக பொது மக்கள் மத்தியில் வரவேற்பைப் பெற்று வளர்ந்தது.

சமணம் இன்றைய தமிழகம் என்று குறிப்பிடப்படும் நிலப்பகுதியில்ஏறக்குறைய பொ.ஆ 2ஆம் நூற்றாண்டு வாக்கிலிருந்து வழக்கில் இருந்து வந்தமையை இன்று நமக்குக் கிடைக்கின்ற பல சான்றுகளிலிருந்து அறிகின்றோம். பொதுவாக பண்டைய தமிழி (தமிழ் பிராமி) எழுத்தால் அமைந்த கல்வெட்டுக்கள் இருக்கின்ற பகுதிகளான மாங்குளம், அரிட்டாபட்டி, கீழவளவு, ஆனைமலை, அறச்சலூர் போன்ற பகுதிகள் தமிழகத்தில் சமணத்தின் தொன்மையை உறுதி செய்வதாக இங்குள்ள கல்வெட்டுக்களும்சமணர் கற்படுக்கைகளும் அமைகின்றன.

சமண சமயம் இந்தியாவில் மட்டுமே தோன்றி வளர்ந்து இன்றளவும் குறிப்பிட்ட எண்ணிக்கையிலான மக்களால் ஒழுகப்படும் ஒரு சமயம். தமிழகத்தில் பொ.ஆ 7ஆம் நூற்றாண்டிற்குப் பின்னர் தோன்றிய சைவ வைணவ சமயங்கள் பெருமளவில் மன்னர்களின் ஆதரவைப் பெற்று வளர்ந்த போது சமணமும் பௌத்தமும் அதன் புகழை இழக்கத் தொடங்கின. அதன் பின்னர் மீண்டும் அச்சணந்தி முனிவரின் முயற்சிகளினால் பொ.ஆ 9ஆம் நூற்றாண்டு முதல் மீண்டும் சமணம் அதன் சிறப்பைப் பெறத் தொடங்கியது. பிற்காலச் சோழ மன்னர்கள் ஆட்சியின் போது சைவ வைணவ சமயத்தோடு சமணமும் மன்னர்களின் ஆதரவைப் பெற்ற சமயமாகவே திகழ்ந்தது. அதிலும் குறிப்பாக மாமன்னன் முதலாம் ராஜராஜ சோழன் காலத்தில் சமய வெறி அற்ற, எல்லா சமயத்தோரையும் ஆதரிக்கும் பொதுநலச்சிந்தனை பரவியிருந்ததால் சமணமும் புத்துயிர் பெற்று வளர்ச்சி பெற ஆரம்பித்தது.

மாமன்னன் ராஜராஜ சோழனின் தமக்கையார் குந்தவைப்பிராட்டியார் சமண சமயத்தில் பற்று கொண்டவராக இருந்தார். தமிழகத்தின் திருவண்ணாமலைக்கு அருகே உள்ள திருமலை மற்றும் கரந்தை போன்ற பகுதிகளில் குந்தவை நாச்சியார் கட்டிய சமண ஆலயங்கள் இன்றும் சிறப்புடன் காட்சியளிக்கின்றன. அதில் திருவண்ணாமலை மாவட்டத்தில் உள்ள ஒரு பிரம்மாண்டமான கோயில் தான் சிகாமணி நாதர் சமணக்கோயில். இந்தக் கோயில் இருக்கும் இடம் எழில் நிறைந்த ஒரு பகுதி. தமிழகத்தின் போற்றத்தக்க வகையில் அமைந்த சமண சின்னங்கள் உள்ள ஒரு பகுதியாக இந்தக் கோயில் இருக்கும் திருமலை என்னும் ஊரைச் சொல்லலாம். திருமலை திருவண்ணாமலை மாவட்டம், போளூர் வட்டத்தில் அமைந்துள்ளது. திருமலை என்றாலே பொதுவாக பலரும் இது திருப்பதி வெங்கடாசலபதி இருக்கும் திருமலையோ என யோசிக்கலாம். இங்குக் குறிப்பிடப்படும் திருமலை ஆந்திரப்பிரதேசத்தில் இருக்கும் திருமலை அல்ல. இது தமிழகத்தில் இருக்கும் ஒரு சிற்றூர்தான். திருமலை என்ற இந்த ஊரில் வைகாவூர் என்னும் கிராமத்தில் தான் இந்தச் சிகாமணி நாதர் கோயில் இருக்கின்றது.

இந்தக் கிராமத்திற்கு நான் 2014ஆம் ஆண்டில் சென்றிருந்தேன். அங்கிருக்கும் சமண மடத்தில் இரண்டு நாட்கள் தங்கியிருந்து

அருகாமையில் இருக்கும் சமண சமயச் சின்னங்களைப் பார்வையிட்டும் மடாதிபதி ஸ்வஸ்தி ஸ்ரீ தவளகீர்த்தி பட்டாரக சுவாமிகளைப் பேட்டிகண்டேன். அந்த விழியப் பதிவு தமிழ் மரபு அறக்கட்டளையின் சமண சமய வரலாறு உள்ள பகுதியில் இடம்பெறுகின்றது.

இந்தக் கோயில் அமைந்திருக்கும் பகுதி பாறைகள் நிறைந்த ஒரு மலைப்பகுதி. மலையின் கீழடிவாரத்தில் ராஜராஜன் தன் தேவியருடன் இருக்கும் வகையில் அமைந்த சிற்பம் அமைக்கப்பட்டுள்ளது.

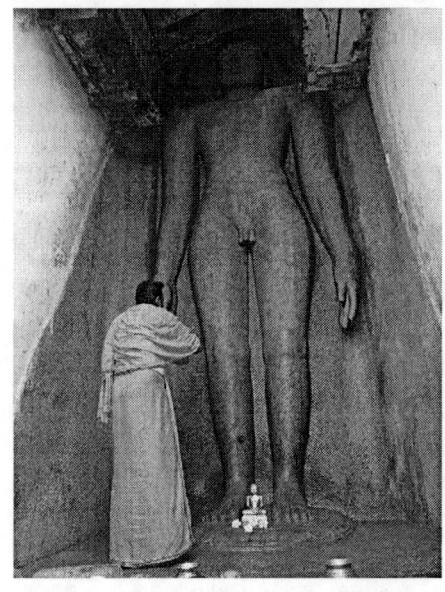

அதனைக் கடந்து சென்றால் பாறைகளுக்கு மேலே செல்ல அமைக்கப்பட்டுள்ள மலையின் மேற்கே படிகளில் ஏறிச்சென்றால் நாம் பிரம்மாண்டமான வடிவில் உள்ள சிகாமணி நாதர் புடைப்புச் சிற்பத்தை அங்குக் காணலாம். இச்சிலையின் மொத்த உயரம் 16 1/2 அடியாகும். தீர்த்தங்கரர் நேமிநாதரின் சிறப்புப் பெயரே சிகாமணிநாதர் என்பதாகும். இச்சிற்பம் சோழ இளவரசியார் குந்தவை பிராட்டியாரால் பொ.ஆ.11ஆம் நூற்றாண்டில் மாமன்னன் ராஜராஜ சோழனின் மறைவுக்குப் பின்னர் கட்டப்பட்டது.

இந்தியாவிலேயே மிக உயரமான நேமிநாத தீர்த்தங்கரர் சிற்பம் என்ற சிறப்பைக் கொண்டது இந்தச் சோழர் காலத்துச் சிற்பம். மாமன்னன் ராஜராஜனின் சிறப்பை வெளிக்காட்டும் வகையில் அவருக்குப் பல பெயர்கள் உண்டு. மும்முடிச் சோழன், ஜனநாதன், அருண்மொழி, சத்திரிய சிகாமணி ஆகியவை அவற்றுள் அடங்கும். திருமலையில் செதுக்கப்பட்ட இந்த நேமிநாதரின் சிற்பத்தை தனது சகோதரன் மாமன்னன் ராஜராஜனின் மறைவுக்குப் பின்னால் கட்டியதால் ராஜராஜனின் நினைவாக 'சிகாமணி' என்று பெயரிட்டிருக்கலாம் என

"திருவண்ணாமலை மாவட்ட சமண வரலாறு" என்ற நூலில் அதன் ஆசிரியர் ஆர்.விஜயன் குறிப்பிடுகின்றார்.

இச்சிகாமணி நாதர் புடைப்புச் சிற்பத்திற்கு பூஜையும் செய்யப்படுகின்றது. இந்த மலை இருக்கும் பகுதியில் மேலே செல்லச் செல்ல மேலும் பல சமண சின்னங்கள் இருப்பதைக் காணலாம். இந்தச் சிற்பம் அமைந்திருக்கும் சூழலும் இதன் அமைப்பும் இங்கு வருவோர் மனதில் ஆழ்ந்த தியானத்தை ஏற்படுத்திடும் வல்லமை கொண்டவை. இத்தகைய சிறந்த கலைப்படைப்புக்கள் தமிழர் வரலாற்றின் சிறப்பிற்கு மேலும் சிறப்பு சேர்ப்பவையாக அமைந்திருக்கின்றன.

சமண நெறி என்றோ இருந்து என்றோ மறைந்தது எனவும், அதன் வரலாற்று அம்சங்களை முழுப் பரிமாணத்தோடு அறியாது ஒரு பகை சமயம் போலவும் கருதுவோரும் உள்ளனர். சமண சமயம் தமிழ் மொழிக்கும், தமிழ் பாரம்பரியத்திற்கும் கலைக்கும் வழங்கிய கொடைகள் ஏராளம். அவற்றை அறிந்து கொள்ள முனையும் போது தமிழர் வரலாற்றைப் பற்றிய விரிவான தகவல்களை நாம் பெற முடியும்.

(தமிழ் மலர் நாளேடு (மலேசியா) 09.06.2016)

20
கருங்காலக்குடி தொல்பழங்காலக் குறியீடுகளும் சமணர் சின்னங்களும்

தொல்பழமை பற்றிய தேடல் மிக சுவாரசியமானது. வரலாறு என்பதே இன்றைக்கு முன் சில காலம், அதற்குச் சில பல காலம், என காலத்தால் பின்னோக்கிச் சென்று, அந்த ஆய்வில் கிடைக்கும் ஆதாரங்களைச் சேகரித்து அதனை ஆராய்வது எனக் கொள்ளலாம். இவ்வகையில் சேகரிக்கப்படும் தரவுகளைக் கொண்டு வரலாற்றை எழுதும் முயற்சிகள் காலங்காலமாய் நிகழ்ந்து வருகின்றன. தொல்லியல் சான்றுகளாய் இன்று உலகம் முழுதும் ஆய்வாளர்கள் கருத்தில் கொள்வதாகச் சிலவற்றைக் கூறலாம். உதாரணமாக, நிலத்தின் அடியில் தோண்டும் போது கிடைக்கின்ற மண்பாண்டங்கள், அவற்றின் மேல் உள்ள கீறல்கள், பல்வகைப் பொருட்கள், கட்டிட கட்டுமானத்தின் எச்சங்கள் என்பவற்றைக் கூறலாம். மேலும், இன்றும் நமக்குக் காட்சி தரும் வழிபாட்டுத் தலங்கள், சின்னங்கள், அதில் உள்ள சிற்பங்கள், கல்வெட்டுக்கள் ஆகியனவற்றையும் கூறலாம். இதேபோல, குன்றுகளிலும் மலைகளிலும் பாறைகளின் மேலோ அல்லது அடியிலோ கீறப்பட்ட ஓவியங்களையும் குறியீடுகளையும் இத்தகைய சான்றுகளாகச் சொல்லலாம். இவற்றோடு ஓலைச்சுவடிகள், பட்டுத்துணியின் மேல் எழுதப்பட்ட எழுத்துக்கள், பாப்பிரஸ் இலைகளைக் கூழாக்கி அவற்றைத் தாளாக்கி அதன் மேல் எழுதப்பட்ட எழுத்துக்கள் போன்றவற்றையும் கூட இவ்வகைச் சான்றுகளாக நாம் கொள்ளலாம்.

தமிழர் வரலாற்றை ஒரு வரியில் கூறிவிடுவது என்பது இயலாத காரியம். ஏனெனில் தமிழ்ச் சமூகம் இனக்குழுக்களால்

பலவாறு தமக்குள்ளே சடங்குகள், சட்டங்கள், பண்பாட்டுக் கூறுகள், வாழ்வியல் நெறிகள், கலைகள் என வளர்ந்தவை. மிகப்பல தனித்துவக்கூறுகளை உள்ளடக்கியவை. இந்த வேறுபாடுகள் தமிழர் நாகரிகத்திற்கு வளம் சேர்ப்பவை.

எனது ஒவ்வொரு வரலாற்றுத் தேடல் பயணத்திலும் புதுமையான செய்திகள் எனக்குக் கிடைத்துக் கொண்டே இருக்கின்றன. அப்படித்தான் 2016ஆம் ஆண்டு டிசம்பர் மாதத்தில் எனது தமிழகத்தின் மதுரைக்கான பயணமும் அமைந்தது.

மதுரை குன்றுகள் நிறைந்த ஒரு நிலப்பகுதி. இங்குள்ள பாறைகள் மிக உறுதியானவை. இங்கு தான் பல இடங்களில் சட்டத்திற்குப் புறம்பாக குன்றுகளில் பாறைகளைத் தகர்த்து குவாரி கல் உடைப்பு பல முறை நடந்துள்ளது என்பதையும் வேதனையுடன் பதிய வேண்டியுள்ளது. இந்தக் குன்றுகளும் இயற்கையாக அமைந்த பாறைகள் இருக்கும் பகுதி. இன்றைக்குப் பல ஆயிரம் ஆண்டுகளாக மக்கள் வாழ்ந்து வரும் ஒரு நிலப்பகுதி. உண்மையில் சொல்லப்போனால், முழுமையான தொல்லியல் ஆய்வுகள் மதுரையில் முழுமையாக இன்று வரை நிகழ்த்தப்படவில்லை என்றே கூறவேண்டும். கீழடியில் நடத்தப்பட்ட ஆய்வுகளே இன்றைக்கு 2500 ஆண்டுகளுக்கு முன்னரான நாகரிக வளர்ச்சி பெற்ற ஒரு சமூகம் அப்பகுதியில் வாழ்ந்தமையை பிரதிபலிக்கின்றது. இதே போல மதுரையைச் சுற்றியுள்ள பகுதிகள் விரிவான ஆய்வுக்குட்படுத்தப்பட்டால் தொல்பழங்காலம் தொட்டு சங்ககாலம், சமீபத்திய காலம் வரையிலான பல ஆய்வுகளுக்கான ஆதாரங்களைத் திரட்டக்கூடிய வாய்ப்புக்கள் நிச்சயம் பெருகும்.

இப்படி மதுரையில் அமைந்திருக்கின்ற பாறைப்பகுதிகள் பொதுவாகவே மக்கள் வந்து தங்கியிருந்த வாழ்விடப் பகுதிகளாகவே இருந்திருப்பதை அறிய முடிகின்றது. மாங்குளம்,

அரிட்டாபட்டி, கீழவளவு, மேலவளவு, கீழ்க்குயில்குடி என வரிசைப்படுத்திக் கொண்டே போகலாம். அத்தகைய ஒரு பாறைப் பகுதி ஒன்று கருங்காலக்குடி எனும் சிற்றூரில் இருக்கின்றது. மதுரையிலிருந்து மேற்கே ஏறக்குறைய 40கி.மீ. தூரத்திலுள்ள ஒரு சிற்றூர் இது. எனது வரலாற்றுப் பயணத்தில் இப்பகுதிக்குச் சென்றிருந்தபோது இங்குள்ள புராதனச் சின்னங்களை நான் பதிவு செய்து அதனைத் தமிழ் மரபு அறக்கட்டளை வெளியீடாக 2018ஆம் ஆண்டு ஜனவரி மாதம் வெளியீடு செய்திருந்தேன்.

சமணத்துறவிகள் வந்து தங்கியிருந்ததாக அறியப்படும் இடங்களில் சில பொதுக்கூறுகள் உள்ளன. அத்தகைய பகுதிகளில் பாறைப்பகுதியில் தரைப்பகுதியில் படுக்கைகள் செதுக்கப்பட்டிருக்கும். அதன் மேல்பகுதியில் உள்ள பாறையின் மேல் தமிழி (பிராமி) எழுத்துக்கள் வெட்டப்பட்டிருக்கும். மழை நீர் குகைக்குள் செல்லாதவாறு காடி என அழைக்கப்படும் விளிம்புப் பகுதி அமைக்கப்பட்டிருக்கும். இன்று தென்படவில்லையென்றாலும் முன்னர் இங்கே பள்ளிக்கூடங்களை அமைத்து சமணத்துறவிகள் எல்லாத் தரப்பு மக்களுக்கும் கல்வியைப் புகட்டியமை போன்ற சமூக நடவடிக்கைகளும் இப்பகுதியில் நிகழ்ந்திருக்கும். இந்த அத்தனைக் கூறுகளும் உள்ள பகுதிதான் கருங்காலக்குடி.

கருங்காலக்குடிக்கு என்னுடன் தொல்லியல் அறிஞர்கள் டாக்டர்.சாந்தலிங்கம், டாக்டர்பத்மாவதி, மொழியியல் அறிஞர்

டாக்டர். ரேணுகாதேவி ஆகியோர் உடன்வந்திருந்தனர். நாங்கள் சென்ற நேரம் மதியம். வெயில் மிக அதிகமாகவே இருந்தது. வாகனத்தைத் தூரத்தில் நிறுத்தி விட்டு அப்பாறை பகுதிக்குச் சென்றோம். இப்பகுதி தமிழகத் தொல்லியல் துறையினால் பாதுகாக்கப்படும் ஒரு பகுதி என்பதற்கு அடையாளமாக வாசல் பகுதியில் தகவல் குறிப்பு வைக்கப்பட்டுள்ளது. உள்ளே செல்லும் போது முதலில் நம் கண்ணுக்குத் தென்படுவது ஒரு பாறையின் மேல் செதுக்கப்பட்ட சமண தீர்த்தங்கரர் சிற்பம் ஒன்று. முக்குடைகள் இல்லாமல்

தனியே தீர்த்தங்கரர் மட்டும் உள்ளது போன்ற வடிவில் அமைக்கப்பட்ட சிற்பம் இது. இதன் கீழ் இரண்டு வரியில் "ஸ்ரீ அச்சணந்தி செய்வித்த சிற்பம்" இது என வட்டெழுத்து தமிழில் எழுத்துக்கள் செதுக்கப்பட்டுள்ளன. இது பொ.ஆ. 9-10ஆம் நூற்றாண்டு வாக்கில் சமணத்திற்கு மறுமலர்ச்சி ஊட்டிய அச்சணந்தி முனிவர் வடித்த சிற்பம். இதே போன்ற ஒரு வடிவம் அரிட்டாபட்டியிலும் இருக்கின்றது.

இந்தச் சிற்பம் இருக்கும் பகுதியில் வரிசை வரிசையாக ஏறக்குறைய முப்பது கற்படுக்கைகள் குகைப்பகுதிக்குக் கீழே

செதுக்கப்பட்டுள்ளன. சிறிய தலைப்பகுதி மேடு போன்ற அமைப்புடன் ஒரு நபர் படுத்துறங்கும் வகையில் இக்கற்படுக்கைகள் அமைந்திருக்கின்றன. இதற்கு மேல் உள்ள பாறையில் ஏழையூர் அறிதின் என்பவர் கட்டிய சமண அறப்பள்ளியைப் பற்றிய கல்வெட்டு பொறிக்கப்பட்டுள்ளது. இது தமிழி எழுத்தில் எழுதப்பட்டது. இதன் காலம் கி.மு.2ஆம் நூற்றாண்டு என அறியப்படுகின்றது.

இப்பாறைக்குப் பக்கத்தில் சில ஆண்டுகளுக்கு முன்னர் செதுக்கப்பட்ட படிகள் இருக்கின்றன. அப்படிகளின்வழி ஏறி மேலே பாறைப் பகுதிக்குச் சென்றோம். அப்பாறைப் பகுதிக்குச் செல்வது, அதிலும் உச்சி வெயில் கொளுத்தும், போது பாறையில் காலணி இல்லாமலோ அல்லது போட்டுக் கொண்டோ... எப்படி செல்வதென்றாலும் சிரமம் தான். எப்படியோ ஒரு வழியாக வரிசை வரிசையாக இருந்த பாறைகளின் மேல் ஏறி ஒரு பகுதிக்கு வந்து சேர்ந்தோம். இங்கு தான் தொல்பழங்குடிமக்கள் வாழ்விடப்பகுதியாக இது அமைந்திருந்தபோது அவர்கள் எழுதி வைத்த பாறைக் குறியீடுகள் இருக்கின்றன.இங்குள்ள பாறைக் குறியீடுகள் வெள்ளை நிறத்தில் பாறை மேல் கீறப்பட்டவை. இந்த வெள்ளை நிறம் என்பது சுண்ணாம்புக் கலவையும்மூலிகையும் குழைத்து உருவாக்கப்படும் ஒரு பொருள். இந்தப் பொருளைக் கொண்டு பாறையில் பண்டைய மக்கள் ஓவியங்களாகவும்கோடுகளாகவும் செய்திகளைப் பதிந்து வைத்துச்

சென்றுள்ளனர். இப்பகுதியில் நான் பார்த்து பதிவு செய்த குறியீடுகள் ஏறக்குறைய 4000 ஆண்டுகள் பழமையானவை என தொல்லியல் அறிஞர்களால் அடையாளப்படுத்தப்படுபவை. ஆக இப்பகுதியில் மக்கள் வாழ்ந்தனர் என்பதற்குள்ள இன்று கிடைக்கின்ற முக்கியச் சான்றாக இந்தப் பாறை ஓவியங்கள் அமைகின்றன.

உலகம் முழுவதுமே பழமையான நாகரிகங்கள் இருந்த பகுதிகளில் பாறைகளின் மேல் தீட்டப்பட்ட குறியீடுகளும் ஓவியங்களும் கண்டுபிடிக்கப்பட்டுள்ளன. ஸ்பெயின், பிரான்சு,

ஜெர்மனி, ஆஸ்திரியா போன்ற நாடுகளில் பல்லாயிரம் ஆண்டுகள் பழமை வாய்ந்த ஓவியங்கள் கண்டறியப்பட்டுள்ளன. தமிழகத்தில் திருவள்ளூர் மாவட்டத்து அத்திரம்பாக்கம், கிருஷ்ணகிரி, மதுரை, சிவகங்கை போன்ற பகுதிகளில் இவ்வகை பாறைக் குறியீடுகளும் ஓவியங்களும் அடையாளம் காணப்பட்டுள்ளன. ஆனால் இவை எவ்வகையில் ஆராய்ச்சிக்குட்படுத்தப்பட்டு ஆய்வுகள் தொடர்கின்றன என்பது தான் நம் முன் இருக்கும் கேள்வி.

கருங்காலக்குடியில் இப்பாறைகள் இருக்கும் பகுதியில் இன்று மக்கள் குடியிருப்பு இல்லை. இப்பகுதி புராதனச்சின்னம் இருக்கும் பகுதியாகப் தமிழகத் தொல்லியல் துறையினால் பாதுக்கப்படுகின்றது. இத்தகைய புராதனச் சின்னங்கள் தான் தமிழகத்தில் தமிழர் வரலாற்றை நாம் புரிந்து கொள்ள நமக்கிருக்கும் தரவுகள். இவற்றிற்குச் சேதம் ஏற்படாமல் அங்கு செல்லும் நாமும் அவற்றை சேதப்படுத்தாமல் இவற்றைப் பார்த்து ரசித்து வரவேண்டும். மதுரையும் அதனைச் சுற்றியுள்ள ஊர்களும் புராதனச் சின்னங்கள் கொட்டிக் கிடக்கும் ஒரு பகுதி. அங்கு நம் வரலாற்றுத் தேடுதலுக்கு இன்னும் பல அதிசயங்கள் காத்திருக்கின்றன!.

(தமிழ் மலர் நாளேடு (மலேசியா) 25.01.2018)

21
போலந்தின் க்ராக்காவ், தமிழகத்தின் கீழடி தொல்லியல் ஆய்வுகள்

ரஷ்யா, லுத்துவானியா, பெலாரஸ், உக்ரேன், சுலோவாக்கியா, செக், ஜெர்மனி ஆகிய 7 நாடுகளை எல்லைகளாகக் கொண்டும்வடக்கே பால்ட்டிக் கடலை எல்லையாகக் கொண்டும் திகழும் நாடு போலந்து. ஐரோப்பிய ஒன்றியத்தில் உறுப்பினர் நாடாக இடம் பிடிக்கும் நாடுகளில் ஒன்று.ஐரோப்பிய நாடுகள் ஒவ்வொன்றிற்கும் பண்டைய வரலாற்றுப் பெருமைகள் இருப்பது போல, தனித்துவத்துடன் கூடிய வரலாற்றுப் பெருமை உள்ள நாடு போலந்து என்பதை மறுக்க முடியாது. இன்றைய நிலையில் பொருளாதார ரீதியாகச் சற்று பின்தங்கிய நிலையில் இருந்தாலும் கூட, சில நூற்றாண்டுகளுக்கு முன்பு வரை சிறந்த பொருளாதார பலத்துடன் திகழ்ந்தது போலந்து. இதன் இன்றைய தலைநகரம் வார்சாவ். ஆனால் இன்றைக்கு ஏறக்குறைய 400 ஆண்டுகளுக்கு முன்னர் வரை, போலந்தின் தலைநகரமாக விளங்கியது க்ராக்காவ்

நகரமாகும். பல நூற்றாண்டுகளாக போலந்தின் பண்பாட்டுக் கலாச்சார நகரம் என்ற சிறப்புடன் விளங்கும் நகரம் இது. இதன்

சிறப்பினைக் கருத்தில் கொண்டு இந்த நகரத்தை முழுமையாக யுனெஸ்கோ, பாதுகாக்க வேண்டிய நகரங்களுள் ஒன்றாகப் பிரகடனப்படுத்தியுள்ளது. கடந்த சில தினங்களுக்கு முன்னர் இந்த க்ராக்காவ் நகருக்குச் செல்லும் வாய்ப்பு கிட்டியது. அப்பொழுது க்ராக்காவ் நகரின் தொல்லியல் பழமைகளையும் வரலாற்றுச் செய்திகளையும் ஓரளவு அறிந்து கொள்ளும் வாய்ப்பினை ஏற்படுத்திக் கொண்டேன்.

க்ராக்காவ் நகர மையம் ஒரு விரிந்த பரந்த மேடையைப் போன்ற தோற்றம் கொண்டது. சதுர வடிவிலான அதன் மையப்பகுதியில் நடந்து செல்லும் போதும், அங்கு வரிசையாக அமைக்கப்பட்டுள்ள உணவகங்களில் ஏதாகினும் ஒன்றில் அமர்ந்து உணவருந்தும் போதும், அங்குள்ள The Cloth Hall என அழைக்கப்படும் 600 ஆண்டுகள் பழமையான வர்த்தக மையக் கட்டிடத்திற்குள் சென்று பொருட்களைத் தேடிப் பார்த்து வாங்கும் பொழுதும், அந்தத் தரைப்பகுதிக்கும் கீழே சுரங்கப்பாதை ஒன்று இருப்பதையும், அங்கே நம்மை அதிசயத்தில் ஆழ்த்தும் ஒரு அருங்காட்சியகம் இருக்கின்றது என்ற உண்மையையும் நிச்சயமாக யாரும் நினைத்துப் பார்த்திருக்க மாட்டோம்.

Rynek Underground என ஆங்கிலத்தில் அழைக்கப்படும் அருங்காட்சியகம் க்ராக்காவ் நகரத்தின் முக்கிய வரலாற்றுச் சான்றுகளில் ஒன்று. இது 4000 சதுரமீட்டர் பரப்பளவு கொண்டது. தொல்லியல் அகழ்வாய்வு செய்யப்பட்ட பகுதி கீழே நிலத்துக்கு அடியில் இருக்கின்றது. தொல்லியல் அகழ்வாய்வு நடத்தப்பட்ட ஒவ்வொரு பகுதிகளையும் தக்க வகையில் பாதுகாப்பு வளையங்களை அமைத்துப் பாதுகாத்திருப்பதோடு பொதுமக்கள் அவற்றை நேரில் கண்டு அங்கங்கு என்னென்ன பொருட்கள் அகழ்வாய்வில் கண்டெடுக்கப்பட்டனவோ அவற்றிற்கான விளக்கத்தினை இணைத்து, தேவைப்படும் இடங்களில் கணினிகளைப் பொருத்தி விரிவான விளக்கங்களைப் பார்வையாளர் அறிந்து கொள்ளவும் ஏற்பாடு செய்திருக்கின்றனர் தொல்லியல் துறையினர். சில இடங்களில் லேசர் விளக்கொளிகளைப் பொருத்தி, அங்கே தொழில்நுட்பக் கருவிகளின் துணையோடு பழங்கால சூழலை விவரிக்கும் காட்சிகளை லேசர் காட்சிகளாகத் தத்ரூபமான வடிவில் நம் கண்களின் முன்னே கொண்டு வந்து காட்டுகின்றனர்.

2005ஆம் ஆண்டு இப்பகுதியில் அகழ்வாராய்ச்சி தொடங்கப்பட்டிருக்கின்றது. அதாவது நிலத்துக்கு மேலே 600 ஆண்டு பழமையான வரலாற்றுச் சிறப்புமிக்கக் கட்டிடங்கள் இருக்கின்ற அதே பகுதியின் அடித்தளத்தில் தான் இந்தப் பணி தொடங்கப்பட்டிருக்கின்றது என்றால் எவ்வளவு சவாலான அகழ்வாய்வுப் பணியைத் தொல்லியல் துறை முன்னெடுத்திருக்கின்றது என்பதை நம்மால் ஓரளவு புரிந்து கொள்ள முடிகின்றது அல்லவா? இந்த அகழ்வாய்வின் போது பண்டைய போலந்து மக்கள் இப்பகுதியை ஒரு வணிக மையமாகப் பயன்படுத்தியமை பற்றிய சான்றுகள் கிடைத்திருக்கின்றன. இந்த அகழ்வாய்வில், காசுகள், உடைகள், காலணிகள், அணிகலன்கள் ஆகியவற்றோடு 4000 ஆண்டு பழமையான மனித உடலின் மண்டை ஓடுகள் எலும்புக் கூடுகள் ஆகியவையும் ஈமக்கிரியைச் செய்யப்பட்ட சடங்குப் பொருட்கள் ஆகியனவும் கண்டெடுக்கப்பட்டுள்ளன. 2010ஆம் ஆண்டு போலந்து அரசு இந்தப் பகுதியில் அகழ்வாய்வுப் பணியை வெற்றிகரமாக முடித்து இப்பகுதியை பொதுமக்கள் வந்து பார்த்து அறிந்து செல்லும் தரமான ஒரு அருங்காட்சியகமாக அமைத்துள்ளது என்பது பாராட்டத்தக்க செய்தியல்லவா?

இந்த அருங்காட்சியகத்தின் உட்சென்று அங்குக் காட்சிக்கு வைக்கப்பட்டிருந்த வரலாற்றுச் சின்னங்களைப் பார்வையிட்டு வந்த பின்னர் என்மனதில் தமிழகத்தின் கீழடி அகழ்வாய்வுகள் தொடர்பான கடந்த சிலமாதங்களின் நினைவுகள் நிழலாடத் தொடங்கின.

2015ஆம் ஆண்டு தொடங்கப்பட்ட அகழ்வாய்வு தொடர்பான சர்ச்சைகளை இன்றளவும் நாம் செய்தி ஊடகங்களின் வழியாக அறிகின்றோம். இன்று புதிதாக பேசப்படும் பொருள் அல்ல கீழடி. 1980-1981ஆம் ஆண்டிலேயே இப்பகுதியின் மேற்பரப்பில் தென்பட்ட சிவப்பு-கருப்புநிறத்தில் அமைந்த பானைஓடுகளைப் பார்த்த சிலைமான் என்ற ஊரில் இருந்த ஆசிரியர் திரு.

பாலசுப்பிரமணியம் என்பவர், தாம் கண்டெடுத்த அப்பானை ஓடுகள் வரலாற்று முக்கியத்துவம் வாய்ந்ததாக இருக்கக்கூடும் எனச் சந்தேகித்து அதனைத் திருமலைநாயக்கர் மகால் அருங்காட்சியகத்தில் ஒப்படைத்து தகவல் தெரிவிக்க, அப்போது ஆய்வுப்பணியை அங்கிருந்த ஆய்வாளர்கள் தொடங்க முயற்சித்தனர். அந்த ஆய்வின் போதே இப்பகுதி சங்ககாலத்திற்கு முந்தைய நாகரிகத்தின் சான்று அடங்கிய பகுதிதான் என

அடையாளம் காணப்பட்டாலும் அகழாய்வுப்பணி தொடரவில்லை. இது ஏன் என்பது நம் முன்னே நிற்கும் கேள்வி என்றாலும், அது பழங்கதையாகி விட்ட நிலையில், மீண்டும் 2015ஆம் ஆண்டு தொடக்கி நடைபெறுகின்ற அகழ்வாய்வுச் செய்திகளில் நமது கவனக்குவிப்பைச் செலுத்த வேண்டியுள்ளது.

இந்திய மத்திய அரசின் தொல்லியல் துறை, மதுரையில் பாயும் வைகைக்கு அருகே உள்ள 293கிராமங்களில் தொல்லியல் சின்னங்கள் இருப்பதைக் கண்டறிந்தது. பின்னர் கீழடியில் 43 அகழாய்வுக்குழிகள் தோண்டப்பட்டு ஆய்வாளர் திரு. அமர்நாத்ராமகிருஷ்ணன் என்பவரின் தலைமையில் இங்கு ஆய்வுகள் தொடங்கப்பட்டன. இந்த ஆய்வில் மனிதநாகரிகத்தைப் பறைசாற்றும் பலசான்றுகள் கிடைத்தன. பானை ஓடுகளில் கீறப்பட்ட தமிழி எழுத்துக்கள், சுடுமண் உலைகள், சுடுமண் குழாய்கள், சுடுமண் உருவங்கள், சுடுமண்கலங்கள், தந்தத்தால் அலங்கரிக்கப்பட்ட தாயக்கட்டைகள், அணிகலன்கள் போன்றவை இந்த ஆய்வில் கிட்டின. அதுமட்டுமன்றி செங்கல்லினால் அமைக்கப்பட்ட கட்டிடச்சுவர்களையும் இந்த அகழாய்வு நமக்குப் புலப்படுத்தியது. அதுமட்டுமன்றி இதே போன்ற அடுப்புகளும் தமிழகத்தின் அரிக்கமேடு, உறையூர் போன்ற இடங்களில் நிகழ்த்தப்பட்ட அகழாய்வில்

கண்டறியப்பட்டுள்ளன என்பதும் ஒரு பண்பாட்டுக்கலாச்சார ஒற்றுமையை நமக்கு நிறுவும் சான்றாக அமைகின்றது. ஏறக்குறைய 2500 ஆண்டுகள் இவை பழமையானவை என கரிமச் சோதனைகளின்வழி இந்த அகழாய்வுச்சான்றுகள் நிரூபிக்கப்பட்டன.

பின்னர் கீழடியில் இரண்டாம்கட்ட ஆய்வு 2016ஆம் ஆண்டு தொடங்கியது. இதில் மேலும் வியப்பூட்டும் வகையில் ஏறக்குறைய 5000 சான்றுகள் அகழாய்வில் கிட்டின. இதன் பின்னர் படிப்படியாக கீழடி ஆய்வுக்குத் தடைகள் ஏற்படத் தொடங்கின. தொல்லியல் ஆய்வினைத் தொடர்வதற்கான நிதி ஒதுக்கீட்டில் பிரச்சனை, அகழாய்வுக் குழுவிற்குத் தலைமை தாங்கிப்பணிகளைச் சிறப்பாக முன்னெடுத்த ஆய்வாளர் திரு. அமர்நாத் அவர்களின் பணியிடமாற்றம், என ஒன்றை அடுத்து மற்றொன்றாக கீழடி ஆய்வு சவால்களை எதிர்நோக்கியதைப் பலரும் அறிவோம். இந்தச்சூழலில் இந்த ஆண்டு மீண்டும் மற்றொரு தலைமை ஆய்வாளரின் மேற்பார்வையில் அகழாய்வின் மூன்றாம் கட்டப்பணி தொடங்கப்பட்டது. ஆனால் அத்துடன் கீழடி அகழாய்வு நிறைவு பெறுகின்றது என்றசெய்தியையும் அறிவித்து மீண்டும் இப்பணியில் ஒருசிக்கல் முளைத்துள்ளது. இது கீழடி தொடர்பில் நம் முன்னே தொடர்கின்ற பெரியசவால்.

இது ஒருபுறமிருக்க, கீழடி அகழ்வாய்வுப் பணிகளின்போது கண்டெடுக்கப்பட்ட அரும்பொருட்களைக் காட்சிப்படுத்தும் வகையில் ஒரு அருங்காட்சியகத்தை அமைக்க வேண்டும் எனப்பலரும் குரல்எழுப்பிக் கொண்டிருக்கின்றனர். இக்குரல்கள் பலதரப்பிலிருந்து எழுகின்றன. சமூக ஆர்வலர்கள், வரலாற்று அறிஞர்கள், கல்வியாளர்கள் எனப்பலரும் இந்தச்சான்றுகளை மையப்படுத்தி ஒரு அருங்காட்சியகம் ஒன்று அமைக்கப்பட வேண்டியது அவசியம் என்ற கருத்தினை முன்வைத்தநிலையில், போராட்டங்களும் நடைபெற்றன. அவை தொடர்கின்றன.

இதற்கு முக்கியக்காரணங்களுள் ஒன்றாக இருப்பது, இங்கு உள்ளூரிலேயே ஒரு அருங்காட்சியகத்தை அமைப்பதைவிடுத்து தமிழர் நாகரிகத்தைப் பறைசாற்றும் இவ்வரலாற்றுச் சான்றுகளை மைசூரில் உள்ள அருங்காட்சியகத்திற்குக் கொண்டு செல்லும் முயற்சிகள் தொடங்கப்பட்டமையே எனலாம்.

ஆதிச்சநல்லூர், அரிக்கமேடு போன்ற அகழ்வாய்வுகள் ஏற்படுத்திய அதிர்வலைகள் போலவும் அதற்கும் மேலான அதிர்வலையை கீழடி அகழாய்வுகள் ஏற்படுத்தியுள்ளன. தமிழரின் பண்டைய வாழ்வியல் கூறுகளையும் பண்பாட்டினையும் சான்றுபகரும் இந்தத் தொல்லியல்சான்றுகள், கீழடிக்கு அருகாமையில் சிறப்பான ஒருபுதிய அருங்காட்சியகக்கட்டிடத்தில் பாதுகாப்பாகவைக்கப்பட்டு பொதுமக்கள் வந்து பார்த்து அறியும் வகையில் அமைக்கப்பட வேண்டியது மிகமுக்கியம். தமிழகஅரசு இந்தப்பணிக்கு சிறப்பு கவனம் செலுத்தி நடவடிக்கைகளை கால தாமதப்படுத்தாது செயல்படுத்த வேண்டியது மிகஅவசியம். ஏனெனில் கண்டெடுக்கப்பட்ட பழஞ்சான்றுகளின் பாதுகாப்பினைக் கருத்தில் கொண்டு அருங்காட்சியகத்தினை விரைவில் அமைப்பது தமிழர் நம்பண்பாட்டுச் சான்றுகளைப் பாதுகாக்க எடுக்கப்படும் காலத்திற்கேற்ற நன்முயற்சியாகஅமையும்.

(தமிழ் மலர் நாளேடு (மலேசியா) 28.09.2017)

குறிப்பு:

1. கட்டுரையாசிரியர் முனைவர் க.சுபாஷிணி எழுதி கீழடி வைகை நாகரிகம் என்ற தலைப்பில் சிறுவர்களுக்கான வரலாற்று நூல் ஒன்று 2001ஆம் ஆண்டு வெளிவந்தது. இது கீழடியில் நிகழ்த்தப்பட்ட 7கட்ட அகழாய்வுகள் தொடர்பான தகவல்களையும் உள்ளடக்கியது.

2. தமிழ்நாடு அரசின் முயற்சியில் மார்ச் 5, 2023இல் கீழடி அகழாய்வுப் பொருட்களைக் காட்சிப்படுத்தும் வகையில் ஓர் அருங்காட்சியகம் திறக்கப்பட்டுள்ளது என்பதோடு அதில் அங்கு அகழாய்வுகளில் கண்டெடுக்கப்பட்ட அரும்பொருட்கள் காட்சிப்படுத்தப்பட்டுள்ளன.

☙⊙❧

22
தமிழ்த் தொன்மங்களுக்கான தேடுதல்

எனது தொடர்ச்சியான தேடலில் நான் பல ஆய்வாளர்களைச் சந்திக்கின்றேன். ஒவ்வொருவரும் தங்கள் தனித்துவத்துடன் ஆய்வுப் பணிகளை மேற்கொண்டு வருபவர்கள். பலர் எந்தத் தொய்வும் இல்லாமல் தொடர்ச்சியாக தம்மை ஒரு குறிப்பிட்ட ஆய்வில் ஈடுபடுத்திக் கொண்டு செயல்படுபவர்கள். அப்படி ஒருவர் தான் இந்தியாவின் ஒடிஷா மாநிலத்தில் அரசுப்பணியில் இருக்கும் திரு. ஆர். பாலகிருஷ்ணன்இ. ஆ. ப. அவர்கள்.

தமிழகத்தின் மதுரையைப் பூர்வீகமாகக் கொண்டவர் இவர். ஆரம்பக்கல்வி முதல் தமிழ்வழி பள்ளியில் படித்தவர். தமிழிலேயே இ. ஆ. ப. தேர்வினை எழுதி மிகச் சிறப்பாகத் தேர்ச்சி பெற்று பின்னர் அரசு அதிகாரியாக இந்தியாவின் ஒடிஷா மாநிலத்தில் பணி நியமனம் செய்யப்பட்டவர்.

திரு. ஆர். பாலகிருஷ்ணன் இ. ஆ. ப. அவர்களுடன் கடந்த சில ஆண்டுகளாக இணையத்தின் பேஸ்புக் வழி எனக்கு நட்பு ஏற்பட்டது. வரலாற்று ஆய்வுகள், அதிலும் குறிப்பாக சிந்து சமவெளி ஆய்வுகள் குறித்து அவர் மேற்கொண்டு வரும் மிக ஆழமான ஆய்வுகளின் சிறு செய்தித் துளிகளை அவ்வப்போது என்னுடன் அவர் பகிர்ந்து கொள்வதுண்டு. இது எனக்குள் தமிழ் மொழிக்கும் சிந்து சமவெளி நாகரிகத்துக்குமான ஆய்வினைப் பற்றி தமிழகத்தில் மிக விரிவாக திரு. ஆர். பாலகிருஷ்ணன் இ. ஆ. ப. அவர்கள் விரிவுரைகள் ஆற்றி, இந்த ஆய்வினைத் தமிழக மக்களும் உலக அளவில் ஆய்வாளர்களும் அறிந்து கொள்ள எமது தமிழ் மரபு அறக்கட்டளைவழி நடவடிக்கைகள் மேற்கொள்ள நிகழ்வுகளை ஏற்படுத்த வேண்டும் என்ற எண்ணத்தை எழுப்பிக் கொண்டிருந்தது.

மலேசியத் தமிழராய்ப் பிறந்து உள்நாட்டில் ஏனைய சக சீன, மலாய் மக்களால் கலிங்கா, கெலிங்கா என அடையாளப்படுத்தப்பட்ட அனுபவத்தைக் கொண்டிருக்கும் எனக்குக் கலிங்க நாடான ஒடிஷாவிற்குச் சென்று வர திரு.ஆர். பாலகிருஷ்ணன்இ.ஆ.ப. அவர்களது அறிமுகமும் நட்பும் கூடுதல் ஊக்கத்தை அளித்தது. அதன் விளைவாக அண்மையில் ஒரு குறுகிய கால பயணம் மேற்கொண்டு ஒடிஷாவின் புவனேஷ்வர் மற்றும் பூரி பகுதிகளில் களப்பணி ஆய்வுகளை மேற்கொண்டு வரலாற்றுத் தகவல்கள் பல சேகரித்து வந்தேன். இடையில் கிடைத்த நேரத்தில் திரு.ஆர்.பாலகிருஷ்ணன் இ.ஆ.ப. அவர்களுடன் நேரில் சந்தித்து சீரிய தகவல் பரிமாற்றத்தையும் மேற்கொள்ளும் வாய்ப்பும் கிடைத்தது.

தெற்காசிய நாடுகளில் வாழ்கின்ற தமிழர்கள் ஏனைய இனத்தோரால் கலிங்கர்கள் என்றே அடையாளப்படுத்தப்படுவதை ஒரு பொருளாக எடுத்துக் கொண்டு அதனை ஆய்வு செய்து ஒரு கட்டுரையாகவே இவர் படைத்திருக்கின்றார் என்ற செய்தி பலருக்கும் தெரிந்திருக்க வாய்ப்பில்லை. The new lights on the Kalinga in Indonesia என்ற தலைப்பில் அமைந்த அவரது இந்த ஆய்வுக்கட்டுரை International Linguistics and Dravidian Linguistics Journal ஆய்வேட்டில் வெளிவந்தது.

தமிழர்கள், தமிழகம், தமிழக அரசியல் என வரும் போது மூவேந்தர்களை முன்வைத்தே தமிழக எல்லையினை விவரிக்கும் போக்கு சங்ககாலம் தொட்டே இருந்து வந்துள்ளதை நாம் மறுக்கவியலாது. மூவேந்தர், முக்கொடி, மூன்று அரசியல் சின்னங்கள், மூன்று பேரரசுகள் என்ற விரிவாக்கப்பட்ட ஆளுமைகளை உள்ளடக்கியதாகவே தமிழகம் அடையாளப்படுத்தப்படுகிறது. சோழர்கள் எனும் போது தஞ்சை, கங்கைகொண்ட சோழபுரம், பூம்புகார், உறையூர், என்ற ஊர்களையும், பாண்டியர்களை அடையாளப்படுத்தும் போது மதுரையையும், சேரர்களை அடையாளப்படுத்தும் போது வஞ்சி, தொண்டி போன்ற ஊர்களையும் நாம் குறிப்பிடுகின்றோம். சங்க

இலக்கியங்களிலோ சேர சோழ பாண்டிய மூவேந்தரது பங்களிப்புக்கள் நிறைந்திருக்கின்றன. மூவேந்தர்களை அடையாளப்படுத்தும் சங்கத் தமிழ்ப்பாடல்கள் அவர்கள் தமிழால் இணைந்திருந்தமையை உறுதிப்படுத்தும் சான்றுகளாக நம் முன்னே இருக்கின்றன. மூவேந்தர்கள் நில எல்லையின் அடிப்படையில் பிரிந்திருந்தாலும், அவர்கள் தத்தம் நாடுகளைப் பிரித்து ஆண்டிருந்தாலும், தமிழால் இணைந்திருந்தனர் என்பதற்கு மாற்றுக் கருத்தில்லை. இதனைச் சான்று பகரும் கல்வெட்டுக்களும் இலக்கியங்களும் நமக்கு இன்று ஆதாரங்களாகக் கிடைக்கின்றன.

இன்று கேரளம், ஆந்திரா, கர்நாடகா, தமிழகம் என மாநில வாரியாக எல்லைகள் அரசியல் ரீதியாக அமைக்கப்பட்டுள்ளன. நெடுங்காலமாக, நம் இலக்கியச்சான்றோர் பலர் தமிழகத்தின் எல்லையைத் குறிப்பிடும் போது "வட வேங்கடம் முதல் தென் குமரி வரை" என அடையாளப்படுத்தி வைத்துள்ளனர். ஆனால் தமிழகத்தின் எல்லை என்பது "வட வேங்கடம் முதல் தென் குமரி வரை தானா" என திரு.ஆர்.பாலகிருஷ்ணன்இ.ஆ.ப. நம் சிந்தனைக்குச் சவாலாக ஒரு முக்கியக் கேள்வியை எழுப்புகின்றார். தனது தொடர்ச்சியான பல்வேறு ஆய்வுகளின் வழி தமிழகத்தின் எல்லை மிகப் பெரிது என்பதையும், அது இன்று நாம் அடையாளப்படுத்தும் சிந்து சமவெளிப்பகுதி, இமயம் என மிக விரிந்ததொரு பகுதி என்றும் தன் கருத்தினை முன் வைக்கின்றார்.

ஒடிஷாவில் நான் இருந்த ஐந்து நாட்களில் ஒடிஷா மக்களுக்கும் வாழ்வியலுக்கும் அதிலும் குறிப்பாக ஒடிஷாவின் ஆதிக்குடிகளுக்கும் தமிழர்களுக்கும் பல ஒற்றுமைக் கூறுகள் இருப்பதை நான் என் களப்பணியின் போது மக்களை ஊன்றிக் கவனித்தும் உரையாடியும் அறிந்து கொண்டேன். ஒடிஷா மட்டுமல்ல.. இன்றைய இந்தியாவின் எல்லை, அதனையும் தாண்டி சிந்து சமவெளி வரை திராவிட பண்பாடும் நாகரிகமும்

வாழ்வியலும் தான் நிறைந்திருந்தன எனத் தனது பல ஆய்வுகளின் வழி தொடர்ந்து கட்டுரைகளை எழுதிப் பதிப்பித்து வருகின்ற திரு.ஆர்.பாலகிருஷ்ணன்இ.ஆ.ப. அவர்களைப் பாராட்டத்தான் வேண்டும். இவரது ஆய்வுகள் இன்றைய கல்வியாளர்களையும் ஆய்வாளர்களையும் எட்ட வேண்டும்.

1988 முதல் இந்தியாவின் பல பகுதிகளுக்குத் தனது பணியின் காரணமாகப் பயணம் மேற்கொண்டிருந்த வேளைகளில் பழங்குடி மக்களிடம் உரையாடும் வாய்ப்பு இவருக்கு அதிகமாகவே கிடைத்திருக்கின்றது. இந்தப் பயணங்களும் கள ஆய்வுகளும் இவரது திராவிட மொழி தொடர்பான ஆய்விற்குத் தரவுகளைத் தருகின்ற அருமையான வாய்ப்பாகவும் அமைந்து விட்டது ஒரு அதிசயமான நிகழ்வுதான்.

தமிழ், ஆங்கிலம், ஹிந்தி, ஒரியா மொழி மட்டுமல்லாது கோயா போன்ற திராவிட மொழிகளையும் இன்னும் சில பழங்குடி மக்களின் மொழிகளையும் இவர் கற்றுள்ளார் என்பதனை இவரோடு உரையாடும் போது நான் அறிந்து வியந்தேன்.

தமிழகத்தில் கூட இன்று சங்க இலக்கியம் கூறும் வாய்வியலைக் காண முடிவதில்லை. வளர்ந்து வரும் அதி வேகமான நாகரிக மாற்றங்கள், சமூக அரசியல் பிரச்சனைகள் ஆகியன, இன்று சங்கம் காட்டும் வாழ்வியல் நிலையிலிருந்து தமிழ் மக்கள் நீண்ட தொலைவில் வந்து விட்டதைக் காட்டுகிறது. தமிழகத்தின் பழங்குடி மக்களின் வாழ்வியலும் கூட சுற்றுலாப் பயணிகளின் ஆர்வத்திற்கும் தேவைக்கும் தீனி போடும் வகையில் தான் மாற்றி அமைக்கப்பட்டிருக்கின்றது. ஆனால் இந்தியாவின் ஏனைய பல பகுதிகளில் பழங்குடி மக்கள் வாழ்கின்ற பகுதிகளில் தன் பணிக்காகப் பயணிக்கும் போது அங்கு தான் காண்கின்ற பழங்குடி மக்களின் அன்றாட வாழ்வியல் கூறுகள் தனக்குச் சங்க கால வாழ்க்கையை தன் முன்னே கொண்டு வந்து நிறுத்துவதாகக் கூறுகின்றார் இவர். ஒரு தமிழ் இலக்கிய மாணவரான தனக்கு, இப்பழங்குடியின மக்களைக் காணும் போது, தொல்காப்பிய பொருளதிகாரம் சுட்டும் அகத்திணையியல் சூத்திரம் தன் கண் முன்னே தென்படுவதும், திடீரென்று குறுந்தொகையில் நற்றிணையில் வருகின்ற செய்யுள் கூறும் காட்சி கண்முன்னே காட்டப்படுவதையும் தாம் உணர்ந்ததாகக் கூறுகின்றார்.

சங்ககாலத்தை விவரிக்கும் சங்கப்பாடல்களில் சொல்லப்படுகின்ற குறிஞ்சித் திணை வாழ்க்கை என்பதை இன்று தான் இந்தியாவின் சட்டீஸ்கர் மாநிலத்தின் பஸ்தர் மாவட்டத்திலும், ஒடிஷாவின் கந்தமால், கோராப்பூட் பகுதிகளில் வாழும் டோங்ரியா, கோண்டு பழங்குடி மக்கள் வாழ்வில் உறைந்து கிடப்பதைக் கண்டு அவற்றைப் பதிவாக்கியிருக்கின்றார் இவர். தன் கண்களின் முன்னே சங்க கால வாழ்வியலை இன்று நிகழ்கால வாழ்வியலாகக் காண்கின்றோமே என வியந்ததன் விளைவே இவரது மிகத் தீவிரமான ஆய்விற்கு முக்கியக் காரணங்களாக அமைந்தன என்பதை அவரோடு உரையாடும் போதே அறிந்து கொள்ள முடிந்தது.

இந்தியாவின் மாநிலங்களில் ஒன்று மத்திய பிரதேசம். அதில் 1990களின் இறுதிகளில் இம்மாநிலத்தின் சிந்துவாரா பகுதிகளில் இன்று நம் தமிழகத்தில் உள்ள மதுரையிலிருந்து கேரளாவின் இடுக்கி செல்லும் பகுதியில் உள்ள தேனி, கம்பம், தேக்கடி, குமுளிபோன்ற ஊர்களில் இருக்கின்ற ஊர்ப்பெயர்கள் அப்படியே மாற்றங்களின்றி மத்திய பிரதேசத்தின் சிந்துவாரா பகுதியில் இருக்கின்றன என்பது வியப்பல்லவா? இப்பகுதிகளில் திராவிடப் பழங்குடி மக்கள் வாழ்கின்றனர் என்பது இந்த ஊர்ப்பெயர் ஒற்றுமைக்கும் தமிழ் மொழிக்கும் தமிழருக்கும் இருக்கும் தொடர்பினைக் காட்டுவதாக அமைகின்றது என்பதை மறுக்கவியலாது.

"தமிழ்த் தொன்மங்களுக்கான தேடுதல் தமிழக அரசியல் எல்லைகளுக்கு உட்பட்டதாக இருக்கக் கூடாது" என்ற உறுதியான கருத்துடன் செயல்படுகின்றார் திரு.ஆர்.பாலகிருஷ்ணன் இ.ஆ.ப. அவர்கள். இக்கருத்துடன் நானும் முழுமையாக உடன்படுகின்றேன். இந்தியாவின் பரந்த நிலப்பகுதிகளில் தமிழர் சான்றுகள் நிறைந்திருக்கின்றன. கல்வெட்டுக்களும் ஓலைச்சுவடி ஆய்வுகள் மட்டுமே தமிழர்களின் வாழ்வியலை நிர்ணயித்து விடக்கூடிய முழுமையான சான்றாதாரங்கள் அல்ல. பழங்குடி மக்களின் வாழ்வியல் கூறுகளை ஆராய்வதும், இந்தியா, பாகிஸ்தான், வங்கம், ஆப்கானிஸ்தான், போன்ற எல்லை நாடுகளிலும் உலகின் ஏனைய நாடுகளிலும் பரந்து விரிந்த ஆய்வினைத் தொடர்வதின் வழியே தான் தமிழ்க்குடியின் வரலாற்றுச் செய்திகளை நாம் நிலை நிறுத்த முடியும். தமிழர்கள் காலம் காலமாகத் திரைகடலோடி

திரவியம் தேடியவர்கள். தமிழர்களின் வாழ்க்கை என்பது கூலிகளாகவும், அடிமைகளாகவும் வந்தவர்கள் என்று எழுதப்படக்கூடாது. தமிழர்கள் வீரர்களாக, வணிகர்களாக, புதிய நாடுகளைத் தேடி அங்கே தம் ஆளுமைகளைச் செலுத்தும் தைரியம் மிக்கவர்களாக, தமது தத்துவக் கோட்பாடுகளையும் சமய நம்பிக்கைகளையும் புதிய நிலங்களில் வேரூன்றியவர்களாக அறியப்பட வேண்டியவர்கள். இதனைக் கருத்தில் கொண்டு நம் ஆய்வுகள் மிக விரிவாக மேற்கொள்ளப்பட வேண்டும்.

திரு. ஆர். பாலகிருஷ்ணன் இ. ஆ. ப. சிந்துவெளி கண்டுபிடிப்புக்கள் தொடர்பாகச் செய்து வரும் ஆய்வுகள் தமிழர் தொன்மங்களை நாம் அறியச் செய்யும் சீரியதொரு முயற்சி. வரலாற்று ஆய்வு மட்டுமே என்று தன் பார்வையை குறுக்கிக்கொள்ளாமல் தம்மை ஒரு இலக்கியவாதியாகவும் இவர் அமைத்துக் கொண்டுள்ளார் என்பது இவருக்கிருக்கும் கூடுதல் சிறப்பு. ஒடிஷாவின் மிக உயர்ந்த அரசுப் பதவி, சிந்துசமவெளி ஆய்வுகள், பழங்குடி மக்கள் ஆய்வுகள் மற்றும் ஊர்ப்பெயர் ஆய்வு, என்பதோடு சங்கத்தமிழை ரசித்தும் திருக்குறளைச் சிந்தித்தும் கவிதைகளைப் படைத்து வருகின்றார் இவர். பன்முகத்தன்மை கொண்ட இந்த ஆளுமையுடன் நான் செலவிட்ட சில மணி நேரங்கள் எனது ஆய்வுக்கு விருந்தாக அமைந்தன. இந்த ஆய்வுத் தகவல்களைத் தமிழ் மரபு அறக்கட்டளை தொடர்ந்து வெளியிடுவோம். அவற்றைப் பார்த்தும் கேட்டும், வாசித்தும் தமிழ் ஆய்வுலகம் பயன்பெற வேண்டும் என்பதே எமது அவா!

(தமிழ் மலர் நாளேடு (மலேசியா) 15.04.2018)

குறிப்பு: திரு. ஆர். பாலகிருஷ்ணன் அவர்கள் எழுதிய Journey of A Civilization - Indus to Vaigai என்ற சிந்துவெளி ஆய்வுகள் தொடர்பான நூல் 2019ஆம் ஆண்டு வெளிவந்தது. "ஒரு பண்பாட்டின் பயணம்" என்ற தலைப்பில் தமிழிலும் இதனை மொழிபெயர்த்து வெளியிட்டுள்ளார் திரு. ஆர். பாலகிருஷ்ணன்.

☙◉❧

23
மருங்கூர் - சங்ககால நகரம்

ஹோமோ சேப்பியன் என அடையாளப்படுத்தப்படும் மனிதகுலம் ஆப்பிரிக்க கண்டத்தில் தோன்றி, பின்னர் உலகின் பல பாகங்களுக்குப் பரவின என்பது மரபணு ஆய்வுகள் நமக்களிக்கும் அறிவியல் செய்தி. ஹோமோ செப்பியன் வகை மனிதர்களுக்கு முன்னரே நியாண்டர்தால், டெனிசோவியன், ஹைடல்பெர்கன்சிஸ், இன்னும் சில வகை மனிதகுலம் இருந்தது என்பதும் அவை படிப்படியாக குறைந்து மறைந்தது, அல்லது வேறு சில மனித குல வகையோடு அல்லது ஹோமோ செப்பியன் வகை மனித குலத்தோடு கலந்து மறைந்தது என்பதும் வரலாறு நமக்களிக்கும் செய்தி. மனிதகுலம் நெடுங்காலம் வாழும் பகுதிகளில் ஒன்றாக இன்றைய தமிழகத்தையும் குறிப்பிடத்தான் வேண்டும். மிகப் பல ஆண்டுகளுக்கு முன் இருந்தே மனித குலம் இங்கே வாழ்ந்ததற்கான தடயங்களையும் ஆதாரங்களையும் பற்றிய செய்திகள் பல வெளியிடப்பட்டுள்ளன. இன்றைய தமிழகத்தில் விரிவாக நடத்தப்பட்ட சில அகழ்வாய்வுகள் இன்றைக்கு ஏறக்குறைய 2500 ஆண்டுகளுக்கு முன்னரே தமிழர்கள் நாகரிகம் அடைந்த மனித இனக்குழுவாக இருந்தமையை உறுதி செய்யும் வகையில் உள்ளன. அரிக்கமேடு, ஆதிச்சநல்லூர், அழகன்குளம், கீழடி, கொடுமணல் போன்ற நிலப்பகுதிகளில் மேற்கொள்ளப்பட்ட ஆய்வுகளை இதற்குச் சான்றாகக் கூறலாம்.

சங்ககாலத்தில் புகழுடன் விளங்கிய நகரங்களுள் ஒன்று மருங்கூர். சங்கப்பாடல்கள் சுட்டும் மருங்கூர் எனப்படும் நகரம் என்பது யாது என்பதும் ஒரு கேள்வியாகவே தொடருகின்றது. ஆயினும் கடலூர் மாவட்டத்தில் உள்ள மருங்கூர் ஒரு சங்ககால

நகரம் தான் என்பதற்கானச் சான்றுகள் நமக்குக் கிடைத்திருக்கின்றன.

இந்த வருடம் ஜனவரி மாதம் நான் தமிழகத்தின் கடலூர் மாவட்டத்தில் உள்ள சில வரலாற்றுச் சிறப்பு மிக்க பகுதிகளைப் பற்றிய தகவல்களைச் சேகரித்து வரச் சென்றிருந்தேன். எனக்கு இப்பயணத்தில் திட்டமிடலுக்கு உதவியவர் வடலூர் மாவட்டத்தில் ஒரு கல்லூரியில் வரலாற்றுப் பேராசிரியராகப் பணியாற்றும் முனைவர். சிவராமகிருஷ்ணன் அவர்கள். நான் வடலூருக்குச் செல்வது மிக இறுதி நேரத்தில் தான் முடிவாகியது. ஆக நகராண்மைக் கழக பேருந்திலேயே இரவுப் பயணம் செய்தேன். காலை 5மணி வாக்கில் வடலூரை வந்தடைந்தேன். என்னை அந்த அதிகாலை நேரத்திலும் வரவேற்று அவ்வூரின் நாட்டாமை திரு.சேகர் அவர்களது இல்லத்திலேயே நான் தங்குவதற்கு ஏற்பாடு செய்திருந்தனர் வடலூர் நண்பர்கள்.

ஊர் நாட்டாமை பற்றி தமிழ்ச்சினிமா படங்களில் தான் கேள்விப்பட்டிருப்போம். நேரிலேயே ஊர் நாட்டாமையின் இல்லத்தில் தங்குவது மகிழ்ச்சியாக இருந்தது. அக்குடும்பத்தினர் என்மீது காட்டிய அன்பும் கரிசனமும் மறக்க முடியாதது. அவரது அழைப்பின் பேரில் வடலூர் இராமலிங்க வள்ளலாரின் திருச்சபைக்குச் சென்று பார்த்து வந்தேன். வடலூர் வள்ளலாரின் திருச்சபை நடவடிக்கைகளிலும் சமூக சேவையில் மிகுந்த நாட்டம் கொண்டவர் வடலூர் நாட்டாமை அவர்கள் என்பதை இந்தப் பயணத்தில் உணர்ந்தேன்.

ஒவ்வொரு பயணமும் எனக்குப் பல புதிய நட்பு வட்டத்தை அறிமுகப்படுத்தி வைக்கும் நிகழ்வாகவே அமைந்து விடும். அந்த வகையில் இந்த வடலூர் பயணமும் எனக்குப் பல நல்ல புதிய நட்புகளை நான் அறிமுகம் செய்து கொள்ளும் பயணமாக அமைந்தது. எனது இருநாள் பயணப் பட்டியலில் இரண்டாம் நாள் நான்மருங்கூர் செல்வது உறுதியாகியிருந்தது. மருங்கூரை நாங்கள் சென்று சேர்ந்த போது காலை மணி 10 இருக்கலாம். வீடுகளே இல்லாத திறந்த வெளி. 1ஏக்கர் நிலப்பகுதி தொல்லியல் அடையாளங்கள் நிறைந்த பகுதியாக அடையாளம் காணப்பட்டு முள்வேலி போட்டு பாதுகாக்கப்பட்டுள்ளது. முள்வேலி போடப்பட்டுள்ள பாதையின் வழியே நடந்து அருகே சென்று பார்வையிட்டோம். அப்பகுதியில் ஆங்காங்கே ஏறக்குறைய

2500 ஆண்டுகள் பழமையான செங்கற்கள், உடைந்த பானை ஓடுகள் போன்றவை காணப்பட்டன. சில பானை ஓடுகளில் கீறல்களும் இருந்தன.

முனைவர். சிவராமகிருஷ்னன் இப்பகுதியின் சிறப்புக்கள் பற்றி விளக்குவதை நான் வீடியோ பதிவாக்கிக் கொண்டிருந்தேன். அப்பகுதி முக்கியமான சங்ககால வாழ்விடம் என்பது ஆய்வில் வெளிப்பட்டுள்ளது. ஆயினும் இங்கு முறையான அகழ்வாய்வுப் பணிகள் இதுவரை தொடங்கப்படவில்லை. 2007இல் முதலில் இப்பகுதியில் தொல்லியல் தடயங்கள் இருப்பது தமிழக தொல்லியல் துறையின் ஆய்வாளர்களால் அடையாளப்படுத்தப்பட்டது. இங்குக் கண்டறியப்பட்டுள்ள மக்கள் வாழ்விடத்தின் காலம் பொ.ஆ. 3ஆம் நூற்றாண்டு என்பதும், தமிழி எழுத்துக்கள் பொறிக்கப்பட்ட மண்பானை ஓடுகள் இங்கு மேலோட்டமாகச் செய்யப்பட்ட ஆய்விலேயே இங்குக் கிடைக்கப்பெற்றன என்றும் தெரியவந்தது. சங்க காலத்து நாற்புர கட்டுமானத்தின் செங்கல் அமைப்புக்கள் இங்கு தென்படுகின்றன. முறையான அகழ்வாராய்ச்சி இன்னமும் இப்பகுதியில் செய்யப்படாத நிலையில் இது தொல்லியல் துறையினால் பாதுகாக்கப்படும் பகுதியாகவே இன்றும் இருக்கின்றது.

மருங்கூர் பண்டைய காலத்தில் வளர்ச்சியடைந்த ஒரு நகரமாகத் திகழ்ந்துள்ளது. ஏறக்குறைய 2500 ஆண்டுகள் பழமையான செங்கற்களால் உருவாக்கப்பட்ட கட்டிட அமைப்புக்களின் எச்சங்களை இன்னமும் இங்கே காணமுடிகின்றது என்பது போன்ற தகவல்களைப் முனைவர். சிவராமகிருஷ்ணன் வழங்க, அவற்றை நான் வீடியோ பதிவாக்கிக் கொண்டிருந்தேன்

ஆய்வாளர் முனைவர் சிவராமகிருஷ்ணன் விளக்கம் அளிக்கின்றார் | நிலத்தின் உரிமையாளருடன் முனைவர் சுபாஷிணி

இப்பகுதியில் நாங்கள் இருப்பதைப் பார்த்த ஊர் மக்கள் சிலர் ஒருவர் பின் ஒருவராக எங்களை நோக்கி வந்து கூடிவிட்டனர். நாங்கள் நிலம் வாங்க வந்ததாக அவர்கள் நினைத்துக் கொண்டு விட்டனர் போலும். எங்களிடம் வந்து, "இது அரசாங்க நிலம். இங்கே நிலம் விற்கமாட்டார்கள்" என எங்களுக்கு விளக்கம் சொல்ல ஆரம்பித்தனர். அவர்களைச் சமாதானம் செய்து இங்கே வரலாற்றுப் பதிவுகள் செய்ய வந்திருக்கின்றோம் என்பதை விளக்கியதும் எங்களோடு இருந்து எங்கள் பதிவாக்கத்தைப் பார்த்துக் கொண்டு நின்றனர். ஒரு வகையில் இவர்கள் கவனமாக இப்பகுதியைப் பார்த்துக் கொள்வதும் பாராட்டத்தக்கதே. இப்பகுதியைப் பார்த்து விட்டு வெளியே நடந்து வரும் போது வரிசை வரிசையாகக் கொட்டகைகள் இருப்பதையும் அங்கே தனியாக அமர்ந்து சிலர் வேலை செய்து கொண்டிருப்பதையும் கண்டேன்.

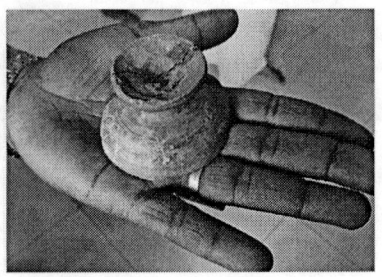

தச்சர்களின் கொட்டகைகள் தான் அவை. வரிசையாகக் கைத்தொழில் செய்வோர் அங்கு தனித்தனி கொட்டகைகளை அமைத்து இரும்புக் கத்திகள், இரும்பு பாத்திரங்கள், அரிவாள்மனை, வேல்கம்புகள் என தயாரித்துக் கொண்டிருந்தனர். காலத்தைக் கடந்து செல்லும் ஒரு கால இயந்திரத்தில் ஏறிக் கொண்டு சங்ககாலத்துக்கே போய்விட்டது போன்ற உணர்வு இவர்களைப் பார்த்த போது எனக்கு ஏற்பட்டது.

எத்தனை விதமான தொழில் திறமைக் கொண்டோர் நம் தமிழ் நிலத்தில் இருந்திருக்கின்றனர். இன்றோ பெரிய வியாபார நிறுவனங்கள் வந்து விட்டதால் அவை ஒற்றை வியாபார நிறுவனங்களை நோக்கிய வர்த்தக அடிப்படையை நோக்கிச் செல்வதைக் காண்கின்றோம். சிறு தொழில் செய்து வருமானம் ஈட்டுவோரின் தொழில் திறமை இவ்வகை வர்த்தக நிறுவனங்கள் ஏற்படுத்தும் தாக்குதலில் தாக்குப்பிடிக்கமுடியாது படிப்படியாக

குறைந்து, மறைந்து அழிந்து போவது தான் நடக்கின்றது. இது தமிழகத்தின் நிலை மட்டுமல்ல. உலகமெங்கிலும் இதே நிலைதான் இன்று கண்கூடு. இங்கு மருங்கூர் பகுதியில் வசிப்பவர்களான இவர்கள் தச்சர்கள், கம்மாளர்கள், பொற்கொல்லர்கள் என வகை வகையாகத் தொழில் ரீதியில் அடையாளப்படுத்தப்படும் தொழில் திறமைமிக்கோர் என்பதை இவர்களது குடிசைப்பட்டறைகளை வைத்தே அறிய முடிந்தது.

அழகன்குளம் ஆய்வு போல இப்பகுதியிலும் முறையான தொல்லியல் ஆய்வுகள் நிகழ்த்தப்பட்டு இங்கு வாழ்ந்த மக்களின் நாகரிகம் தொடர்பான செய்திகள் வெளிக்கொணரப்பட வேண்டும் என்பதே தமிழ் மரபு அறக்கட்டளையின் எதிர்பார்ப்பு. கடலூர் மாவட்டத்தில் உள்ள இந்த மருங்கூர் மட்டுமல்ல, இங்குள்ள பல சிறு கிராமங்களிலும் இது வரை ஆய்வாளர்களால் ஆராயப்படாத தகவல்கள் பல உள்ளன. அறியப்படாத தமிழகத்தை நாம் நம் தேடுதலின்வழி தொடர்ந்து ஆராயத்தான் வேண்டும்!!

(தமிழ் மலர் நாளேடு (மலேசியா) 05.10.2017)

குறிப்பு: மருங்கூரில் இவ்வாண்டு (2024) ஜூன் 18ஆம் தேதி தமிழக அரசு அகழாய்வுப் பணியைத் தொடங்கியது.

☙◉☙

24
எட்டயபுரம் ஜமீன் அரண்மனைக்குச் செல்வோமா?

வீரபாண்டிய கட்டபொம்மன் பெயரைச் சொன்னால் உடன் நம் மனதில் தோன்றும் இன்னொரு பெயர் எட்டப்பன். "எட்டப்பன் வேலை செய்து விட்டாயே" என்று தந்திரமாக ஏமாற்றி பிறரைக் காட்டிக் கொடுப்பவர்களைப் பேசும் வழக்கம் நம்மில் சிலருக்கு உண்டு. தமிழர் நம் பேச்சு வழக்கிலும் சரி, எழுத்துக்களிலும் சரி துரோகம் என்ற சொல்லைக் குறிக்க "எட்டப்பன் வேலை செய்து விட்டாயே", என்று எட்டப்பன் என்ற ஒருவரை சுட்டிக் குறிப்பிடுவது வழக்கமாகி விட்டது. எட்டப்பன் என்னும் ஜமீன்தார் வீரபாண்டிய கட்டபொம்மனைக் காட்டிக் கொடுத்து ஒரு மாவீரன் தூக்கிலிட்டு கொலையுண்டு இறந்து போகக் காரணமாக இருந்தார் என்றே பலரும் எண்ணிக் கொண்டிருக்கின்றோம். இதற்கு முக்கியக் காரணமாக அமைவது சிவாஜிகணேசன் நடித்துத் தமிழ்த்திரையுலகில் மாபெரும் வெற்றியைக் கண்ட வீரபாண்டிய கட்டபொம்மன் திரைப்படம் தான்.

வீரபாண்டிய கட்டபொம்மன் என்ற பெயர் பொதுமக்கள் விரிவாக அறியாமல் இருந்த காலம்; 20ஆம் நூற்றாண்டின் ஆரம்பகாலம். "வீரப்பாண்டிய கட்டபொம்மன் நாட்டுப்புறப் பாடல்கள்"வழி மட்டுமே இந்த பாளையத்துக் குழுத்தலைவனை எல்லோரும் அறிந்திருந்தார்கள். அப்பொழுது திரு.ம.பொ.சி. என அழைக்கப்படும் திரு.ம.பொ.சிவஞானம் அவர்கள் கதை வசனம் எழுதி வெளிவந்த வீரபாண்டிய கட்டபொம்மன் திரைப்படம்தான் இந்த பாளையத்துக்குழுத் தலைவனைத் தமிழர் இன வீரத்தலைவனாக மக்கள் மனதில் ஒரு தகவலைக் கொண்டு

சென்று சேர்ப்பித்தது. இந்தக் கதை மக்களைச் சென்றடைய மிக முக்கியக் காரணமாக அமைந்தவர் நடிகர் திலகம் சிவாஜி கணேசன் அவர்கள் என்றால் மிகையில்லை. அவரது வசனமாகிய,

"வரி, வட்டி, கிஸ்தி.... யாரை கேட்கிறாய் வரி... எதற்குக் கேட்கி-றாய் வரி...

வானம் பொழிகிறது.... பூமி விளைகிறது...உனக்கேன் கட்டவே-ண்டும் வரி...

எங்களோடு வயலுக்கு வந்தாயா? நாற்று நட்டாயா? ஏற்றம் இறைத்தாயா?

அல்லது கொஞ்சி விளையாடும் எம்குல பெண்களுக்கு மஞ்சள் அரைத்தாயா?

மாமனா? மச்சானா? மானங்கெட்டவனே?"

என்பது பரவலாகி எல்லாத் தரப்பினரையும் ஈர்த்தது என்பதோடு வீரபாண்டிய கட்டபொம்மனை ஒரு மாவீரனாக மக்கள் மனதில் உருவாக்கி வைத்தது. கட்டபொம்மன் ஆங்கிலேய ஆதிக்கத்தை எதிர்த்தவர்களில் ஒருவர் என்றாலும் அதில் குறிப்பிடப்படும் எட்டப்பனைப் பற்றிச் சொல்லப்படும் கதை திரிக்கப்பட்ட ஒரு கதை என்ற விசயத்தை வெளிப்படுத்தினார் தமிழகத்தில் எட்டயபுரத்தில் பிறந்து தமிழக அரசில் பல காலங்கள் சமூக நல உயர் அதிகாரியாக பணியாற்றி ஓய்வு பெற்று தற்சமயம் அமெரிக்காவில் வாழும் அம்மையார் சீதாலட்சுமி அவர்கள். அவர் இது தொடர்பாக எழுதிய தொடர்கட்டுரை தமிழ் மரபு அறக்கட்டளையின் மடலாடற் குழுமமான மின்தமிழில் தொடர்ந்து வெளிவந்தது. அக்கட்டுரையை வாசித்த போது இது பற்றி மேலும் அறிந்து கொள்ள எனக்குஏற்பட்ட ஆவலை வெளிப்படுத்தியபோது ஒரு முறை நேராக எட்டயபுரம் சென்று ஜமீந்தார் மாளிகையைப் பார்த்து பேட்டி எடுத்து வருமாறு என்னைக் கேட்டுக் கொண்டார். நான் இதன் அடிப்படையில் அவரது ஏற்பாட்டு உதவியோடு எட்டயபுரம் ஜமீந்தார் குடும்பத்தினரைத் தொடர்பு கொண்டு எட்டயபுரம் சென்று ஜமீந்தார் மாளிகையைச் சுற்றிப்பார்த்துப் புகைப்படங்கள் எடுத்துக் கொண்டும் குறிப்புக்கள் எடுத்துக் கொண்டும் வந்து அவற்றை வெளியிட்டேன். அப்பதிவுகள் தமிழ் மரபு அறக்கட்டளை https://thfcms.tamilheritage.org/ என்ற வலைப்பக்கத்தில் உள்ளன.

எட்டயபுர ஜமீந்தார் பற்றியும் அவரோடு பேசப்படுகின்ற வீரபாண்டிய கட்டபொம்மன் பற்றியும் நான் அறிந்து கொள்ள

வேண்டுமென்றால் அதற்குத் தமிழகத்தில் நமக்குக் கிடைக்கின்ற சில ஆதாரத்தரவுகளை ஆராயவேண்டியது மிக அவசியம். சினிமா படத்தை மட்டிலும் பார்த்து விட்டு இது தான் முழுமையான தமிழக வரலாறு என்று மாற்றிச் சொல்லிக் கொண்டிருந்தால் உண்மையான வரலாறு மறைந்து திரிக்கப்பட்ட கதைகள் உண்மையாகி விடும் நிலை ஏற்படும் என்பதோடு இது வரலாற்றுக்கு நாம் செய்யும் பிழையாகவும் அமையும் என்பதை மறக்கலாகாது.

கட்டபொம்முவின் வம்சத்தினர் இன்றைய ஆந்திர நிலப்பகுதியிலிருந்து தெற்கு நோக்கி பாஞ்சாலாங்குறிச்சிக்கு வந்தவர்கள். பாஞ்சாலங்குறிச்சியில் நடைபெறும் ஒரு வீரச்சம்பவம் இவர்கள் மனதை ஈர்க்க, அதுவே காரணமாகக் கொண்டு அங்கே தங்கி தங்கள் ஆட்சியை இவர்கள் விரிவாக்குகின்றனர். அந்தவகையில் தனது பாட்டனாருக்குப் பிறகு ஆட்சிப் பொறுப்பை எடுத்துக் கொள்கின்றார் வீரபாண்டிய கட்டபொம்மன். இது பற்றிய விரிவான தகவல்களை மேற்குறிப்பிட்ட வலைப்பக்கத்தில் வாசித்தறியலாம்.

எட்டயபுர ஜமீந்தார் வம்சத்தினரும் ஆந்திர நிலப்பகுதியிலிருந்து தெற்கு நோக்கி புலம் பெயர்ந்து வந்து எட்டயபுரத்தில் குடியேறியவர்கள் தாம். எட்டயபுர ஜமீந்தார் குடும்பத்தின் ஆரம்பகால வரலாற்றிலிருந்து கடந்த நூற்றாண்டு தகவல் வரை பதிவாக்கி வைத்திருக்கும் நூல் வம்சமணிதீபிகை என்பது. வம்சமணிதீபிகையின் மூலம் 1879இல் வெளிவந்துள்ளது. இந்த நூல் கவிகேஸரி ஸ்ரீ ஸ்வாமி தீக்ஷிதர் என்பவரால் முதலில் எழுதப்பட்டது. இந்த நூல் வாய்மொழிச் செய்திகளின் தொகுப்பாகவும், அரண்மனையில் பாதுகாப்பில் உள்ள ஆவணங்களின் அடிப்படையில் தொகுக்கப்பட்டது என்பதும்

நூலில் குறிப்பிடப்பட்டுள்ளது. இந்த நூலை இக்கால தமிழ் நடையில் மாற்றி எழுதித்தர விருப்பம் கொண்டிருந்தார் எட்டயபுரவாசியான சுப்பிரமணிய பாரதியார். ஆனால் அது நடைபெறவில்லை. இச்செய்தியை இன்று நமக்குக் கிடைக்கின்ற புதிய பதிப்பில் பாரதி எட்டயபுர ஜமீந்தாருக்கு எழுதிய ஒரு கடிதமாகக் காண முடிகின்றது.

அதற்குப் பல ஆண்டுகளுக்குப் பின்னர், பாரதியின் எண்ணப்படி கடின தமிழ் நடையையும் பிழைகளையும் திருத்தி எளிய தமிழில் இதே நூலை வெளியிட எண்ணம் கொண்டிருந்த திரு.இளசை மணியன் அவர்கள் பலரிடம் இது பற்றி கலந்து பேசிய போது அதனை அப்படியே மாற்றமில்லாமல் பதிப்பிக்குமாறு நண்பர்கள் தெரிவித்திருக்கின்றனர். அதில் குறிப்பாக தொ.மு.சி. ரகுநாதன் அவர்கள் எவ்வித திருத்தமும் செய்யாமல் மூல நூலை அப்படியே வெளியிட வேண்டும் என வற்புறுத்திக் கூறியதன் அடிப்படையில் மாற்றங்கள் இன்றி இந்த நூலை பதிப்பித்துள்ளார் திரு.இளசை மணியம் அவர்கள். மறுபதிப்பு கண்டுள்ள வம்சமணி தீபிகை 2008ஆம் ஆண்டு திரு. இளசை மணியத்தினால் தொகுக்கப்பட்டு, தென்திசை பதிப்பகத்தாரால் வெளியிடப்பட்டுள்ளது.

அந்த வகையில், இந்த நூலில் முதல் பிரகரணம் எட்டயபுரம் ராஜாக்களின் பரம்பரை விஷயங்களைப் பொதுவாகக் கூறுவதாக சிறு பகுதியாக மட்டுமே உள்ளது. இரண்டாம் பிரகரணத்திலிருந்து ராஜ வம்சத்தினரின் பெயர்கள் பட்டியலிடப்பட்ட தகவல் இருக்கின்றது. இந்த இரண்டாம் பிரகரணத்துக்கான இங்கிலீஷ் ஆண்டு 1304 என குறிப்பிடப்பட்டிருக்கின்றது. ஆக 1304லிருந்து தொடங்கி இந்த ராஜ வம்சத்தினரைப் பற்றிய தகவல்கள் இந்த நூலில் குறிப்பிடப்பட்டுள்ளன. அதிலும் சிறப்பாக 13ஆம் பிரகரணத்திலிருந்து 37ஆம் பிரகரணம் வரை பாஞ்சாலங்குறிச்சி சண்டை தொடர்பான செய்திகள் இடம்பெறுகின்றன. குறிப்பாக 1799இல் நிகழ்ந்த முதலாம் பாஞ்சாலங்குறிச்சிப் போர், 1801இல் நடந்த இரண்டாம் பாஞ்சாலங்குறிச்சி போர் பற்றிய செய்திகள் இப்பகுதிகளில் உள்ளன.

வம்சமணி தீபிகை ஒரு நீண்ட வரலாற்றைக் கூறும் நூல். இதில் ஒவ்வொரு காலத்திய நிகழ்வுகளின் பதிவுகளும் இடம் பெறுகின்றன என்பதுதான் இந்த நூலின் தனிச் சிறப்பு. அந்த

வகையில் பாளையத்து குறுநில மன்னர்களில் ஒருவரான கட்டபொம்மன் காலத்து நிகழ்வுகளும் பதியப்பட்டிருக்கின்றன.

இந்த நூலில் இணைக்கப்பட்டுள்ள சான்று கடிதங்கள் இவற்றிற்கு வலு சேர்ப்பனவாக உள்ளன. அதன்படி பாஞ்சாலங்குறிச்சிப் போரின் போது அவரைப் பிடித்துக் கொடுக்க வேண்டும் என்ற பெறும் முயற்சியினை எட்டயபுர ஜமீந்தார் மேற்கொண்டிருந்தார் என்பதை மறுக்க முடியாது. ஆனாலும் கட்டபொம்முவை பிடித்து கைது செய்து கொடுத்தது புதுக்கோட்டை மகாராஜா விஜயரகுநாத தொண்டைமானின் படைவீரர்கள் என்பதும் இந்த நூலில் தெளிவாகக் காட்டப்படுகின்றது. ஆக, வரலாறு இப்படி இருக்கும் போது வீரபாண்டிய கட்டபொம்மன் திரைப்படமோ கட்டபொம்முவை வீரனாக்கி எட்டப்ப ஜமீந்தாரை துரோகியாக்கிக் காட்டிவிட்டது என்பது ஒரு வரலாற்றுப் பிழை என்றே கூறவேண்டும்.

சரி, எட்டப்பன் என்பதற்கு என்ன பொருள் என்று தெரிந்து கொள்ளவும் பலருக்கும் ஆர்வம் இருக்கலாம்.

தமிழக நிலப்பரப்பில் எட்டயபுர அரச வம்சத்தின் காலம் பொ.ஆ.803லிருந்து பதிவாகியிருகின்றது. இதனை Etaiyapuram - Past and Present நூலும் உறுதி செய்கின்றது. இந்த அரச வம்சத்தில் 11ஆம் பட்டமாகிய நல்லமநாயக்கர் காலத்திலிருந்து தான் இந்த அரசர்களுக்கு எட்டப்பன் என்ற அடைமொழி கிடைக்கின்றது. ஆட்சி செய்த காலம் 43ஆண்டுகள். இவர் ஆட்சியை ஆங்கில வருடம் 1304இல் தொடங்குகின்றார். கொடியன் ஒருவனை மல்யுத்ததில் வெற்றி கண்டு கொலை செய்துவிட அனாதைகளாகிப்போன அவனது எட்டுக் குழந்தைகளையும்

இனி தானே வளர்த்து ஆளாக்குவேன் எனப் பொறுப்பு எடுத்துக் கொண்டார் இந்த மன்னர் என்பதற்காக அவருக்கு சிறப்பு அடைமொழியாக எட்டு குழந்தைகளுக்கு அப்பன், எட்டப்பன் என்ற பெயர் வாய்த்தது.

இந்த விசயங்களை இந்த நூலை வாசித்தும் எட்டயபுர ஜமீன் அரச மாளிகைக்கு நேரில் சென்றும் பார்த்தும் பேட்டிகள் எடுத்தும் அறிந்து கொண்டேன். நான் அறிந்து கொண்ட தகவல்களைப் புகைப்படமாகவும்கட்டுரைத் தொடராகவும் தமிழ் மரபு அறக்கட்டளை வலைப்பக்கத்தில் 2010ஆம் ஆண்டில் வெளியிட்டேன்.

எட்டப்பன் என்ற சொல்மக்கள் வழக்கில் தவறாகப் பொருள் கொள்ளப்படுவது போல எத்தனையோ விசயங்கள் சரியான தகவல்களைத் தேடாமல் போவதாலும் மேம்போக்காக ஆழமாக ஆராயப்படாமல் இருப்பதாலும்தமிழக வரலாறும் தமிழர் வரலாறும் தவறாக விளக்கப்படுவது தொடர்கிறது. இது கவனிக்கப்பட வேண்டிய ஒரு பிரச்சனை என்பதை நாம் எல்லோருமே உணர வேண்டும்!

(தமிழ் மலர் நாளேடு (மலேசியா) 30.03.2016)

☙◉❧

25
கல்லிலே கலைவண்ணம் – திருச்சி குடைவரைக்கோவில்

மலேசியாவிலிருந்து தமிழகம் செல்ல விரும்புவோருக்குத் தற்சமயம் சென்னை மட்டுமன்றி மதுரைக்கும் திருச்சிக்கும் விமான சேவைகள் கோலாலம்பூரிலிருந்தும் பினாங்கிலிருந்தும் கிடைக்கின்றன. திருச்சிக்குச் செல்லும் மலேசியத்தமிழர்களில் பெரும்பாலோர் தவறாமல் செல்வது திருச்சி மலைக்கோட்டை உச்சிப்பிள்ளையார் கோவிலும் ஸ்ரீரங்கம் கோவிலும்தான். காவேரி பாயும் திருச்சியிலும் அதனைச் சுற்றியுள்ள ஊர்களிலும் நாம் கண்டு மகிழவும் அறிந்து கொள்ளவும் ஏராளமான வரலாற்றுப் புராதனச் சின்னங்கள் உண்டு.

இன்று நாம் திருச்சி என அழைக்கும் இந்த ஊர் தேவாரப்பாடல்களில் சிராப்பள்ளி எனக் குறிப்பிடப்படுகின்றது. வரலாற்றுச் சிறப்புக்கள் மிகுந்து கிடப்பதாலோ என்னவோ திருச்சிராப்பள்ளி எனச் சிறப்புடன் அழைக்கப்படுகின்றது இந்த நகர். பள்ளி என்ற சொல், பௌத்த,சமண பின்புலத்தைக் காட்டும் குறியீட்டுச் சொல். இங்கு பண்டைய காலத்தில் பௌத்த சமண கல்விக்கூடங்கள் நிறைந்திருந்தன. திருச்சி புனிதவளனார் கல்லூரியில் துணை நூலகராகப் பணியாற்றிய அ.ஜெயக்குமார் அவர்கள் தமது சரித்திரம் சந்தித்த திருச்சிராப்பள்ளி என்ற கட்டுரையில் 'சிரா என்ற பெயர்கொண்ட சமண முனிவர் இங்கு வாழ்ந்து பள்ளி அமைத்து சேவையாற்றி வந்தார்' எனக்குறிப்பிடுகின்றார். இதே கட்டுரையில் 'சிராப்பள்ளி என்பது சிரா என்ற சமண முனிவர் வாழ்ந்த ஒரு தவப்பள்ளியாக இருந்தது என்றும், பின் பல்லவ மன்னன் மகேந்திரவர்மன் (கி.பி.600 - 630) அதை இடிக்க வைத்து அந்த இடத்தில் சிவன் கோவில் ஒன்றை

எழுப்பினான் என்றும் அது சிராப்பள்ளி என அழைக்கப்பட்டதென்றும், அக்கோயிலின் பெயரே பின் நகரத்தின் பெயராகவும் அழைக்கப்பட்டதென்றும்' வரலாற்றிஞர் தி.வை. சதாசிவபண்டாரத்தார் குறிப்பிடுவதையும் காண்கின்றோம். (நடந்தாய் வாழி திருச்சிராப்பள்ளி, 2002)

திருச்சிராப்பள்ளி பாண்டிய, சோழ, பல்லவ, ஹோய்சாள, விஜயநகர மன்னர்களாலும் பின்னர் முகம்மதிய நவாப்புகளாலும், அதன் பின்னர் ஆங்கிலேயர்களாலும் ஆட்சி செய்யப்பட்ட நகரம். இன்று தமிழகத்தின் முக்கிய நகரங்களுள் ஒன்றாகத் திகழும் திருச்சி முன்னர் சிறியதொரு நகரமாகவே காணப்பட்டது. இன்று அறியப்படாத சிறு நகராக உருமாறியிருக்கும் உறையூர் தான் முன்னர் பெரிதும் அறியப்பட்ட ஒரு நகரமாக இருந்தது. பிற்கால சோழ மன்னர்களில் சோழன் விஜயாலயன் காலம் வரை உறையூர் சோழர்களின் தலைநகரமாக விளங்கியது என்பது குறிப்பிடத்தக்கது. தொடர்ந்து சோழ மன்னர்கள் தஞ்சாவூர், பழையாறை,கங்கை கொண்ட சோழபுரம் என தமது தலைநகரங்களை மாற்றிக் கொண்டனர் என்பது வரலாறு. இந்த வரலாற்றுப் பெறும் சிறப்புக்களை இழந்து போன நகரமாக இன்று உறையூர் மாறிய சூழலில் அதன் அருகாமையில் இருக்கும் திருச்சி இன்று மாபெரும் நகரமாக வளர்ச்சி கண்டிருக்கின்றது.

இன்று நாம் தமிழகத்தில் காண்கின்ற கோயில் கட்டுமான அமைப்பிற்கு முன்னோடியாக இருப்பது குடைவரைக் கோயில்கள் எனலாம். இதற்கு முன்னர் மண்ணினாலும், மரத்தாலும், விரைவில் அழிந்து போகக்கூடிய வேறு பொருட்களினாலும் உருவாக்கப்பட்ட கோயில்கள் விரைவில் சேதப்படுவதற்கு ஒரு மாற்றாக குடைவரைக்கோயில்கள் எனும் அமைப்பு தமிழகத்தில் கி.பி.6 முதல் உருவாகத் தொடங்கியது எனலாம். அவ்வகையில் திருச்சியில் உள்ள கோயில்களில் குடைவரைக்கோயில்கள் என எடுத்துக் கொண்டால் திருச்சிராப்பள்ளி மாவட்டத்தில் ஐந்து குடைவரைக்கோயில்கள் இருக்கின்றன. இரண்டு குடைவரைகள் மலைக்கோட்டை குன்று பகுதியிலும், இரண்டு திருவெள்ளரையிலும் ஒன்று திருப்பைஞ்ஞீலியிலும் அமைந்துள்ளன. அவற்றில் ஒரு குடைவரைக்கோயிலைப்பற்றியதுதான் இக்கட்டுரை.

திருச்சிராப்பள்ளி மாவட்டத்தில் காவிரி நதியின் தென்கரையில் அமைந்துள்ளது திருச்சி மலைக்கோட்டை. இது ஒரு

தொல்பழங்கால மலைப்பாறையாகும். இந்த திருச்சி மலைக்கோட்டைப் பகுதியில் உள்ள உச்சிப்பிள்ளையார் கோயிலுக்குச் செல்லும் வீதியில் இடது புறத்தில் இந்தக் குடைவரைக்கோயில் அமைந்திருக்கின்றது.

சாலையின் பெயர்

இந்த வீதிக்கு மகாவித்துவான் மீனாட்சிசுந்தரம் பிள்ளை தெரு எனப் பெயர் சூட்டியிருக்கின்றனர். மகாவித்துவான் மீனாட்சிசுந்தரம் பிள்ளை பிறந்து வளர்ந்த ஊர் இது என்ற பெருமையும் இதற்கு உண்டு. இதே சாலையில் தருமபுர ஆதீனத்திற்குச் சொந்தமான மௌனமடம் ஒன்று இருக்கின்றது. இந்தத் தெருவில் வரும் போது குறுக்கு வீதி ஒன்று வரும். அது பல்லவர் குகைக்கோயில் தெரு, மலைக்கோட்டை, 11வது வார்டு எனப் பெயரிடப்பட்டுள்ளது. இவ்வீதியில் தொடர்ந்து நடந்தால் மலைக்கோட்டைப் பாறையின் சரிவில் இடதுபுறத்தில் இக்குடைவரைக் கோயிலைக் காணலாம்.

திருச்சி மலைக்கோட்டை பகுதியில் அமைந்திருக்கும் இரண்டு குடைவரைக்கோயில்களில் இதுவும் ஒன்று. மலைமீது உள்ள குடைவரைக் கோவில் பல்லவ மன்னன் மகேந்திரவர்மனின் ஆட்சிக்காலமான பொ.ஆ.600-630ஆம் ஆண்டுகாலத்தில் அமைக்கப்பட்டது. லலிதாங்குர பல்லவேஸ்வரகிருகம் என இக்குடைவரைக் கோவில் அழைக்கப்படுகிறது. லலிதாங்குரன் என்பது மகேந்திரவர்மனுக்கு அமைந்திருக்கும் மற்றொரு பெயராகும். இக்குடைவரைக் கோவில் சிவனுக்காக அமைக்கப்பட்டதாகும்.

கீழேயுள்ள இக்குடைவரைக்கோயில் அளவில் பெரியது. இந்தியத் தொல்லியல் துறை இது பல்லவன் மாமல்லன் காலத்துக் கோயில் எனக்குறிப்பிடுகின்றது. இது பாண்டியர் காலத்துக்

குடைவரை என சில ஆய்வாளர்கள் வேறுபடுகின்றனர். அநேகமாக இக்குடைவரைக் கோயில் நரசிம்மபல்லவன் காலத்து கலைப்பாணியாக இருக்கலாம் என்றும் கருதலாம். குடைவரை செதுக்கப்பட்டுள்ள பாறைக்கு முன்புறம் திறந்த வெளி அமைந்திருக்கின்றது. குடைவறையின் முன் வாசல் பகுதியில் கோயிலைத் தாங்கிய வண்ணம் நான்கு தூண்கள் செதுக்கப்பட்டுள்ளன. தூண்களின் மேல் வரிசையாகப் பூதகணங்களின் சிற்பங்கள் செதுக்கப்பட்டுள்ளன. கோயிலின் உள்ளே நேர் எதிராக இரண்டு கருவறைகள் அமைக்கப்பட்டுள்ளன. இரண்டு கருவறைகளுக்கு முன்னே இடது வலது பக்கங்களில் மிக நேர்த்தியாகச் செதுக்கப்பட்ட துவாரபாலகர்களின் புடைப்புச்சிற்பங்கள் காணப்படுகின்றன. வலதுபுறத்தில் அமைந்திருக்கும் கருவறைப்பகுதியில் விஷ்ணுவின் சிற்பம் புடைப்புச் சிற்பமாகச் செதுக்கப்பட்டுள்ளது. விஷ்ணுவின் பாதத்தில் ஒரு ஆணின் சிற்பமும் ஒரு பெண்ணின் சிற்பமும் வலது இடது பக்கங்களில் வழிபடும் பாவனையில் செதுக்கப்பட்டுள்ளதைக் காணலாம். இவை இக்குடைவரையை எடுப்பித்த மன்னனும் அவனது அரசியும் வழிபடுவதைக் குறிப்பிடுவதாகக் கருதலாம். இடதுபுற கருவறையில் சிற்பங்கள் ஏதும் இல்லை.

கோயிலின் வலதுபுற கருவறையினை அடுத்து வரிசையாகக் கணபதி, முருகன், பிரம்மா, சூரியன் ஆகிய சிற்பங்களும் கொற்றவையின் சிற்பமும் செதுக்கப்பட்டுள்ளன. கொற்றவையின் சிற்பத்திற்கு அடுத்து மற்றுமொரு கருவறை அமைந்திருக்கின்றது. இச்சிற்பங்களில் சிலவற்றின் முகப்பகுதி சிதைக்கப்பட்டிருப்பதையும் காணமுடிகின்றது.

இந்தக் குடைவரைக் கோவிலில் அமைந்திருக்கும் கணபதி

புடைப்புச் சிற்பம், நான்கு கரங்களுடன், குட்டையான கால்களுடன் நின்ற அமைப்பில் ஆரம்பகால கணபதி வடிவத்தை வெளிப்படுத்துவதாக அமைந்திருக்கின்றது.

இக்குடைவரையில் இருக்கும் கொற்றவை அல்லது துர்க்கையின் உருவம் முழுமைபெறாத

வடிவில் உள்ளது. நான்கு கரங்களுடன் கொற்றவை காட்சி தருகின்றார். கொற்றவையின் பாதத்தில் வலது புறத்திலும் இடது புறத்திலும் இருவர் தரையில் மண்டியிட்டு அமர்ந்திருப்பது போன்றும், அதில் ஒருவர் தனது தலையை ஒரு கரத்தால் பிடித்துக் கொண்டும் மறு கரத்தால் கழுத்தை வாளால் வெட்டும் வகையில் இச்சிற்பம் அமைந்துள்ளது. இது கொற்றவைக்குத் தன்னை வீரன் ஒருவன் பலி கொடுத்துக் கொள்ளும் காட்சியைப் பிரதிபலிப்பதாக உள்ளது. இவ்வகை நவகண்ட சிற்பங்கள் குடைவரை கோயிலிற்குள் இருக்கும் வகையில் அமைக்கப்பட்டிருப்பது ஒரு அரிய காட்சியாகும்.

இதனை அடுத்து கொற்றவைக்கு வலப்புறத்தில் ஒளிவட்டத்துடன் கூடிய சூரியனின் சிற்பம் செதுக்கப்பட்டுள்ளது. மகர குண்டலம், கழுத்தணி என ஆபரணங்களுடன் இச்சிற்பம் உள்ளது. முகம் சிதைக்கப்பட்ட நிலையில் இச்சிற்பம் உள்ளது. தனது ஒரு கரத்தில் தாமரை மலரை ஏந்தியவண்ணமும் மறுகரத்தில் அக்கமாலையை ஏந்தியவண்ணமும் இச்சிற்பம் அமைந்திருப்பது சிறப்பு. நெடிய புடைப்புச் சிற்பங்களுடன் அமைக்கப்பட்டிருக்கும் சிறப்பு வாய்ந்த இக்குடைவரைக் கோயிலைப் பற்றிய ஒரு பதிவினைத் தமிழ் மரபு அறக்கட்டளை வெளியிட்டுள்ளோம். அதனை https://youtu.be/7BfeC3NjW54 என்ற இணைய முகவரியில் காணலாம்.

தமிழகக் கோயிற் கலையில் குடைவரைக் கோயில்கள் மிகுந்த முக்கியத்துவம் பெறுபவை. கற்றளிகள் உருவாக்கப்படுவதற்கு முன் பாறைகளைக் குடைந்து உருவாக்கப்பட்ட இத்தகைய கோயில்கள் பல இன்றும் தமிழக நிலப்பரப்பில் இருக்கின்றன. பல்லவர்களும் பாண்டியர்களும் எடுப்பித்துப் போற்றிப்பாதுகாத்த இத்தகைய கலைக்கோயில்கள் தமிழகத்தின் வரலாற்றுச் சிறப்புகளாகும். இத்தகைய குடைவரைக்கோயில்களில் வழிபாட்டில் உள்ள கோயில்களில் சில பாதுகாப்பான சூழலில் இருந்தாலும் பெரும்பாலான கோயில்கள் பாதுகாப்பற்ற நிலையில் தான் இருக்கின்றன என்பதை மறுக்க முடியாது.

(தமிழ் மலர் நாளேடு (மலேசியா) 16.08.2018)

ଛ⦿ଵ

26
பாபநாசம் - காணி மலைவாழ் மக்கள்

மலைப்பகுதிகளில் காடுகள் நிறைந்த பகுதிகளில் வாழ்கின்ற மக்களின் வாழ்க்கை நிலை ஏனைய மக்களின் வாழ்க்கைச் சூழலிலிருந்து பெரிதும் மாறுபாடு கொண்டது. கிழக்கு மலேசியாவின் அடர்ந்த காடுகளிலும் மேற்கு மலேசியாவின் கேமரன் மலை போன்ற மலைப்பகுதிகளிலும் வசிக்கும் மூரூட், கடாசான், டூசூன், செனோய், நெக்ரித்தோ போன்ற பூர்வகுடி மக்களின் வாழ்க்கை முறையில் நகர்ப்புற மக்களின் தாக்கம் மிகக் குறைவு என்பதை நாம் அறிந்திருப்போம். இந்தப் பூர்வ குடிமக்களின் வாழ்வாதார நிலையில் மாற்றம் ஏற்படும் வகையில் கல்வி, தொழில் ஆகியவற்றில் அரசு சார்ந்த பிரத்தியேக நலத்திட்டங்களின்வழி படிப்படியாக பல மாற்றங்கள் தொடர்ந்து நடைபெறுகின்றன. இவ்வகை மாற்றங்கள் இவர்களின் சமூக அமைப்பின் தனித்தன்மைகளில் சிறிது சிறிதாக மாற்றத்தை ஏற்படுத்துவதை மறுக்க முடியாது.

மலேசிய பூர்வகுடி மக்களைப் போல தமிழகத்தின் மலைப்பிரதேசங்களில் இன்னமும் பூர்வகுடியினர் வாழ்கின்றனர். அவ்வகை பூர்வகுடியினரான காணி மக்களை சில வாரங்களுக்கு முன்னர் சந்தித்து அவர்களுடன் ஒரு சில மணி நேரங்களைச் செலவிட்டு, அவர்களுக்கே உரித்தான பண்பாடு, வாழ்வியல் அம்சங்கள், மொழி, தற்கால சூழல் ஆகியனபற்றிக் கலந்துரையாடும் வாய்ப்பு எனக்கு அமைந்தது.

எனது அண்மைய தமிழக பயணத்தில் ஒருநாள் நெல்லை மாவட்டத்தில் இருக்கின்ற பாபநாசம் நகருக்குச் சென்றிருந்தேன். இந்த பாபநாசம் அமைந்திருப்பது அடர்ந்த மலைப்பகுதிக்கு மிக அருகாமையில்தான். நெல்லை மாவட்டம், காரையர்

அகத்தியர் காணி பழங்குடியின மக்களின் குடியிருப்பு பற்றி நான் சில தகவல்களை நெல்லை மாவட்ட ஆட்சியர் முனைவர் கருணாகரன் வழி அறிந்து கொள்ளும் வாய்ப்பு கிட்டியபோது இப்பகுதிக்கு நேரில் சென்று இவர்களைப் பற்றிய பதிவு ஒன்றினைத் தமிழ் மரபு அறக்கட்டளைக்கான வரலாற்றுப் பதிவாகச் செய்ய வேண்டும் என்ற சிந்தனை எழுந்தது. இதனை ஆட்சியர் அவர்களிடம் தெரிவித்த போது தாமும் இப்பதிவின் போது இணைந்து கொள்வதாகக் கூறி இப்பயணத்திற்கான ஏற்பாடுகளில் மிக உதவினார்.

காணி மக்கள் அடிப்படையில் கேரளாவின் மலைப்பகுதியிலிருந்து பெயர்ந்து இப்பகுதிக்கு வந்தவர்கள். இவர்களுக்கென்று பிரத்தியேகமான ஒரு மொழி இருக்கின்றது. அதன் பெயர் காணி மொழி. இந்தக் காணி மொழிக்கு எழுத்துரு இல்லை. பேச்சு வழக்கு மட்டும்தான். காணி மக்களில் வயதில் மூத்தோர் இந்த மொழியை அறிந்தோராக இருக்கின்றனர். இம்மொழியில் பாடல்களும் இறைவழிபாடுகளும் இன்றும் வழக்கில் இருந்தாலும் கூட இளைஞர்களோ சிறார்களோ இந்த மொழியை அறியாதவர்களாகவே உள்ளனர். ஆக வழக்கொழிந்து வரும் மொழிகளில் ஒன்றாக இந்த மொழி உள்ளது. இவர்களில் பலர் தமிழும் மலையாளமும் கலந்த வகையில் அமைந்த ஒரு மொழியையும் பேசுகின்றனர். ஆனால், பள்ளிகளில் சிறார்கள் தமிழ்மொழி கற்பதால் அவர்கள் தமிழ் பேசுவதை நடைமுறையில் கொண்டிருக்கின்றனர்.

காணி குடியிருப்பில் நான் உலாவிக்கொண்டிருந்த போது அங்கு 107 வயதுடைய பெண்மணி ஒருவர் இருப்பதாகவும் அவருக்குக் காணி மொழி பேசத்தெரியும் என்பதோடு பாடவும் தெரியும் என்றும் அம்மக்கள் எனக்குத் தகவல் வழங்கினர். அந்த மூதாட்டியைச் சென்று சந்தித்தோம். அவரிடம் பேசச்சொல்லிக் கேட்டு பாடல்கள் பாடத்தெரியுமா என்று கேட்ட போது காணி மொழியில் திருமண நலுங்குப் பாடல்களும் தமிழ் மொழியில் கிறித்துவ மறைப்பாடல்களயும் பாடிக்காட்டினார். அவரை நேரில் சென்று நாங்கள் சந்தித்ததில் அவருக்கு மிகுந்த மகிழ்ச்சி ஏற்பட்டது. மறைந்த அவரது கணவர் அந்தக் கிராமத்தின் தலைவராக இருந்தவராம். அவர்கள் காலத்திலேயே கிறித்துவ மதத்திற்கு மாறிக்கொண்டதால் கிறித்துவ இறைப்பாடல்களையும் கற்றிருக்கின்றார் இம்மூதாட்டி. அவர்

கணவர் பற்றிக் குறிப்பிடும் போது அவர் பள்ளிக்கூடத்தில் படித்தவர் என்றும் தானும் ஒரு சில ஆண்டுகள் பள்ளியில் படித்ததாகவும் அதனால் தமக்கு தமிழ் எழுதவும் வாசிக்கவும் தெரியும் என்றும் மகிழ்ச்சியுடன் புன்னகைத்தவாறே எங்களிடம் தெரிவித்தார்.

கிராம பெண்மணியின் பாடல் பதிவு செய்யப்படுகின்றது

காணி மக்களின் இறை வழிபாட்டு அம்சங்களை அறிந்து கொள்வதும் மலைவாழ் மக்களின் மதம் சார்ந்த நம்பிக்கைகளின் தன்மைகளைப் புரிந்து கொள்ள உதவும் என்பதால் அம்மக்களை அவர்களது வழிபாட்டு முறைகள், கடவுள் பெயர்கள், உருவம் என சில தகவல்களைக் கேட்டுப் பதிந்து கொண்டேன்.

காணி மக்கள் தாய் தெய்வ வழிபாட்டை கடைபிடிப்பவர்கள். இவர்கள் வழிபடும் தெய்வம் காணி அம்மன் என்றே அழைக்கப்படுகின்றார். காணி அம்மன் இருக்கும் கோயிலுக்குச் சென்று கோயிலையும் இவர்கள் வணங்கும் தெய்வத்தையும் பார்த்த போது சற்றே ஆச்சரியம் மேலோங்கியது. ஏனெனில் தமிழகத்தின் பல பழமையான வழிபாட்டு மையங்களில் இருப்பதைப் போல ஒரு கல்லை வைத்து அதனை மஞ்சள், குங்குமம் வைத்து அலங்கரித்து அதன் அருகில் ஒரு தட்டில் எலுமிச்சைப் பழங்களும் சூடம் போன்றபொருட்களையும் வைத்து வழிபடுகின்றனர். எனது தமிழகப்பயணத்தில் பற்பல இடங்களில் கற்களைப் பெண் தெய்வங்களாக, அம்மனாக

வைத்து வழிபடும் வழக்கம் இருப்பதைப் பார்த்து புகைப்படம் எடுத்திருக்கின்றேன். சப்த கன்னிகள் வழிபாட்டில் பெண் தெய்வங்களின் உருவங்கள் அமைந்திருப்பதைச் சிலர் பார்த்திருக்கலாம். பல இடங்களில் இந்த சப்த கன்னியர்கள் வெவ்வேறு அளவிலான கற்களை வரிசையாக வைத்து அவற்றை ஏழு கன்னியர்களாக உருவகித்து வழிபடும் வழக்கம் இருக்கின்றது.

தாய்தெய்வ வழிபாடு என்பது மிகப் பழமையானது. மனித நாகரிகத்தின் தோற்றத்தை ஆராய முற்படுகையில் மக்களின் கடவுள் நம்பிக்கையின் வெளிப்பாடாக அமைகின்ற இடங்களில் எல்லாம் பண்டைய தெய்வங்களாக நமக்கு அகழ்வாய்வுகளில் கிடைப்பவையாக அமைபவை தாய்தெய்வங்கள் தாம். மனிதகுலம் இயற்கையைக் கடவுளாக நினைத்து தங்களைப் பாதுகாக்கும் கடவுளாக ஒரு உருவத்தை உருவாக்க முனைந்தபோது அவர்கள் சிந்தனையில், குழந்தையைப் பெறுகின்ற உருவத்துடன் அல்லது கர்ப்பம் தரித்த வடிவில் அமைந்த பெண் உருவம் அல்லது கையில் குழந்தையை ஏந்திக்கொண்டிருக்கும் ஒரு தாயின் உருவம் என்பன முக்கியமானவையாக அமைந்தன. இதனை உலகின் பல நாடுகளில் நடைபெற்ற தொல்லியல் அகழ்வாய்வுகளின் கண்டுபிடிப்புகள் உறுதி செய்கின்றன. இதற்கு ஒரு உதாரணமாக தற்சமயம் ஆஸ்திரிய நாட்டின் தலைநகரமான வியன்னா நகரில் இருக்கும் 40,000 ஆண்டு பழமையானது எனக்குறிப்பிடப்படும் தாய்தெய்வத்தின் சிலையைக் குறிப்பிடலாம். இத்தகைய அடிப்படையில் தான் பாபநாசம் காரையார் குடியிருப்பில் வாழும் காணி மக்களின் வழிபாட்டுக் கடவுளாக ஒரு பெண் தெய்வமும் அமைந்திருக்கின்றது என்பது சிறப்புடன் குறிப்பிடத்தக்கதாக அமைகின்றது.

காணி குடியிருப்பு அமைந்திருக்கும் சூழல் காட்டின் மையப்பகுதி. நாங்கள் அங்கு சென்றிருந்த போது வனத்துறையின் பாதுகாப்பு அதிகாரிகளும் எங்களுக்குத் துணையாக வந்திருந்தனர். காட்டிற்குள் வெவ்வேறு இடங்களில் மக்கள் குடியிருப்பு அமைந்திருக்கின்றது. மக்கள் இன்னமும் ஓலையால் நெய்யப்பட்ட கூரைகளும் மண்ணைக் குழைத்து உருவாக்கிய சுவர்களைக் கொண்ட வீடுகளிலும் வாழ்கின்றனர். ஒரு சிலர் மோட்டார் சைக்கிள் வைத்திருக்கின்றனர். போக்குவரத்துக்கு மோட்டார் சைக்கிள் அவர்களுக்கு மிக உதவுவதாக இருக்கின்றது.

காட்டிற்குள்ளே கடைகள் ஏதும் இல்லை. மலையிலிருந்து கீழ்ப் பகுதிக்கு வந்துதான் அவர்கள் தங்களுக்குத் தேவையான உணவுப் பொருட்களை வாங்கிக் கொள்ள வேண்டிய சூழல் இருக்கின்றது. மருத்துவ தேவைகள் எனும் போது பெரும்பாலும் அவர்கள் மூலிகை வைத்தியங்களை வழக்கில் கடைபிடிப்பவர்களாக இருக்கின்றனர். நான் அங்கிருந்த வேளையில் என்னை ஒரு மூலிகை மருத்துவரின் குடிலுக்கு அழைத்துச் சென்று அவர் மருந்து இடிக்க பயன்படுத்தும் உரலைக் காட்டி சில மூலிகை இலைகளையும் மூலிகை மரங்களையும் அவற்றை எவ்வகையான நோய்களுக்கு மருந்தாகப் பயன்படுத்துகின்றனர் என விளக்கிக் கூறினர்.

காணி மக்களின் வாழ்க்கை முறை
ஆவணப்படுத்தப்படுகின்றது

இந்தக் காணி மக்கள் வாழும் குடியிருப்புப் பகுதி தூய்மையாக இருக்கின்றது. குப்பைகள் இல்லை. மரங்களுக்கிடையே குடில்கள் அடுத்தடுத்தார்போல அமைந்திருக்கின்றன. இவர்கள் இல்லங்களில் கழிப்பறைகள் இல்லை. இதனைக் கருத்தில் கொண்டு இவர்கள் வீடுகளுக்கு தனித்தனி கழிப்பறைகளை வழங்கும் நிகழ்வும் நான் சென்றிருந்த வேளையில் நிகழ்ந்தது. இதனை நெல்லை மாவட்ட ஆட்சியர் முனைவர். கருணாகரன் அவர்களே செயல்படுத்தினார். அதுமட்டுமன்றி நாங்கள் சென்றிருந்த போது அங்கே வாழ்கின்ற எட்டு முதியோருக்கு

ஒய்வூதியத்தொகையையும் மாவட்ட ஆட்சியர் வழங்கினார் என்பதோடு அங்குள்ள பள்ளி விரிவாக்கம் பற்றியும் அங்கு தேவைப்படும் நடமாடும் விரைவு மருத்துவ வண்டி பற்றியும் மக்களிடம் தகவல் கேட்டறிந்து உடன் இவை செயல்படுத்தத் தேவைப்படும் அனைத்து நடவடிக்கைகளுக்கும் கையெழுத்திட்டுத் தொடங்கி வைத்தார்.

இங்கு இளையவர்கள் படிப்பதற்காக ஒரு சிறிய பள்ளிக்கூடம் இருக்கின்றது. உயர்நிலைக்கல்வி படிக்க இளையோர் மலையிலிருந்து கீழே வந்து பாபநாசம் நகருக்குத்தான் வரவேண்டிய சூழல் இருக்கின்றது. இங்கு ஒரு கிராமத்திலிருந்து அடுத்த கிராமம் செல்ல ஒரு மரத்தாலான தொங்கு பாலம் அமைத்திருக்கின்றார்கள். அதில் நடந்து ஆற்றைக்கடந்துதான் நாங்கள் அடுத்த கிராமத்தைச்சென்றடைந்தோம்.

காரையார் காணி குடியிருப்பு அமைந்திருக்கும் இடம் இயற்கைச் சூழல் நிறைந்த, இதமான சீதோஷ்ணம் நிறைந்த ஒரு பகுதி. பல காட்டு விலங்குகள் இங்கே உலவுகின்றன. எங்கள் பயணத்தில் கூட கூட்டமாக வந்த ஒரு காட்டெருமைக் கூட்டத்தை தூரத்திலிருந்து பார்த்து ரசித்தோம். இதனை நோக்கும் போது வன விலங்குகளின் வாழ்க்கை பாதிக்கப்படாத வகையிலும் இயற்கை சேதமடையாத முறையிலும் இந்தக் குடியிருப்பு மக்களின் வாழ்வாதார தேவைகளும் கல்வித்தேவைகளும் பூர்த்தி செய்யப்பட வேண்டியது மிக முக்கியம். இந்தக் காரையார் காணி மக்களைப் போல இன்னமும் தமிழகத்தின் காட்டுப் பகுதிகளில் வாழ்கின்ற மலைவாழ் மக்களின் பண்பாட்டு விழுமியங்கள் ஆவணப்படுத்தப்பட்டு பதியப்படுவதோடு அவை பற்றிய தொடர் ஆய்வுகளும் நிகழ்த்தப்பட வேண்டியது மிக மிக அவசியம்.

(தமிழ் மலர் நாளேடு (மலேசியா) 18.01.2017)

27
குலதெய்வங்கள்

தாமிரபரணி ஆற்றினை ரசிக்காதவர்கள் கிடையாது எனலாம். இந்த ஆறு என்னைக் கவர்வதற்கு ஒரு முக்கியக் காரணம் இருக்கின்றது. இந்த ஆற்றின் கரையோரங்களில் ஆங்காங்கே சிறிய வடிவிலான கோயில்கள் பல இருக்கின்றன. பெண் தெய்வமாகவும் ஆண் தெய்வமாகவும் வெவ்வேறு பெயர்களுடன் இந்தத் தெய்வங்களின் சிறு கோயில்கள் அமைந்திருப்பதையும் இங்கு சென்று வந்தவர்கள் நேரில் அறிந்திருக்கலாம்.

ஒரு முறை நான் இந்தப் பகுதியில் வாகனத்தில் பயணித்துக் கொண்டிருந்த போது ஆற்றங்கரையில் கிராம மக்கள் கூட்டமாக நின்று பூசைக்கு தயாராகிக்கொண்டிருப்பதைப் பார்த்தேன். மஞ்சள் நிறத்தில் ஆடையணிந்த பெண்களும் ஆண்களும் தலையில் குடங்களை ஏந்தியவாறு இருக்க, அருகில் மத்தளம் நாதஸ்வரம் என இசைக்கருவிகளை ஒரு குழு வாசித்துக் கொண்டிருக்க, அவர்களின் குடும்பத்தைச் சார்ந்தோர் சிலர் பக்கத்தில் நின்று கொண்டு குதூகலம் பொங்க சில சடங்குகளைச் செய்து கொண்டிருந்தனர். அதற்குச் சற்று தூரத்தில் சிறிய கோயில் ஒன்று பூமாலையும் வண்ண வண்ண காகித மாலைகளின் அலங்காரமும் செய்யப்பட்டுத் திருவிழாக் கோலம் பூண்டிருந்ததையும் காண முடிந்தது.

அங்கிருந்து பயணித்துத் தொடர்ந்து வரும் போது ஆற்றங்கரையின் இரு பக்கமும் ஆங்காங்கே இன்னும் பல சிறு கோயில்கள் இருப்பதையும் கண்டேன். ஒரு கோயிலின் அருகே வாகனத்தை நிறுத்தி விட்டு இறங்கிச் சென்று பார்த்தோம். அங்கே மண்ணால் செய்யப்பட்ட சிலாருபங்கள் குவியலாகக் கிடத்தி வைக்கப்பட்டிருந்தன. அதே கோயிலில் செல்லி

அம்மன், இசக்கி அம்மன் என்ற தெய்வங்களின் சிலைகளும் வழிபாட்டில் வைக்கப்படிருந்தன. குள்ளமாக அமைக்கப்பட்ட சிறிய சன்னிதிகளில் சாமி உருவங்கள் இருந்தன. வெளியே குவியலாக மண்ணால் செய்யப்பட்ட வண்ணப்பூச்சுக்களால் ஆன கண்களைக் கவரும் பொம்மைகளின் குவியல் பார்ப்பதற்கு ஆச்சரியம் தருவதாக இருந்தது.

தாமிரபரணி கரையோரம் மட்டும் இந்தக் காட்சி என்றில்லாமல் தமிழகத்தின் பல ஊர்களில் இத்தகைய கிராம தெய்வங்களை காணக்கூடியதாக உள்ளது. நாட்டார் தெய்வங்கள் எனும்போது நாம் நன்கறிந்த காளியம்மன், மாரியம்மன், சுடலை மாடன், காத்தவராயன், மதுரை வீரன், வீரபத்திரன், முனியாண்டி சாமி, பேச்சாயி அம்மன், கருப்பண்ணசாமி என்று மட்டும் இல்லாமல் ஊருக்கு ஊர் மாறுபாட்டுடன் வெவ்வேறு பெயர்களுடன் நாட்டார் தெய்வங்கள் அமைந்திருப்பதுதான் நாட்டார் வழிபாட்டின் சிறப்பு. இத்தகைய நாட்டார் தெய்வங்களே மக்களின் மனதோடு அணுக்கமாக அமைந்தவை. இவ்வகை வழிபாடுகளைச் சிறு தெய்வ வழிபாடு எனத் தரம் அமைத்து நாட்டார் தெய்வ வழிபாட்டினை ஏளனப்படுத்தியும், குறைத்து மதிப்பிட்டும் பிரச்சாரம் செய்வது போன்ற செயல்கள் நடப்பதையும் காண்கின்றோம். தெய்வத்துள் சிறு தெய்வம் பெருந்தெய்வம் எனத்தரம் பிரிப்பதே மனிதர்களின் அறியாமையைக் காட்டுவதுதான் என்பது ஒரு புறமிருக்க, இது மேன்மையைப் பிரதிபலிக்கும் மேட்டிமைத்தன்மையின் ஒரு வகை வெளிப்பாடே எனும் உளவியல் கூற்றினையும் ஒதுக்கி விட முடியாது.

நாட்டார் வழிபாடுகள் என்பன மனித குலம் அச்சத்தின் அடிப்படையில் தங்களை பாதுகாக்க தெய்வம் வேண்டும் என நினைத்து தெய்வங்களை தங்கள் பண்பாட்டில் இணைத்த காலம் தொட்டு வழி வழியாக வருபவை. வரலாற்றை நன்கு ஆராய முற்படுவோர் தெய்வங்களின் தோற்றத்தையும் உருவாக்கத்தையும் அதன் கால அளவினையும் அறிந்து கொள்ள

முடியும். காலத்துக்குக் காலம் புதிய தெய்வங்கள் உருவாக்கப்படுதலும் மக்கள் வழிபாட்டில் ஆழமான இடத்தைச் சில தெய்வ வழிபாடுகள் பெறுவதும் சில தெய்வங்கள் கால ஓட்டத்தில் அதன் சிறப்பு குறைந்து துணை நிலை தெய்வமாகக் கருதப்படும் நிகழ்வையும் அல்லது வழிபாட்டிலிருந்து முற்றிலுமாக மறைந்து போவதையும் ஆய்வுக்கண்கொண்டு பார்க்க முற்படுவோர் அறியலாம்.

சராசரி மனிதர்களைப் போல இயல்பான வாழ்க்கை அமையப்பெற்று பின்னர் ஒரு காலகட்டத்தில் தாங்கள் எதிர்கொள்ளும் ஒரு போராட்டத்தில் உயிரை இழக்கும் மனிதர்கள் சாமிகளாக மக்களால் அங்கீகாரம் பெறும் நிகழ்வானது நாட்டார் வழிபாட்டில் ஒரு முக்கியக் கூறு. பல இடங்களில் உள்ள பெண் சாமிகள் குடும்பத்தாரால் கொலை செய்யப்பட்ட பெண்களுக்காக எழுப்பப்பட்ட கோயில்களாகவும் உள்ளன. தான் சார்ந்த சாதிக்குப் புறம்பான, சாதி அடுக்கில் தாழ்ந்த நிலையில் வைக்கப்பட்ட சாதியைச் சேர்ந்த மணமகன் அல்லது மணமகளை திருமணம் செய்வோர் இவ்வகையில் குடும்பத்தாரால் கொல்லப்பட்டு புதைக்கப்பட்ட நிகழ்வு தமிழ்நாட்டின் பல பகுதிகளில் நிகழ்ந்துள்ளது. தங்கள் குற்ற உணர்வை மறைக்க இறந்தோருக்குக் கோயில் அமைத்து அவர்களின் சாபத்திலிருந்து தப்பிக்கலாம் என்ற எண்ணத்திலும் இவ்வகை கோயில்கள் குடும்பத்தினரால் எழுப்பப்படுகின்றன. சில கோயில்கள் குழந்தை பிறப்பின் போது இறந்து போகும் பெண்களுக்காகவும் எழுப்பப்படுகின்ற குலதெய்வக் கோயில்களாக உள்ளன. இன்று சாமிகளாக அறியப்படுகின்ற பல தெய்வங்களின் இறப்புக்குப் பின்னால் ஒரு வரலாறு இருக்கும். அதனைச் சுற்றிய நாட்டார் கதைகளும் இருக்கும். சில வேளைகளில் இக்கதைகள் திரிந்து விரிவாக்கம் பெற்று வேறொரு கோணத்தில் மாறி இருக்கும். சிறிய கோயிலாகக் கல்லை மட்டும் வழிபாட்டில் வைத்து

ஆரம்பித்து பின்னர் மிகப் பெரிய கற்கோயிலாக மாற்றம் கண்ட கோயில்களும் உண்டு.

நாட்டார் தெய்வங்கள் எனப்படுபவை தமக்கென ஒரு எல்லையை அமைத்துக் கொண்டிருப்பதை இதன் முக்கியக் கூறாகக் காணலாம். நாட்டார் தெய்வங்கள் ஒரு குடும்பத்தினருக்குச் சொந்தமானதாகவோ அல்லது ஒரு இனக்குழு, அல்லது ஒரு சாதி சார்ந்த அல்லது ஒரு கிராமத்துக்கென்றே உரிய கோயிலாக, என ஒரு எல்லைக்குள் அமைவதை இதன் பண்பாட்டுக்கூறுகளின் மைய அமைப்பாகக் காணலாம். ஒரு குலத்துக்கே உரித்தான குலக்குறிகளை

மற்றொரு குலக்குறிகளிலிருந்து வேறுபடுத்திக் காட்டும் அடையாளச்சின்னங்களாக நாட்டார் தெய்வங்கள் அமைகின்றன. ஒரு ஊரைச் சொல்லி, சாமியின் பெயரைச் சொன்னால், எந்த சமூகம் எனக் கண்டறியும் அடையாளக் குறியீடாகவும் நாட்டார் தெய்வங்கள் அமைந்திருக்கின்றன. ஊரை விட்டு தூரம் சென்றவர்களும் கூட வருடத்திற்கு ஒரு முறை தன் கிராமத்திற்குத் திரும்பி வந்து குலதெய்வத்திற்குப் பொங்கலிட்டு படையல் வைத்து குலதெய்வ வழிபாடு செய்து செல்வது இன்றும் நடைமுறையில் இருக்கும் ஒரு விசயமாக இருக்கின்றது.

வீட்டில் நடைபெறும் சுபகாரியங்கள் அனைத்திற்கும் குலதெய்வ வழிபாடு செய்வது போலவே துக்க காரியங்களைத் தங்கள் குலதெய்வத்திடம் முறையிட்டு படையலிட்டு வழிபட்டுச் செல்வதும் நாட்டார் வழிபாட்டில் ஓர்அங்கமாக இருக்கின்றது.

எல்லா இடத்திலும் நிறைந்திருக்கும் இறைவன் தன்னை வழிபடுவோரின் கைகளால் சமைத்து தயாரித்த உணவைச் சாப்பிடுவார் என்ற நம்பிக்கையும், குடும்பத்தினர் அனைவரும் சேர்ந்து சாமிக்குப் படையலிட்டு மனமகிழ்வுடன் வழிபட்டுச் செல்வதுமே நாட்டார் தெய்வ வழிபாட்டின் சிறப்பு. சாமிக்கும் தனக்கும் இடையில் குருக்கள் என்ற இடப்பட்ட மனிதரின் தேவையை அத்தியாவசியமாக்கி, கடவுளை மனிதருக்கு

நெருக்கமாக உணர வைக்கும் பண்புடன் நாட்டார் தெய்வ வழிபாட்டியல் இயங்குகின்றது.

இறை உணர்வு என்பது நம்பிக்கையின் அடிப்படையில் இயங்குவது. மனிதர்களின் விருப்பங்களும் வேண்டுதல்களும் அவர்களிடம் இல்லாத ஒன்றினை வெளிப்படுத்துவன என்பதோடு, அந்த இல்லாத ஒன்றினை வழங்கி வேண்டுதலை நிறைவடையச் செய்யும் என்ற நம்பிக்கையே மனிதர்களை வேண்டுதலை நோக்கி செயல்பட வைக்கின்றது. எதிர்பார்த்த காரியம் சிறப்பாக முடிந்தால் அதற்காக நன்றி தெரிவிக்கும் வகையில் வழிபடுவதும் இத்தகைய நாட்டார் வழிபாட்டில் இடம்பெறுகின்றது. ஊருக்கு ஊர், கிராமத்துக்குக் கிராமம், வட்டாரத்துக்கு வட்டாரம் மாறுபட்டத் தன்மைகளுடன், தனித்துவத்துடன் நாட்டார் தெய்வங்கள் மக்கள் வாழ்வியலில் தவிர்க்க முடியாத ஓர் அங்கமாக அமைந்துள்ளார்கள். தமிழ் மரபு அறக்கட்டளை இத்தகைய நாட்டார் வழிபாட்டில் உள்ள சாமிகளைப் பற்றிய வரலாற்றையும் அதன் பின்னணியில் இயங்கும் கதைகளைப் பற்றியும் தகவல்களைச் சேகரித்து அவற்றைத் தொகுத்து ஒரு பிரத்தியேக வலைப்பக்கத்தில் வெளியிட்டு வருகின்றோம். இச்செய்திகளை *http://www.tamilheritage.org* என்ற வலைத்தளத்தின் ஊடாகக் காணலாம்.

தமிழர் வரலாறு, பண்பாட்டியல், சமூகவியல், மானுடவியல் ஆய்வுகளைச் செய்ய முனைவோர் நாட்டார் வழிபாட்டுக்கூறுகளுக்குத் தம் ஆய்வுகளில் தக்க இடமளித்து, அவற்றைச் சிறுதெய்வங்கள் எனக் கூறி ஒதுக்கி விடாமல், ஆய்வுகளில் இணைத்துச் செயல்படுத்துதல் தமிழர் வரலாற்றையும் பண்பாட்டுக் கூறுகளையும் அறிந்து கொள்வதில் பெரிதும் துணை புரியும்.

(தமிழ் மலர் நாளேடு (மலேசியா) 17.05.2017)

28
செங்கம் லம்பாடி பழங்குடிமக்கள்

இயற்கையோடு இயைந்த வாழ்வியலை நினைத்துப் பார்க்கும் போது நமக்குப் பழங்குடி மக்களைப் பற்றிய சிந்தனைகள் மனதில் எழுவதைத் தவிர்க்க இயலாது. பண்டைய காலத்தில் பழங்குடிகளாக நாம் இருந்த காலத்தில் அமைந்திருந்த எளிமையான வாழ்க்கை முறையை நாம் நினைத்துப் பார்த்தாலும் அதனை மீண்டும் பெற முடியாது. ஆடம்பரமற்ற, மன அழுத்தமற்ற, எளிமையான வாழ்க்கை நிலைசில ஆயிரம் ஆண்டுகளுக்கு முன்னர் இருந்தது. இந்தஉலகுக்கு ஆபத்து விளைவிக்கும் எண்ணற்ற நாசச்செயல்களெல்லாம் இல்லாத ஒரு சூழல் அது. நினைத்துப் பார்த்தால் இப்போது நமக்குச் சாத்தியமற்ற ஒரு வாழ்க்கைநிலைதான். மனித உறவுகளுக்குள் நெருக்கம், இயற்கையோடு சேர்ந்து அதனைக் கெடுக்காமல் இயற்கையோடு இயற்கையாகத் தன்னையும் இணைத்துக் கொண்டு வாழும் ஒரு வாழ்க்கையாகப் பண்டையவாழ்க்கை இருந்தது. அதன் தொடர்ச்சியை பழங்குடி மக்கள் வாழ்வு நமக்கு இன்றும் வெளிப்படுத்துகிறது.

இந்த உலகில் இன்னமும் கூட சில குறிப்பிட்ட நிலப்பகுதிகளில் பழங்குடி மக்கள் வாழ்கின்றனர். மலேசிய சூழலில் செமாங் அல்லது நெக்ரித்தோ சமூக மக்கள், செனோய் சமூகத்து மக்கள் ஆகியோரை மலேசிய நிலப்பகுதியின் பழங்குடி மக்கள் என்ற வகையில் கூறலாம். இவர்களது வாழ்க்கை முறை இன்றைய நாகரிக வாழ்க்கை முறையிலிருந்து முற்றிலும் மாறுபட்டது. காடுகளுக்குள் வேட்டையாடி உணவைத்தேடுதல், திருமணச் சடங்குகள், குழந்தைபெறுதல், இறப்பு ஆகியனதொடர்பான சடங்குகள் குழுக்களுக்கு குழு

குறிப்பிடத்தக்க வகையில் வேறுபாட்டுடன் திகழக்கூடியது எனலாம்.

தமிழர்களின் தொல்குடிகளின் ஆய்வுகளில் இன்று நமக்குக் கிடைக்கும் சில குறிப்பிடத்தக்க ஆய்வுகள் எனக் கூறுவதென்றால் எட்கர் தர்ஸ்டன் அவர்களது ஆய்வுகளை நாம் கூறலாம். ஆங்கிலேய காலனித்துவ இந்தியாவில் அரசுப்பணியில் தமிழகத்தில் பணியாற்றிய ஒரு அரசு அலுவலகர் இவர். 1885ஆம் ஆண்டில் தமிழகத்தின் சென்னை அருங்காட்சியகத்தின் இயக்குநர் பொறுப்பை ஏற்றுக் கொண்டு மிகப்பெரிய அளவில் இந்த அருங்காட்சியகத்தை வடிவமைத்தவர் என்ற சிறப்பு இவருக்கு உண்டு. இந்தப் பொறுப்பை ஏற்பதற்கு முன்னர் இவர் லண்டன் கிங்ஸ் கல்லூரி அருங்காட்சியகத்தின் பொறுப்பாளராகக் கடமையாற்றியவர் என்பதும் குறிப்பிடத்தக்கது.

தனக்கு வழங்கப்பட்ட பணியில் மட்டும் கவனம் செலுத்துவது என ஒரு எல்லைக்குள் தன்னை முடக்கிக் கொள்ளாமல் தென்னிந்தியாவின் பல பகுதிகளுக்கும் தனது உதவியாளர்களுடன் பயணித்து ஆய்வுகளை மேற்கொண்டு ஆய்வுத்தரவுகளைச் சேகரித்து மானுடவியல் தொடர்பான மிகச் சிறந்த ஆய்வு நூல்களை வழங்கியவர் இவர். இவரது 'Castes and Tribes of South India' என்ற பெரிய ஆய்வு நூல் இன்றளவும் மானுடவியல், சமூகவியல் ஆய்வுகளில் ஈடுபடுவோருக்கு மிக முக்கிய அடிப்படை நூலாக அமைந்திருக்கின்றது. தான் மேற்கொண்ட பல பயணங்களில் தாம் நேரில் பார்த்து பதிந்த எல்லா வகைச் செய்திகளையும் பதிந்து ஆய்வு நோக்கில் அவை அலசப்படும் நல்வாய்ப்பினை ஏனைய ஆய்வாளர்களுக்கு எட்கர் தர்ஸ்டன் வழங்கியிருக்கின்றார். இது மகத்தானதொரு பணியாகும்.

ஒரு நிலப்பகுதியின் தொல் பழங்குடிகளின் வாழ்க்கை முறையை அலசும் போது சில மையக்கூறுகளைச் சுற்றியே அவர்களின் வாழ்க்கை அமைந்திருப்பதை நாம் அறியலாம். உதாரணமாகப் பழங்குடி மக்களின் வாழ்வில் மிக முக்கிய இடம் வகிப்பவையாக அமைபவை சடங்குகளாகும். சடங்குகள் எனப்படும் போது அது திருமணச் சடங்கு, பிள்ளை பெற்றதும் நடத்தும் சடங்கு, இறப்பின் போது நடத்தப்படும் சடங்கு, கடவுளுக்கானச் சடங்கு என வகைப்படுத்தலாம். இந்தச் சடங்குகள் அனைத்துமே ஒவ்வொரு இனக்குழுவுக்கும்

தனித்துவம் வாய்ந்தவையாக அமைகின்றன. ஒரு பழங்குடி இனத்தின் சடங்கிலிருந்து மற்றொரு பழங்குடி இனத்தின் சடங்குகள் மாறுபடுகின்றன. இறைவழிபாடு தொடர்பான சடங்குகள் ஏராளமான நுணுக்கமான பல மாறுபட்ட அம்சங்களைக் கொண்டவையாக இருக்கின்றன. சாமிக்குப் போடப்படும் படையல், வழிபாட்டின் போது கொடுக்கப்படும் உயிர்ப்பலி, பூசையில் இடம்பெறுகின்ற உணவு என்பன மாறுபட்ட தன்மைகளைக் கொண்டனவையாக இருக்கின்றன.

இதே போல தனித்துவம் கொண்ட மற்றொரு அம்சம் என்னவென்றால் இப்பழங்குடி மக்களின் கலை. இசை, நடனம் என்பவை குறிப்பாக ஒலிக்கப்படும் ஒலிகள், உடல் அங்கங்களின் அசைவுகள் என்பன சிறப்பாக கவனிக்கப்பட வேண்டியவை. அதே போல உடலில் ஏற்படுத்திக் கொள்ளும் அல்லது தீட்டிக்கொள்ளும் வர்ண ஓவியங்கள், பச்சை குத்துதல், அணியப்படும் அணிகலன்கள் ஆகியவை குழுக்களுக்கு குழு மாறுபாடான வடிவத்தைக் கொண்டவையாக இருப்பதையும் நாம் காணலாம். பழங்குடி மக்களின் இன்றைய நிலை சில நூறு ஆண்டுகளுக்கு முன்னர் இருந்தது போன்று இன்று இல்லை. பலர் காடுகளை விட்டு கிராமப்புறங்களுக்கு இறங்கி வந்துவிட்டதோடு நகர்ப்புற மக்களோடு கலந்து விட்ட நிலையையும் காண்கின்றோம். இது இக்காலச் சூழலில் மிகவும் வரவேற்கப்படவேண்டிய ஒன்று.

எனது தமிழகத்துக்கான சில பயணங்களில் நான் சில பழங்குடி இன மக்களைச் சந்திக்கும் வாய்ப்பு அமைந்தது. அப்படி ஒரு பழங்குடி இனம் தான் தமிழகத்தின் திருவண்ணாமலை மாவட்டத்தில் செங்கம் பகுதியில் வாழும் லம்பாடி பழங்குடிகள். லம்பாடி இன மக்கள் ராஜஸ்தானைப் பூர்வீகமாகக் கொண்டவர்கள். இஸ்லாமிய படையெடுப்பின் போது இவர்களின் மன்னர் போரில் தோற்றவுடன் இம்மக்கள் அவர்கள் வாழ்ந்த பகுதியிலிருந்து வெளியேறி பல்வேறு பகுதிகளுக்குச் சென்றுள்ளனர். பின்னர் இப்போதைய ஆந்திரா, கர்நாடகா, தமிழ்நாடு போன்ற மாநிலங்களில் நாடோடிகளாக வந்து குடியேறினர். ஆரம்ப காலத்தில் உப்பு வியாபாரத்தில் ஈடுபட்டு உழைத்தனர். கழுதைகள் மேல் உப்பை ஏற்றி ஓரிடத்திலிருந்து மற்றோரிடம் சென்று அவற்றை விற்பனை செய்து வருவதைத் தொழிலாகக் கொண்டிருந்தனர். ஆனால் படிப்படியாக இவர்கள்

தொழில், வாழ்க்கை முறையிலும் பல மாற்றங்கள் நிகழ்ந்து விட்டன. இந்திய சுதந்திரத்திற்குப் பின்னர் இவர்கள் வாழ்க்கையில் மேலும் பல முன்னேற்றங்கள் ஏற்பட சிலர் சொந்தமாக நிலம் வாங்கி ஓரிடத்தில் நிரந்தரமாகக் குடியேறி அங்கே தொழில் செய்தும், விவசாயம் செய்தும் வாழ்ந்து வருகின்றனர். ஆனாலும் இவர்கள் தங்கள் சமூகத்தினருடன் சேர்ந்து குழுவாக ஓரிடத்தில் இருப்பதையே காண முடிந்தது.

காலவோட்டத்தில் சமூக இயக்கத்தில் இனங்களுக்கே உரித்தான தனித்துவமான கூறுகளில் மாறுதல் ஏற்படுவது என்பது எல்லாச் சமூகத்திலும் நடக்கின்ற ஒன்றுதான். ஆனால் அவை படிப்படியாக வழக்கில் இல்லாது போவது மட்டுமின்றி அச்சமூக மக்களே அறியாத நிலை ஏற்படுவதையும் காண்கின்றோம். லம்பாடி இனமக்களின் வாழ்க்கையிலும் இந்த நிலை தான் ஏற்பட்டுள்ளது. ஒரு இடத்திலிருந்து வேறொரு இடம் பெயர்ந்து செல்லும் வகையில் தங்கள் கூடாரங்களையும் கையோடு கொண்டு செல்லும் வழக்கம் கொண்டவர்கள் லம்பாடி இன மக்கள். இந்தப் போக்கும் தற்சமயம் மாற்றம் கண்டுள்ளது. நிலையாக ஒரே இடத்தில் இருந்து அங்கேயே விவசாயம், கைத்தொழில்கள், கூலி வேலை எனச் சிறு சிறு வேலைகளில் தங்களை ஈடுபடுத்திக் கொள்கின்றனர் இம்மக்கள். இதனால் நிலையான குடிசை, சிறு வீடுகள் என்று இவர்களின் அடிப்படை வாழ்க்கையில் குறிப்பிடத்தக்க மாற்றம் ஏற்பட்டுள்ளது. இவர்கள் சமூகத்து மக்களும் மிகக் குறைந்த அளவில் பள்ளிக்கூடம் சென்று கல்வி கற்று சற்று மேம்பாடு அடைந்தும் வருகின்றனர் என்பதைக் காண முடிந்தது.

நாங்கள் பேட்டி காணச் சென்ற கிராமத்தின் பெயர் பரிசல் பட்டு பி.எல்.தண்டா. (இக்களப்பணியின் போது என்னுடன் தோழர்.பிரகாஷ், முன்னாள் தமிழக அரசின் சமூகநலப்பிரிவின் அதிகாரி திருமதி சீதா ஆகியோரும் உடன் வந்திருந்தனர்). இங்கு ஏறக்குறைய 450 குடும்பத்தினர் வாழ்கின்றனர். அனைவருமே லம்பாடி இன மக்கள் தான். இவர்கள் இங்கேயே குடியேறி திருமணம் செய்து குழந்தைகள் ஈன்று வாழ்கின்றனர். குழந்தைகள் பள்ளிக்குச் சென்று கல்வி கற்று சிலர் அரசாங்க வேலைகளிலும் ஈடுபட்டுள்ளனர். இங்கேயே பிறந்து வளர்ந்து இங்குள்ள பள்ளியிலேயே கல்வி கற்று நன்கு தேறி

க.சுபாஷிணி

திருவண்ணாமலை நகராண்மைக் கழகத்தில் பணியாற்றும் திருமதி. லதாமம்மா எங்களைக் காண வந்திருந்தார்.

லம்பாடி பழங்குடியினர் மராத்தியும் குஜராத்தி மொழியும் கலந்த வகையில் அமைந்த கோரெர் (Gorer) என்னும் ஒரு மொழியைப் பேசுகின்றனர். பொதுவாகவீட்டில் இவர்கள் தாய்மொழியில்தான் உரையாடுகின்றனர். ஆனாலும் குடும்பத்தை விட்டு வெளியே வரும் போது தமிழ்மொழி முக்கியமாகிப் போவதால் கொஞ்சம் கொஞ்சமாக இவர்களின் தாய் மொழியை இளம் குழந்தைகள் மறக்கும் நிலையும் உருவாகி உள்ளது. தற்சமயம் இம்மக்கள் தமிழகத்தில் வாழ்கின்ற மக்களோடு கலந்து இச்சூழலுக்கேற்றவாறு தங்கள் வாழ்க்கை முறையை மாற்றிக் கொண்டுள்ளமையால் இவர்கள் தங்கள் தாய்மொழியை விடத் தமிழைப் பேசுபவர்களாக உள்ளனர். இளைஞர்களோ குழந்தைகளோ இம்மொழியைப் பேச அவசியம் இல்லாத நிலை இருக்கின்ற காரணத்தால் இம்மொழி இம்மக்களின் அன்றாட வழக்கிலிருந்து குறைந்து தற்சமயம் அரிதாகி விட்ட நிலை இருப்பதை உணர முடிகின்றது. வயதான சில பெண்களும் ஆண்களும் மட்டும் தங்களுக்குள் இம்மொழியில் உரையாடிக் கொள்கின்றனர்.

திருமணம் தான் இவர்கள் வாழ்க்கையில் மிக முக்கிய நிகழ்வாக இருக்கின்றது. திருமணச் சடங்கைப் பற்றி விசாரித்த போது மிக ஆர்வத்துடன் தங்கள் வழக்கத்தை எங்களிடம் பகிர்ந்து கொண்டனர். பொதுவாகவே இவர்கள் திருமணம் நான்குநாட்கள் நடைபெறுகின்றது. மாப்பிள்ளை வீட்டில் இரண்டு நாள், அதன் பின்னர் பெண் வீட்டில் இரண்டு நாள். மாப்பிள்ளை வீட்டில் இரண்டு நாட்கள் சடங்குகளைச் செய்து முடித்த பின்னர் மாப்பிள்ளையைப் பெண் வீட்டிற்கு அழைத்துச் சென்று விடுகின்றனர். அதற்குப் பிறகு வீட்டிற்குள் அவர் திருமணம் முடிவதற்கு முன் வருவதற்கு அனுமதி இல்லை.

பெண் பார்க்கும் சடங்கு என்பது இன்று தமிழ்ச் சமூகச்சூழலில் உள்ளது போன்று நிச்சயதார்த்தம் இல்லாமல் வேறு விதமாக நிர்ணயிக்கப்படுகின்றது. மாப்பிள்ளை வீட்டார் 5 கிலோ வெல்லம் கொண்டு செல்வர். அத்தோடு சாராயமும் வெற்றிலை பாக்கும் கொண்டு செல்வர். சாராயம், வெல்லம், வெற்றிலை பாக்கை பெண் வீட்டாரிடம் கொடுத்து விட்டால் திருமணம் நிச்சயிக்கப்பட்டது என்று முடிவாகின்றது. திருமணத்தில் மாப்பிளை பெண்ணுக்கு ஜாதகம் பார்க்கும் வழக்கமும் இவர்களுக்கு இல்லை. இந்த மூன்று பொருட்களையும் கொடுத்து 1 ரூபாய் (பரியா பணம்) கொடுத்து விட்டால் கல்யாணம் உறுதி செய்யப்பட்டு விட்டது என முடிவாகின்றது. பின்னர் பெண்ணுக்கும் மாப்பிளைக்கும் ஒத்து வராமல் போய் பிரிய வேண்டும் என அவர்கள் நினைத்தால் அந்த ஒரு ரூபாய் பணத்தைத் திருப்பித் தந்து விடுவார்களாம். இப்படித் தந்தால் விவாகரத்து நடந்ததற்குச் சமம். அதற்காகத் திருமணத்திற்காகக் கொடுத்த அதே ஒரு ரூபாயைக் கணவன் மனைவி இருவரும் வைத்திருக்க வேண்டிய அவசியமில்லை. ஏதாவது ஒரு 1 ரூபாயைக் கொடுத்தே மண வாழ்க்கையிலிருந்து விலகிக் கொள்ளலாம். இதனைக் கணவன் மாத்திரம் தான் செய்வது வழக்கம். மனைவி செய்யும் வழக்கமில்லை. பஞ்சாயத்தில் ஊர் பெரியவர்களின் முன் கணவன் மனைவி வந்து 1 ரூபாயைக் கணவன் கொடுத்து மணவிலக்கு வேண்டும் என்று கேட்டால் மனைவியிடமிருந்து விலகிச் செல்ல அவருக்கு அனுமதி அளிக்கப்படுகின்றது.

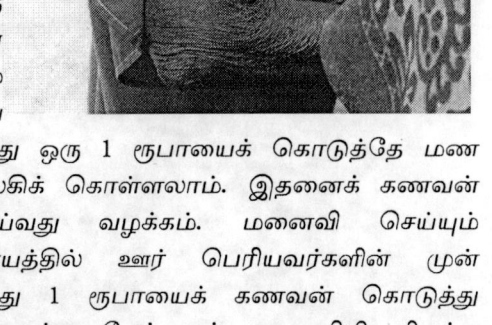

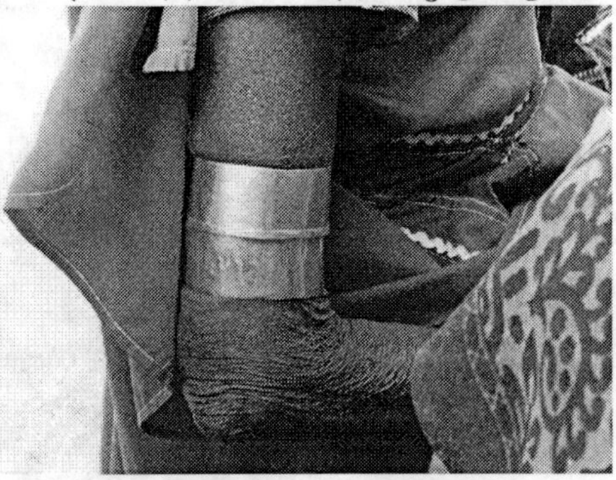

இவர்களின் திருமணச்சடங்கு மிக வித்தியாசமான முறையில் அமைந்துள்ளது. திருமண தினத்தின் முதல் நாள் இரவில் பெண் வீட்டில் உள்ள அனைவரும் அழ வேண்டுமாம். தங்கை எப்படி அழவேண்டும் அண்ணன் எப்படி அழ வேண்டும் என முறை வைத்திருக்கின்றனர். எப்படி ஒவ்வொருவரும் அழ வேண்டும் என்று அந்த நேரத்தில் தான் அனுபவசாலி பெரியவர்கள் கற்றுத்

தருவார்களாம். அதனைக் கற்றுக் கொண்டு குடும்பத்தினர் ஒவ்வொருவராக அழ வேண்டும்.

திருமணத்திற்கு முதல் நாள் வீட்டின் மூலையில் ஒரு உலக்கையை வைத்து அதில் கங்கணம் கட்டி விடுவார்கள். பக்கத்தில் ஒரு பானையை வைத்து அதில் நீரை ஊற்றி நிறைத்து வைத்து விடுவார்கள். திருமண ஏற்பாட்டுச் சடங்குகள் அனைத்தும் முடிந்த பின்னர் புது மாப்பிள்ளை இந்தத் தண்ணீரில் குளிக்க வேண்டும். இது கட்டாயமாகச் செய்ய வேண்டிய ஒரு சடங்கு. பிறகு மறுநாள் காலையில் பெண்ணும் மாப்பிள்ளையும் தனித்தனியாகத் தயார் செய்து அலங்கரித்துக் கொண்டு வந்து திருமணச் சடங்கில் கையில் தாலி கட்டிக்கொண்டு திருமணம் செய்து கொள்கிறார்கள். திருமணம் பெண் வீட்டில் தான் நடக்குமாம். தமிழ்ச் சமூகத் திருமணங்கள் போலக் கோயில்களில் இவர்கள் திருமணங்கள் நடப்பதில்லை. இக்கால லம்பாடி இனத்

திருமணங்கள் தமிழர்கள் வழக்கம் போல கழுத்தில் தாலி கட்டி நடை பெறுகின்றது. கையில் அணியும் தாலி இப்போது வழக்கில் இல்லை. கணவன் உள்ள வயதான மூதாட்டிகள் மட்டுமே இந்த வகைத் தாலியை அணிந்திருக்கின்றனர்.

திருமணச் சடங்குகள் முடிந்த பிறகு மதிய வேளையில் ஆடு வெட்டி விருந்து தயாரித்து மாப்பிள்ளை வீட்டார் அனைவருக்கும் திருப்திகரமாக விருந்தளிக்கப்பட்டு அனுப்பி வைக்கப்படுவார்கள்.

பின்னர் மாப்பிள்ளை வீட்டார் பெண் வீட்டாரை அழைத்துச் சென்று இதேபோல விருந்து கொடுத்து அனுப்பி வைப்பார்கள். இதே போல மூன்று முறை மாற்றி மாற்றி இந்த விருந்து நிகழ்ச்சி நடைபெறுமாம்.கணவர் இறந்த பெண்கள் தங்கள் கையில் அணிந்துள்ள தாலியை எடுத்து விட வேண்டும். இந்தத் தாலி திருமணம் நடந்த நாள் முதல் கணவர் இறக்கும் வரையிலும் கையில் அணிந்திருக்க வேண்டும்.

இவர்களின் கடவுள் மூடுபுக்கியா என அழைக்கப்படுகின்றது. ஆண் பெண் என உருவமில்லாத ஒரு கல் வடிவில் அமைந்த ஒரு வடிவமே இவர்கள் கடவுள்.

முன்னர் திருமணம் என்று வரும் போது மானின் கொம்பை வெட்டி எடுத்து அதைப் பதம் செய்து அதனை யானைத் தந்தம் போன்ற வடிவில் ஒரு வளையல் செய்து அதனைப் பெண்ணுக்கு அணிவித்துத் தான் திருமண நிகழ்வு நடக்குமாம். இது இப்போது வழக்கில் இல்லை. அதேபோல பெண்கள் திருமணத்திற்கு அணியும் முழு ஆடையையும் அப்பெண்ணே முழுதாகத் தயாரிப்பதும் வழக்கமாக இருந்திருக்கின்றது. ஒரு ஆடையை முழுமையாக்க ஏறக்குறைய ஆறு மாத காலங்கள் எடுக்குமாம். திருமணத்தில் தாலியை அணிந்து திருமணச் சடங்கு முடிந்த பின்னர் மணப்பெண்ணைக் காளைமாட்டின் மேல் அமர வைத்து ஊர்வலமாக வீட்டிற்குக் கொண்டு வருவார்களாம்.

இன்னொரு சுவாரசியமான தகவலும் இவர்களுடன் உரையாடும் போது அறிந்து கொள்ள முடிந்தது. அதாவது குழந்தைகள் பிறக்கும் போது எந்த நாளில் ஒரு குழந்தை பிறக்கின்றதோ அந்த நாளைப் பிரதிநிதிக்கும் பெயரைத்தான் குழந்தைகளுக்குச் சூட்டுவார்களாம். திங்கள் கிழமை பிறந்த குழந்தைக்கு சோமார் என்றும், செவ்வாய் என்பது மங்களவார் என அழைக்கப்படுவதால் இந்த நாளில் பிறக்கும் பெண் குழந்தைக்கு மங்கினி என்றும் ஆண் குழந்தையாக இருந்தால் மணி என்றும் அந்தக் கிழமையின் ஆரம்பச் சொல்லை எதிரொலிக்கும் வகையில் பெயர்கள் அமையுமாம். புதன்கிழமை பிறந்த ஆண் குழந்தை பத்தியா என்றும் பெண்குழந்தை பத்தி என்றும் பெயரிடுவதும், வழக்கமாக இருக்கின்றது. முக்கியமாக அந்தக் கிழமையின் முதல் எழுத்து குழந்தையின் பெயரில்

இருக்க வேண்டும் என்பது அக்காலத்தில் இவர்கள் கடைபிடித்து வந்த வழக்கங்களில் ஒன்று.

ஆண் குழந்தைகள் இச்சமூகத்தில் மிக முக்கியமாகக் கருதப்படுகின்றனர். ஒரு தாயாருக்கு 2 ஆண் குழந்தைகள் இருந்தால் அப்பெண்மணி தன் கழுத்தில் ஒரு சங்கிலியில் இரண்டு பொட்டு இருக்கும் வகையில் ஒரு அட்டிகை போட்டுக் கொள்ளும் வழக்கம் உள்ளது. 5 ஆண் குழந்தைகள் என்றால் ஐந்து பொட்டு, 6 ஆண் குழந்தைகள் என்றால் ஆறு பொட்டு என தனக்கு பிறந்துள்ள ஆண் குழந்தைகளின் எண்ணிக்கையை மற்றவர்களுக்கு வெளிக்காட்டிக் கொள்ள இவ்வகை அட்டிகையைக் கழுத்தில் அணியும் வழக்கமும் இவர்கள் சமூகத்தில் உண்டு. ஆனால் இளம் பெண்கள் இதனை அணிவதைத் தவிர்த்து விட்டனர் என்பதை நேரிலேயே காண முடிந்தது. இந்தத் தகவல்களெல்லாம் ஒலிப்பதிவுகளாகவும் விழியப் பதிவுகளாகவும் தமிழ் மரபு அறக்கட்டளை வலைப்பக்கத்தில் இணைக்கப்பட்டுள்ளது. பழங்குடி மக்கள் வாழ்வியலில் ஆர்வம் உள்ளோர் இவற்றைப் பார்த்தும் கேட்டும் பயன்பெறலாம்.

(தமிழ் மலர் நாளேடு (மலேசியா) 24.05.2017)

✿⊙✿

29
வீரவிளையாட்டு – தமிழகத்திலும் ஸ்பெயினிலும்

வாசித்தோ, தொலைக்காட்சியில் பார்த்தோ, ஏனைய பொது ஊடகங்களில் பார்த்தோ தெரிந்து கொள்வதை விட நேரடியாகப் பெறும் அனுபவங்கள் தரும் பாதிப்பு மிக ஆழமானதாக அமைந்து விடும். இவ்வகை அனுபவங்கள் பல நாட்கள், வாரங்கள் மாதங்கள் வருடங்கள் என மனதை விட்டு அகலாமலும் அமைந்து விடும். எனக்கு மனதைக் கவரும் ஏதாவதொரு விஷயம் ஒன்றைப் பற்றி நான் கேள்விப்பட்டால் என் மனம் அதனைப் பற்றி மேலும் மேலும் அறிந்து கொள்ள வேண்டும் என தவியாய் தவித்துக் கொண்டிருக்கும். ஆவல் ஒரு புறமிருக்க அதனை நேரடியாகப் பார்த்து அறிந்து தெரிந்து கொள்ள வேண்டும் என்று மனதில் எண்ணம் தோன்றி ஞாபகப்படுத்திக் கொண்டேயிருக்கும். தக்க வேளை அமையும் போது இவ்விதம் அமைகின்றவற்றை நான் சென்று பார்த்தோ, நேரடியாக உணர்ந்தோ இவ்வனுபங்களைப் பெற்று அவற்றைப் பற்றி சிந்திப்பதை வாய்ப்பமையும் போதெல்லாம் ஒரு வழக்கமாக வைத்திருக்கின்றேன்.

ஜல்லிக்கட்டு, காளை விரட்டு, மஞ்சு விரட்டு போன்ற தமிழர் பாரம்பரிய விளையாட்டுக்களைப் பற்றி அறிந்திருக்கின்றோம். அண்மைய ஜல்லிக்கட்டுக்கான மக்கள் போராட்டம் காளை அடக்குதல் எனும் விளையாட்டு தமிழர் பாரம்பரியத்தில் உயரிய இடத்தைப் பெற்றிருப்பதை மேலும் உறுதி செய்வதாகவே அமைந்தது. மலேசியாவில் என் இளம் வயதில் ஒரு முறை இவ்வகை காளை விரட்டு போட்டி ஒன்றைப் பார்த்த ஞாபகம் மனதில் நிழலாடுகின்றது. காளை மாட்டை

▶▶ 161

நன்கு குளிப்பாட்டி கொம்பிற்கு வர்ணம் தீட்டி கழுத்தில் மணி கட்டி, கொம்புகளில் பூக்களைச் சுற்றி அழைத்து வந்து பின்னர் இளைஞர்கள் அந்தக் காளை மாட்டை விரட்டிப் பிடிப்பது போன்ற வீர விளையாட்டைத் தைப்பொங்கல் காலத்தில் நிகழும் சில பாரம்பரிய நிகழ்வுகளில் பார்த்திருக்கின்றேன்.

தமிழர் வாழ்வியலில் அதிலும் விவசாயிகளின் வாழ்வில் பசுவும் காளையும் குடும்ப உறுப்பினர்களாகத்தான் பார்க்கப்படுகின்றன. வீட்டு விலங்குகளான இவை குடும்பத்தாரோடு அன்னியோன்னியமாக ஒன்றிணைந்து வாழ்வதை இன்றும் கூட கிராமங்களில் காண்கின்றோம். சிறு பெண்கள் கூடப் பெரிய காளை மாட்டினை இழுத்துக் கொண்டு செல்லும் இனிய காட்சிகள் தமிழக கிராமங்களில் இயல்பானதுதான். இதற்கு முற்றிலும் மாறுபட்ட கொடூரமான காளை விரட்டும் வீர விளையாட்டினை ஸ்பெயினில் இன்றும் காண்கின்றோம்.

ஐரோப்பிய சூழலில் பால், பாலைக்கொண்டு தயாரிக்கப்படும், சீஸ், பட்டர்மில்க், தயிர் வகைகள் பயன்பாடு என்பது மிக ஏராளம். தற்கால சூழலில் ஐரோப்பிய மக்களின் அன்றாட உணவுத் தேவையில் பால், பாலைக் கொண்டு தயாரிக்கப்படும் உணவுப் பொருட்கள் இல்லாத ஒரு நிலையை மக்களால் நினைத்துப் பார்க்கவே முடியாது. அந்த அளவிற்குப் பால் மக்கள் வாழ்வில் அத்தியாவசியப் பொருளாகி விட்டது. இதனால் மாடுகள் இங்கே மிகப் பிரபலமான, விவசாயிகளின் வளர்ப்பு மிருகங்களில் மிக முக்கியமான ஒன்றாகின்றது.

இப்படி அடிப்படை உணவுத் தேவைக்கு ஆதாரமாக அமையும் மாடுகள் சம்பந்தப்பட்ட திருவிழாக்கள் ஐரோப்பிய நாடுகள் பலவற்றில் நிகழ்கின்றன. சுவிசர்லாந்து, ஆஸ்திரியா, இத்தாலி, ரோமானியா, டென்மார்க், ஜெர்மனி, பெல்ஜியம், நெதர்லாந்து மற்றும் சில நாடுகளிலும் ஏதாவது ஒரு வகையில் பசு மாடுகளையோ அல்லது காளை மாடுகளையோ முக்கியப்படுத்தும் ஏதாவது ஒரு திருவிழா வருடத்தில் ஒரு முறையாவது இடம்பெறுவதுண்டு. இவ்வகைத் திருவிழாக்களின் போது பாரம்பரிய உடையணிந்து மக்கள் இத்திருவிழாக்களில் கலந்து கொள்வதும், கேளிக்கை விஷயங்கள் இடம்பெறுவதும் வாடிக்கை.

மற்ற நாடுகளிலிருந்து வித்தியாசமாக ஸ்பெயின் நாட்டில் காளை மாடுகள் சம்பந்தப்பட்ட வீர விளையாட்டினைப் பார்க்கலாம். Corrida de Torros (கொரிடா டி டோரோஸ்) என ஷ்பேனிஷ் மொழியில் அழைக்கப்படும் இவ்வீர விளையாட்டு மிக கொடூரமான ஒரு விளையாட்டு என்பதில் சந்தேகமில்லை. ஆயினும் இப்பாரம்பரிய விளையாட்டு ஸ்பெயின் நாட்டின் பல நகரங்களில் குறிப்பிட்ட சில நாட்களிலோ திருவிழாக்களின் போதோ நடைபெறுகின்றன.

இந்தப் பாரம்பரிய வீர விளையாட்டைப் பற்றி சில ஆண்டுகளுக்கு முன்னர் ஏதேச்சையாக நான் அறிந்திருந்த போதிலும் 2012ஆம் ஆண்டில் எனக்கு இந்த விளையாட்டினை நேரில் காணும் வாய்ப்பு அமைந்தது. பல மாதங்களாக ஸ்பெயின் நாட்டின் தலைநகரமான மட்ரிட் நகரில் எனக்குப் பணி நிமித்தம் ஒவ்வொரு வாரமும் இருக்கின்ற சூழல் அமைந்தது. 13 -19 மே மாதம் மட்ரிட்டின் (ஸ்பெயின் தலைநகர்) சிறப்புத் திருவிழா காலம். இதற்காக ஏற்பாடாகி ஒவ்வொரு நாளும் கலைவிழாக்கள், நடனம், நாடகம், பாரம்பரிய விளையாட்டு, வான வேடிக்கை எனப் பல விஷயங்கள் நடந்தன. அதில் கொரிடா டி டோரெஸ் காளை அடக்கல் போட்டியும் நிகழ்ந்தது. இது பாரம்பரிய விளையாட்டுக்களில் தலையாய ஒன்றானதாகவும் மிக உயர்வான கலாச்சாரப் பின்னணியைக் கொண்ட ஒரு விளையாட்டாகவும் ஷ்பேனிஷ் மக்களால் கருதப்படும் விளையாட்டு. கொரிடா டி டோரெஸ் நடைபெற்ற ப்லாஸா டி டொரெஸ் மண்டபம் ஸ்டேடியம் போன்ற அமைப்பில் இருக்கிறது. அலுவலகப் பணி முடிந்து நிகழ்ச்சிக்கு என் ஷ்பேனிஷ் நண்பர்களுடன் சென்றிருந்தேன். 14 யூரோவிலிருந்து 1,200 யூரோ வரை டிக்கெட்கள் விற்பனைக்கு இருந்தன. அன்று இருந்த மக்கள் கூட்டத்தைப் பார்க்கையிலே ஏறக்குறைய 20,000 பேர் இங்கு இவ்விளையாட்டைப் பார்க்க வந்திருந்தனர் என்பது தெரிந்தது.

இது விளையாட்டல்ல.. விபரீதம் என்பதை உள்ளே சென்று நண்பர்கள் விளக்க ஆரம்பித்ததும் தான் தெரிந்து கொண்டேன். காளை மாட்டை அடக்கித் தள்ளுவது இந்த விளையாட்டின் நோக்கமல்ல. மாறாக அக்காளை மாட்டைக் குறிப்பிட்ட நேரத்திற்குள் போராடிக் கொல்வது தான் நோக்கம். ஒரு விளையாட்டின் போது 6 காளை மாடுகள் ஒன்றன் பின் ஒன்றாக

என வர ஒவ்வொன்றையும் அடக்கி அதைக் கொல்பவர்கள் வீரர்களாகக் கருதப்படுகின்றனர். நம் தமிழர் பாரம்பரியத்தில் உள்ள ஜல்லிக்கட்டிற்கும் இந்த விளையாட்டிற்கும் எவ்வளவு வேறுபாடு இருக்கின்றது, பாருங்கள்!

காளை மாடு முதலில் வரும் போது அது ஓடிவரும் வேகம், அதன் தலையைத் திருப்பிப் பார்க்கும் விதம் இதனை வைத்தே இது வீரம் மிகுந்த அல்லது வீரம் குறைந்த மாடு என்று மக்கள் புரிந்து கொள்கின்றனர். வீரம் குறைந்த மாடு என்றால் ஷ்பேனிஷ் மக்கள் விசில் அடித்தும் கூக்குரலிட்டும் கேலி செய்கின்றனர். ஆண்கள் மட்டுமன்றி பெண்களும் இதில் கைதேர்ந்தவர்களாக இருக்கின்றனர். முதலில் வரும் காளை அதனை எதிர்த்து போராட நிற்கும் 5 பேரை பார்த்து மோதத்தொடங்குகின்றது. இந்த மோதுதலின் போதே இந்தக் காளை வீரம் நிறைந்ததா, அல்லது மிகச் சாதுரியமானதா, அதன் போரிடும் தன்மை என்ன என்பதை இந்த 5 விளையாட்டாளர்களும் பார்த்து அறிந்து கொள்கின்றனர். சிறிது நேரம் இந்த மோதல் நடைபெறுகின்றது. ஏறக்குறைய 5ஆம் நிமிடத்தில் 2 பிக்காடோரஸ் (*Picadores* - இவர்கள் இரும்புக் கவசத்தால் சுற்றிலும் கவசம் அணியப்பட்ட குதிரையில் அமர்ந்து வருபவர்கள்) மைதானத்திற்கு உள்ளே நுழைந்து காளையை அடக்க வருவர். ஒருவர் தூரத்திலேயே நின்று

கொள்ள ஒருவர் மாத்திரம் இந்தப் போராட்டத்திற்குத் தயாராவார்.

இதுவே இந்தக் காளையைக் கொல்லும் போராட்டத்தின் முதல் பகுதி. இதனை ஷ்பேனிஷ் மொழியில் Tercio de Varas என்று அழைக்கின்றனர். Tercio என்பதன் பொருள் இறப்பு என்பது. ஆகக் காளைமாட்டின் மீதான தாக்குதலின் முதலாம் பகுதி இது எனலாம்.

பிக்காடோரெஸ் குதிரையின் மேலமர்ந்து இடது கையில் குதிரையைப் பிடித்துக் கொண்டு வலது கையில் உள்ள ஈட்டியால் தன்னை நோக்கித் தாக்க வரும் காளைமாட்டினை ஒரே தாக்குதலில் நடுமுதுகில் குத்தித் தாக்குவார். இந்தத் தாக்குதலைச் செய்ய மிகுந்த பலம் தேவை. இதனை எதிர்த்து காளைமாடு உடனே குதிரையை முட்டி பிக்காடோரெஸை தொடர்ந்து தாக்கும். இது மிகப் பயங்கரமான ஒரு நிலை. சுற்றிலும் இரும்புக் கவசம் போடப்பட்டும் கண்கள் மூடப்பட்டும் குதிரை இருப்பதால் அதற்குச் சுற்றிலும் நடக்கும் நிகழ்வைப் பற்றிய எந்த பிரக்ஞையும் இருக்காது. ஆனால் பிகோடோரெஸ் லாவகமாக இந்தத் தாக்குதலைச் சமாளித்து மாட்டை பலம் இழக்கச் செய்து விடுவார். இத்துடன் இவரது பணி முடிய இவர் வெளியே சென்று விடுவார். தனித்திருக்கும் காளை மாடு தன்னைக் கொஞ்சம் சுதாகரித்துக் கொள்ள முனைந்தாலும் கூட ஈட்டித் தாக்கியதால் இரத்தம் முதுகிலிருந்து வழிய அது தொடர்ந்து நடந்து கொண்டிருக்கும்.

இரண்டாவது கட்டமாக மூன்று பண்டரிலாஸ் இக்காளையைத் தாக்க வேண்டும். இதற்கு Tercio de Banderillas என்று பெயர். கைகளில் மறைக்கும் துணி இல்லாமல் இரண்டு கூர்மையான ஈட்டியைத் தாங்கிக் கொண்டு ஓடிவந்து தக்க சமயத்தில் ஒருவர் பின் ஒருவராகக் காளையின் முதுகில் ஈட்டியைப் பாய்ச்சி அதனை நோகச் செய்வர். இது காளையின் தோள் பகுதி கழுத்துப் பகுதிகளை வலிமை இழக்கச் செய்து விடும். இந்த நேரத்தில் காளை எதிர் தாக்குதல் நடத்தினால் நேருக்கு நேர் இருக்கும் பண்டரிலாஸ் நிச்சயமாகக் கொம்பில் முட்டி இறக்க நேரிடும். இது அவ்வளவு பயங்கரமான ஒரு தருணம்.

மூன்றாம் பகுதி Tercio de Muerte எனப்படுவது. இதன் பொருள் இறப்பின் மூன்றாவது பகுதி எனக் கொள்ளலாம்.இந்தப்பகுதியின் போது அக்காளையுடன் ஒரே ஒரு மெட்டடோர், இவர் தானே ஒரு காளையைக் கொல்வதாக உறுதி எடுத்துக் கொண்டு சபையை வணங்கி அவர்களின் கைதட்டல் ஆரவாரத்தை ஏற்றுக் கொண்டு போட்டியிட வருவார். காளையைக் கொல்லும் வரை இவரே ஒருவராகப் போராட வேண்டும். காளையை அடக்கச் சிவப்பு நிறத்துணியை அதன் கண்முன்னே காட்டி அழகிய நடையில் அதனை தாக்கச் செய்வார் இந்த மெட்டாடார். உண்மையில் காளைமாடு வர்ணங்களைக் கண்டு எதிர்ப்பதில்லை. மாறாக அசைவுகளே மாட்டின் எதிர்த்துத் தாக்கும் தன்மைக்குக் காரணமாகின்றன. ஆனால் இன்றும் பலர் சிவப்பு வர்ணங்களைக் கண்டால் காளை மாடு ஆத்திரம் கொண்டு தாக்கும் என்ற தவறான புரிதலைக் கொண்டிருக்கின்றனர். இந்தப் போராட்டத்தில் மெட்டாடார் காளைமாடு இருவருமே காயங்களுக்குள்ளாவர்.

இந்த மெட்டாடார் ஏறக்குறைய 10 நிமிடங்கள் வெவ்வேறு வகையில் காளையை எதிர்த்துப் போராடி, தனக்கு அடங்கச் செய்து பின்னர் தக்க சமயம் வருகையிலே ஒரு கூர்மையான நீளமான வாளால் அக்காளை மாட்டை முதுகில் குத்துவார். ஒரு அனுபவம் நிறைந்த வீரர் என்றால் முதல் தாக்குதலிலேயே அந்த வாள் முதுகில் பாய்ந்து நேராக இருதயத்தைத் தாக்கி மாட்டினை விழச் செய்ய வேண்டும். இப்படிச் செய்பவர் மிகச் சிறந்த

வீரராகக் கருதப்பட்டு பார்வையாளர்களால் கூக்குரலிடப்பட்டும் விசில் அடித்தும் பாராட்டப்படுவார்.

கீழே அயர்ந்து விழும் காளை உயிரை விட ஒரு 4 குதிரைகள் பூட்டிய வண்டி மைதானத்திற்குள் நுழையும். பார்வையாளர்கள். காளையை அடக்கிய மெட்டாடோர் மிகச் சிறப்பாக போராடியிருக்கின்றார் என நினைத்தால் வெள்ளை நிறக் கைத்துண்டால் விசிறிக் கூவ, நிகழ்ச்சிக்குப் பிரத்தியேகமாக வந்திருக்கும் ஆளுநர் அதனை ஏற்று அந்த மெட்டாடோரின் புகழை மேலும் பெரிதாக்க இறந்த அந்த மாட்டின் ஒரு காதையும் அதன் வாலையும் அந்த மைதானத்திலேயே வெட்டித் தர அனுமதி அளிப்பார். இது மிகப் பெரிய ஒரு சம்பிரதாயமாகக் கருதப்படுகின்றது.

இத்தகைய பரிசு பெற்றவர்கள் மிகச் சிறந்த மெட்டாடோர்களாக மக்களால் அங்கீகரிக்கப்படுகின்றனர். ஆக மொத்தம் 25 நிமிடத்திற்குள் ஒரு காளையை அடக்கிக் கொன்று விடுகின்றனர். இவ்வகையில் ஒரு விளையாட்டின் போது 6 காளை மாடுகள் அடக்கிக் கொல்லப்படுகின்றன. இந்த கொரிடா டி டோரோஸ் காளை மாடுகளைத் துன்புறுத்தும் ஒரு கொடூரமான விளையாட்டு என்ற அடிப்படையில் பல அமைப்புக்கள் இந்த விளையாட்டிற்குத் தீவிர எதிர்ப்பு தெரிவித்து வருகின்றன. ஸ்பெயினிலேயே பல பகுதிகளில் இவ்விளையாட்டு நடத்தப்படுவதில்லை. உதாரணமாக கட்டலானியா பகுதிகளில் இது 2011ஆம் ஆண்டிலிருந்து தடைசெய்யப்பட்ட விளையாட்டாகிவிட்டது.

சிந்துவெளி பண்பாடு தொடங்கி இன்று வரை காளை தமிழ்ப் பண்பாட்டின் ஒரு சின்னமாகவே கருதப்படுகின்றது. தமிழகத்தின் பாரம்பரிய விளையாட்டாகிய ஜல்லிக்கட்டு இளைஞர்களின் வீரத்தையும் காளையின் வீரத்தையும் எடை போடுவதாகத்தான் அமைகின்றதே தவிர காளை மாட்டினை துன்புறுத்தும் ஒரு நிகழ்வல்ல. நமது வீர விளையாட்டுக்களில் ஒன்றான ஜல்லிக்கட்டு தொடர்ந்து சிறப்பாக நடைபெறவேண்டும். தமிழர் மரபின் வீர விளையாட்டுக்களின் ஓர் அங்கம் தான் ஜல்லிக்கட்டு என்பதைப் புரிந்து ஆதரிப்போம்!.

(தமிழ் மலர் நாளேடு (மலேசியா)08.03.2017)

30
பள்ளிகளில் தொல்லியல் அறிமுகம்

இன்றைய இளம் தலைமுறையினர்தான் நாளை நமது மரபைக் காக்கும் தூண்கள். இந்தச் சிந்தனையைக் கருத்தில் கொண்டு தமிழ் மரபு அறக்கட்டளைஆரம்பக்காலம் தொட்டு தமிழகத்திலும் மலேசியாவிலும் அவ்வப்போது கல்லூரிகளிலும் பள்ளிகளிலும் வரலாறு தொடர்பான விழிப்புணர்வு நிகழ்வுகளை நடத்தி வந்துள்ளோம். தமிழர் வரலாற்றையும் மரபையும், பண்பாட்டையும் பற்றிய தரமான செய்திகளை மாணவர் சமுதாயத்திற்குக் கொண்டு செல்வது அவசியம் என்ற நோக்கில் இந்தச் செயல்பாடுகள் அமைகின்றன.

மலேசிய சூழலில் இளம் வயது பிள்ளைகளின் நடவடிக்கைகளைக் கண்காணிப்பது பெற்றோருக்கும் ஆசிரியருக்கும் சவால்கள் நிறைந்த ஒன்றுதான். அதிலும் குறிப்பாக 4ஆம் வகுப்பு படிக்கும் மாணவர் முதல் 5ஆம் வகுப்பு முடித்து உயர்கல்விக்கூடம் செல்லும் வரையில் குழந்தைகளைப் பராமரிப்பதும் கண்காணிப்பதும் பெற்றோருக்கு மிகுந்த சிரமம் நிறைந்த ஒன்று. சமூகத்தில் பெருகிவரும் குண்டர் கலாச்சாரம், போதைப்பொருள் கலாச்சாரம் போன்றவற்றினால் சீரழிந்த இளம் தலைமுறையினரின் எண்ணிக்கை தமிழ்ச்சமூகத்தில் உயர்ந்து கொண்டேயிருக்கின்றது. பெற்றோர் மிகுந்த கண்காணிப்புடன் இருக்கும் சூழலிலும் கூட சில மாணாக்கர்கள் வழி தவறிப்போய்விடுகின்றனர்.

கடந்த சில ஆண்டுகளில் தோட்டப்புறங்களில் மட்டுமன்றி நகர்ப்புறங்களிலும் கூட குண்டர் கும்பல்களைச் சேர்ந்தவர்கள் மிகச் சாமர்த்தியமாகத் திட்டமிட்டு இளம் சிறார்களைக் கவரும் தந்திரமான நடவடிக்கைகளை மேற்கொள்வதன் வழி இந்த

இளம் பிஞ்சுகளின் வாழ்க்கைப் பாதையை தடம்புரளச் செய்து விடுகின்றனர். தொடர்ந்து வரும் இத்தகைய சமூக அவல நிலையை மனதில் கொண்டு சமூக அமைப்புக்கள் பல மாணவர்களுக்கு முன்னேற்றப்பாதையைக் காட்டும் வகையிலும் கல்வியில் ஆழமான ஆர்வத்தை ஏற்படுத்தும் வகையிலுமான நிகழ்வுகளை நடத்தி வருகின்றன. இவை வரவேற்கத்தக்க முயற்சிகளாகும்.

பள்ளிப்பாடங்களைக் கற்பதும் பரீட்சைக்குத் தயார்படுத்துவதும் மட்டுமே மாணவர் அறிவு வளர்ச்சிக்குப் போதுமானவை என்று முடிவு செய்து விட முடியாது. வெளி உலக, சமகால அறிவியல், சமூகம், வரலாறு, பொருளாதாரம் போன்ற துறைகளில் நிகழும் நடப்புச் செய்திகளை மாணவர் தொடர்ந்து அறிந்து வருவதற்கான வாய்ப்புக்களை ஏற்படுத்தித் தருவதும் மாணவர்கள் திறமையுடன் செயல்படுவதற்கும் தங்கள் எதிர்கால வாழ்க்கையைச் சிறப்புடன் அமைத்துக் கொள்வதற்கும் கட்டாயமாக அடித்தளம் அமைக்கும்.

தொல்லியல் துறை, அகழ்வாய்வுகள் என்பது பற்றின ஓர் அறிமுக நிகழ்வு ஒன்றினை மாணவர்களுக்கு வழங்குவது அவர்கள் இத்துறையைப் பற்றி அறிந்து கொள்ள உதவும் என்ற கருத்துடன் தமிழ் மரபு அறக்கட்டளை கோலாலம்பூரில் இயங்கும் MENCO அமைப்புடன் இணைந்து சனிக்கிழமை 28.10.2017 அன்று பத்துமலை தமிழ்ப்பள்ளிக்கூடத்தில் ஒரு நிகழ்ச்சியை ஏற்பாடு செய்திருந்தோம். பள்ளியில் பயிலும் 4ஆம், 5ஆம், 6ஆம் வகுப்பு மாணவர்கள் பங்கு கொள்ளும் வகையில் இந்த நிகழ்ச்சி அமைந்திருந்தது. பள்ளியின் முழு ஒத்துழைப்பும் இந்த நிகழ்விற்கு அமைந்திருந்தது குறிப்பிடத்தக்கது.

தொல்லியல் துறை என்பது மனித சமூகத்தின் பண்டைய வாழ்க்கை முறையை சரியான ஆராய்ச்சிகளின் வழி அறிந்து கொள்வதாகும். அகழ்வாராய்ச்சிகள் என்பன நிலத்துக்குக் கீழே அகழ்ந்தெடுத்து ஆராய்ச்சி செய்வது. நிலத்தின் அடித்தளத்தில் புதைந்து கிடக்கும் அப்பகுதியில் வாழ்ந்து மறைந்த மக்கள் பயன்படுத்திய பொருட்கள், சான்றுகள், எலும்புக்கூடுகள் என்பன பற்றிய அறிமுகமும் தொல்லியல் அகழ்வாராய்ச்சிகள் உலக மனிதர்களின் வாழ்வியலை இன்று காலத்தால் பின்னோக்கி இட்டுச் சென்று வாழ்வியலை விளக்கும் கருவியாக அமைகின்றன

என்ற விளக்கமும் இந்த நிகழ்வில் மாணவர்களுக்கு வழங்கப்பட்டது. பின்னர், உலக நாடுகளில் இதுவரை நிகழ்த்தப்பட்ட அகழ்வாராய்ச்சிகளில் மிகப் பிரபலமாகக் கருதப்படுவன பற்றிய செய்திகள் விளக்கப்படங்களுடன் மாணவர்களுக்கு வழங்கப்பட்டன.

அகழ்வாராய்ச்சிகள் என்பன முறையாக என்று தொடங்கப்பட்டது என்பது உறுதியாகக் கூறப்பட இயலாத போதிலும், ஐரோப்பாவில் பிரான்சுக்காரர்களும், ஜெர்மானியர்களும், ஆங்கிலேயர்களும் தங்கள் நாடுகளில் மட்டுமன்றி உலகின் பல்வேறு நாடுகளில் குறிப்பிடத்தக்க அகழ்வாராய்ச்சிகளைக் கடந்த 300 ஆண்டுகளில் நிகழ்த்தியிருக்கின்றனர். இன்று உலகின் பல நாடுகளில் உள்ள பல்கலைக்கழகங்களிலிருந்து தொல்லியல் அகழ்வாய்வுத்துறைகளிலிருந்தும் பயிற்சி பெற்ற பல ஆராய்ச்சியாளர்கள் தொல்லியல் ஆய்வுகளையும் அகழ்வாய்வுகளையும் நிகழ்த்தி வருகின்றனர். உலக அகழ்வாய்வு நிகழ்வுகளில் மிகப் பிரபலமானவை எனக் கருதப்படுபவனவற்றுள் போம்பேயி (Pompeii) அகழாய்வும் ஒன்று. எரிமலை வெடிப்பின்

போது லாவா கசிவினால் முற்றும் முழுதுமாக அழிக்கப்பட்ட ஒரு கிராமம் நிலத்தடியில் புதைந்து போனது. இது நிகழ்ந்த காலம் பொ.ஆ. 79. மிகப் பழமையான இந்த ரோமானிய நகரம் இருந்த சுவடு தெரியாமல் அழிந்து விட்ட நிலையில் அகழ்வாய்வின் வழி இந்த நகரம் கண்டெடுக்கப்பட்டது. எரிமலைக் கசிவினால் சிதைந்த மக்களின் உடல், வீடுகள், சிற்பங்கள், மண்பாண்டங்கள், கோயில் போன்றவை இந்த ஆராய்ச்சியில் கண்டெடுக்கப்பட்டன. எரிமலை வெடிப்பினால் வெளிப்பட்ட தூசித் துகள்கள் முழுமையாக மூடி அதன்மேல் எரிமலை வெடிப்பினால் வெளிப்படும் நெருப்புக் குழம்பு அதனை மூடியமையினால் அதன் கீழ் அகப்பட்டுக்கொண்ட மனிதர்கள் அனைவருமே இந்த நிகழ்வின் போது இறந்து போயினர். உயிர்ச்சேதம் ஏற்பட்டாலும் அந்த நகரின் கட்டமைப்பு உடைந்து நொறுங்காமல் முழுமையாக 2000 ஆண்டுகள் இருந்திருக்கின்றது என்ற உண்மை அகழ்வாய்வில் தெரிய வந்தது. ஒரு பண்டைய ரோமானிய நகரில் மக்கள் வாழ்வு, பண்பாடு, நகர அமைப்பு, கோயில் வழிபாடு என்பன எவ்வாறு அமைந்திருந்தன என்பதை ஒருவர் அறிந்து கொள்வதற்கு மிகச் சரியான முக்கியச் சான்றாக இந்த அகழ்வாராய்ச்சி அமைந்தது.

ஐரோப்பிய தொல்லியல் துறையினர் கடந்த 300 ஆண்டுகளில் தொடர்ச்சியாக அகழ்வாராய்ச்சிகளை மேற்கொள்ளும் நாடுகளில் எகிப்தினைக் குறிப்பிட்டுச் சொல்லலாம். ஆரம்பக் காலத்தில் பொக்கிஷங்கள் கிடைக்கும் என்ற குறிக்கோளுடன் தனியார் சிலர் எகிப்தில் குழுவாகச் சென்று பாலைவனத்தின் ஊடே பயணித்துப் பல இன்னல்களைச் சந்தித்தாலும் அவற்றைக் கண்டு அஞ்சி ஒதுங்காது அகழ்வாராய்ச்சிகளைச் செய்தனர். நிலத்துக்குக் கீழே இறந்து போன பண்டைய எகிப்திய மன்னர்களின் உடல்களோடு புதைக்கப்படும் விலையுயர்ந்த ஆபரணங்களையும் பொருட்களையும் எடுத்து வந்து அவற்றைப் பணக்காரரர்களிடம் விலைபேசி விற்று செல்வந்தர்களாயினர். ஆனால் பின்னர் அரசு கட்டுப்பாடுகளை ஏற்படுத்திய பின்னர் அகழ்வாராய்ச்சிகள் என்பன தொல்லியல் துறையைச் சார்ந்த வகையிலோ அல்லது பல்கலைக்கழகங்களைச் சார்ந்த வகையிலோ மட்டுமே நிகழ்த்தப்பட வேண்டும் என்ற கட்டுப்பாடுகள் செயல்பாட்டிற்கு வந்தன.

உலக வரலாற்றில் மனித இனம் மிக நீண்ட நெடிய காலங்கள் வாழ்ந்த பகுதிகளில் தனிச்சிறப்பு பெறும் நாடாக எகிப்தினைக் கூறலாம். இங்குக் கடந்த 3 நூற்றாண்டுகளில் தொடர்ச்சியாக நிகழ்த்தப்பட்ட தொல்லியல் அகழ்வாராய்ச்சிகளின் வழி எகிப்தின் நீண்ட நெடிய வரலாறு உலகில் வெளிச்சத்திற்கு வந்தது. பிரமிக்க வைக்கும் பிரமிடுகள், 5000 ஆண்டுகள் வாக்கில் வாழ்ந்து ஆட்சி செய்த மன்னர்கள், அதாவது மம்மி என அழைக்கப்படும் ஃபாரோக்களின் பதப்படுத்தப்பட்ட உடல், கருமக்கிரியை சடங்குகள், எகிப்தியர்களின் பண்டைய ஹீரோகிலிப்ஸ் எழுத்துக்கள், கோயில் கட்டுமானத்தில் மிக முக்கியமானதாகக் கருதப்படும் ஒபிலிஸ்க் என்ற செங்குத்தான நீண்டு உயர்ந்த கல் வடிவம், அரசாட்சி முறை, நைல் நதிக்கரை வணிகம், தொழில், அடிமைகள் வாழ்வு, கிரேக்கத்துடனான தொடர்புகள் போன்ற பல்வேறு தகவல்கள் கிடைத்தன. உலக

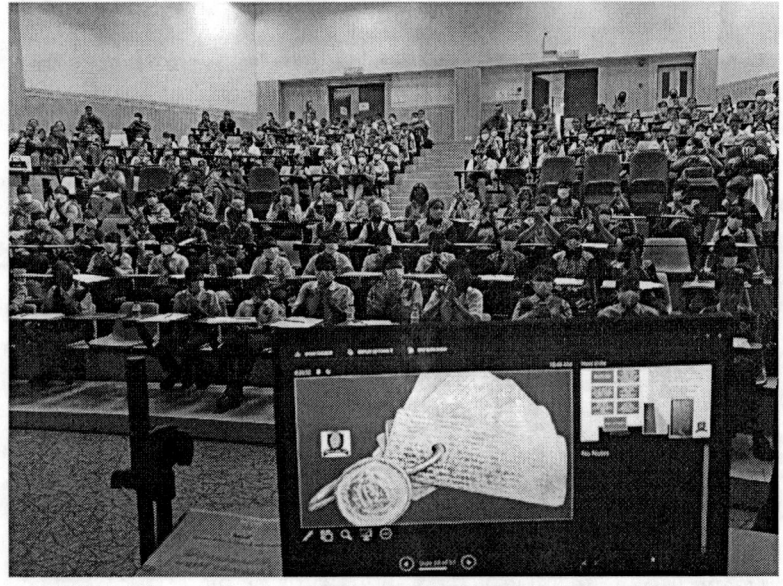

வரலாற்றைப் புரிந்து கொள்வதற்கு இந்தத் தகவல்கள் பெரும் பங்காற்றின.

எகிப்திய தொல்லியல் அகழ்வாய்வுகளில் குறிப்பிடத்தக்கவை பல. அதில் ஒன்றுதான் தூத்தான்காமுன் என்ற ஓர் இளம் அரசனின் பதப்படுத்தப்பட்ட உடலும் அதனைச் சுற்றி வைக்கப்பட்டுப் புதைக்கப்பட்ட கல்லறையும். கல்லறை எனும்

போது நம் மனதில் எழும் வடிவத்தோடு எகிப்திய ஃபாரோக்களின் கல்லறைகளை நாம் ஒப்பிடக் கூடாது. ஃபாரோக்களின் கல்லறைகள் பல தளங்களாக அமைக்கப்பட்ட ஒரு வீடு போன்றும் அதன் அறைகளுக்கும் மன்னருக்குத் தேவைப்படும் என அவர்கள் நினைக்கும் அனைத்துப் பொருட்களும் உள்ளே வைக்கப்பட்டிருக்கும். மன்னரின் உடலைப் பதப்படுத்தி வெள்ளை துணியால் சுற்றி, தங்க ஆபரணங்களினால் அலங்கரித்து விலையுயர்ந்த கற்களைக் கொண்டு தங்கத்திலும் வெள்ளியிலும் இழைத்துத் தயாரிக்கப்பட்ட அலங்காரப்பொருட்கள் சூழ, மிகுந்த கலை அழகுடன் தயாரிக்கப்பட்ட மரப்பெட்டிக்குள் வைத்திருப்பார்கள். அந்த மரப்பெட்டியை ஒரு தேரில் ஏற்றி அதனைச் சுற்றிலும் மன்னர் பயன்படுத்திய அனைத்துப் பொருட்களையும் இணைத்தே வைத்திருப்பர். அத்தகைய ஒரு கல்லறை 1922ஆம் ஆண்டு ஹோவர்ட் கார்ட்டர், ஜோர்ஜ் ஹெர்பெர்ட் என்ற இரண்டு தொல்லியல் ஆராய்ச்சியாளர்களால் கண்டுபிடிக்கப்பட்டது. இது கண்டுபிடிக்கப்பட்ட போது உலகளாவிய அளவில் ஆச்சரியத்தையும் கவனத்தையும் இக்கண்டுபிடிப்பு பெற்றது. இந்த நிகழ்வே எகிப்திய ஃபாரோக்களின் கல்லறை அமைப்பைப் பற்றிய தெளிவை உலகுக்கு வழங்கியது எனலாம்.

இதுகாறும் கண்டுபிடிக்கப்பட்ட எகிப்திய மன்னர் பரம்பரையினரின் கல்லறைகளை ஒப்பிடும் போது அளவில் இக்கல்லறை சிறிதுதான் என்றாலும் கூட, இதன் உள்ளே வைக்கப்பட்டிருந்த 2000க்கும் மேற்பட்ட விலையுயர்ந்த அணிகலன்களும் மன்னர் தூத்தான்காமூனின் பதப்படுத்தப்பட்ட உடலில் முகத்தின் மேல் வைக்கப்பட்டிருந்த தங்க முகமூடியும் உலகின் பல்வேறு நாடுகளில் வாழும் ஆய்வாளர்களின் கவனத்தை ஈர்த்தன. இன்று எகிப்தின் தலைநகர் கைரோவில் உள்ள அருங்காட்சியகத்தில் இந்தப் பொருட்கள் பாதுகாக்கப்படுகின்றன. ஆயினும் அவ்வப்போது உலகின் பல நாடுகளுக்கு நடமாடும் கண்காட்சியாக இந்தக் கல்லறையின் சில பொருட்கள் வரவழைக்கப்பட்டு உள்ளூர் மக்களுக்கு அவை கண்காட்சியாக காட்டப்படுகின்றன.

சிந்து சமவெளியில் நிகழ்த்தப்பட்ட ஆய்வுகள் அங்கு நாகரிகம் பெற்ற மனிதர்கள் வாழ்ந்தனர் என்றும், அவை இன்றைக்கு 2500 ஆண்டுகள் வாக்கில் இருந்த ஒரு சமூகம்

என்றும், மிக உயர்ந்த வாழ்வியல் கலாச்சாரத்தைப் பேணிய ஒரு சமூகம் என்றும் இங்கு நிகழ்த்தப்பட்ட தொல்லியல், மற்றும் அகழ்வாய்வுகள் சான்றளித்தன. அங்குக் கண்டெடுக்கப்பட்ட எழுத்துருக்களைப் பற்றிய ஆய்வு அது திராவிட மொழியின் அடித்தளத்தைக் கொண்டது என்பதை உறுதிப்படுத்துவதாகவும் அமைந்தது. தமிழகத்தில் அண்மைய அகழ்வாராய்ச்சிகளாகக் கருதப்படும் கீழடி இன்றைக்கு 2200 ஆண்டுகள் வாக்கிலான

தமிழர் நாகரிகத்தை உலகுக்குக் காட்டும் ஆராய்ச்சியாகத் திகழ்கின்றது.

மலேசியாவில் தமிழர்கள் பெருமைப்படத்தக்க வகையில் இருப்பது பூஜாங் பள்ளத்தாக்கு அகழ்வாராய்ச்சிகள். பொ.ஆ.5ஆம் நூற்றாண்டு தொடங்கி இங்கு லங்காசுக்கா, ஸ்ரீவிஜயா அரசுகள் அமைத்த பௌத்த, இந்து மத ஆலயங்கள், அதன் பின்னர் பொ.ஆ.11ஆம் நூற்றாண்டில் சோழ மன்னர் ராஜேந்திர சோழனின் படையெடுப்பிற்குப் பின்னர் இங்கு அமைக்கப்பட்ட சிவன் கோயில்கள் பலவும் இந்த அகழ்வாய்வில் கண்டெடுக்கப்பட்டன. ஏறக்குறைய 22 கோயில்கள் இதில் அடையாளம் காணப்பட்டன. அகழ்வாய்வில் கண்டெடுக்கப்பட்ட அரும்பொருட்கள் கெடா மாநிலத்தின் பூஜாங் பள்ளத்தாக்கு அருங்காட்சியகத்தில் காட்சிக்கு வைக்கப்பட்டுள்ளன. இதே போல, பேராக் மாநிலத்தில் பெருவாஸ் பகுதியில் நிகழ்த்தப்பட்ட ஆய்வு பொ.ஆ.5 முதல்

11 வரை இங்கு ஆட்சி செலுத்திய கங்கா நெகாரா அரசினைப் பற்றிய செய்திகளை உலகுக்கு வெளிச்சப்படுத்தியது. லங்காசுக்கா, ஸ்ரீவிஜயா அரசுகள் இருந்த போதே சமகாலத்தில் மிகுந்த பலத்துடன் ஆட்சி அமைத்திருந்த ஓர் இந்து அரசு தான் இந்தக் கங்கா நெகாரா அரசு. ராஜேந்திர சோழனின் பொ.ஆ.11ஆம் நூற்றாண்டு படையெடுப்பினால் இந்த அரசு அழிந்தது. அங்கு நிகழ்த்தப்பட்ட அகழ்வாராய்ச்சிகளின் போது கிடைத்த தெய்வ வடிவின் சிற்பங்கள், கோயில்கள், மக்கள் பயன்பாட்டில் இருந்த பொருட்கள் ஆகியன இன்று பெருவாஸ் அருங்காட்சியகத்தில் காட்சிப்படுத்தப்பட்டுள்ளன.

இத்தகைய விளக்கங்களை வழங்கியபோது, நிகழ்ச்சியில் கலந்து கொண்ட மாணவர்கள் அனைவருமே குறிப்புக்களை எடுத்துக் கொண்டனர். இடையிடையே மாணவர்கள் வழங்கப்பட்ட செய்திகளை எவ்வளவு உள்வாங்கியிருக்கின்றனர் என்பதை அறிந்து கொள்ள கேள்விகள் கேட்கப்பட்டன. மாணவர்கள் அவற்றிற்குச் சரியான விடையளித்ததோடு இந்த நிகழ்வினால் தாங்கள் அறிந்து கொண்ட விசயங்களையும் அழகாக விவரித்துப் பேசினர். மாணவர்கள் போட்டி போட்டுக் கொண்டு மிகுந்த ஆர்வத்துடன் தமிழ் மொழியில் வரலாற்றுச் செய்திகளை உள்வாங்கி அதனைச் சிந்தித்து தாமே இயல்பாக விவரிக்கும் வகையில் செயல்பட்டனர். இது பாராட்டுக்குரியது.

நிகழ்ச்சியில் கலந்து கொண்ட ஒவ்வொரு மாணவருமே எதிர்காலத்தில் ஒரு விஞ்ஞானியாக தாம் வளர வேண்டும் என்ற கனவினை இந்த நிகழ்வில் விதைத்தோம். அந்தக் கனவுகளோடு இந்த மாணவர்கள் நிச்சயமாக இயங்குவார்கள். எதிர்காலத்தில் உலகம் போற்றும் அறிஞர்களாகத் திகழ்வார்கள் என்ற நம்பிக்கை தமிழ் மரபு அறக்கட்டளைக்கு உண்டு!

(தமிழ் மலர் நாளேடு (மலேசியா) 02.11.2017)

ஃ⊙ஂ

தமிழ் மரபு அறக்கட்டளை வெளியீடுகள்

1. Der Kural Des Thiruvalluvar
   By Dr.Karl Graul (First edition 1856 reprinted - 2019) Euro.25
2. Thiruvalluvar's Prose
   By August Fridrich Cammerer(First edition 1803 reprinted - 2019) Euro 25
3. **திருவள்ளுவர் யார்?** (2019)
   கௌதம சன்னா ரூ.200
4. **நாகர் நிலச்சுவடுகள் (இலங்கை பயண அனுபவம்)** (2020)
   மலர்விழி பாஸ்கரன் ரூ.100
5. **அறியப்பட வேண்டிய தமிழகம்** (2021)
   தொ. பரமசிவன் நேர்காணலும் கட்டுரைகளும்
   தொகுப்பாசிரியர் - முனைவர்.க.சுபாஷிணி ரூ.80
6. **கீழக்கரை வரலாறு** (2021)
   எஸ்.மஹ்மூது நெய்னா (இப்போது.காம் இணைபதிப்பு) ரூ.250
7. **கொங்குநாட்டுக் கல்வெட்டுகள்** (2021)
   துரை சுந்தரம் ரூ.160
8. **கொங்கு நாட்டுத் தொல்லியல் சின்னங்கள்** (2021)
   துரை சுந்தரம் ரூ.*140*
9. **தொல்லியல் நோக்கில் தமிழ்நாட்டுக் கடவுளரும் வழிபாட்டு மரபுகளும்**(2021)
   கோ. சசிகலா ரூ.160
10. **வரலாற்றில் பொய்கள்** (2021)
    தேமொழி ரூ.100
11. **விளையாடிய தமிழ்ச்சமூகம்** (2022)
    ஆ. பாப்பா ரூ.300
12. **கல்வெட்டில் தேவதாசி** (2022)
    எஸ் சாந்தினிபி ரூ.150
13. **ராஜராஜனின் கொடை** (2022)
    க. சுபாஷிணி ரூ.180
14. **இலக்கிய மீளாய்வு** (2023)
    தேமொழி ரூ.100
15. **கணிதவியல்** (2023)
    ப. பாண்டியராஜா ரூ.180
16. **ராஜேந்திர சோழனின் ஒட்ர நாடு வெற்றி** (2023)
    ஜெ. ஆர். சிவராமகிருஷ்ணன் ரூ.90

17. **வரலாற்று ஆய்வில் களப்பணிகள்** (2023)
க. சுபாஷிணி ரூ.120

18. **தமிழகத்தில் பௌத்தம்** (2023)
தேமொழி ரூ.120

19. **நிலவியல் நோக்கில் கங்கைகொண்ட சோழபுரம் வரலாறு** (2023)
ஜெ. ஆர். சிவராமகிருஷ்ணன் ரூ.300

20. **நீலக்கடல் முழுதும் கப்பல் விடுவோம்** (2023)
நரசய்யா ரூ.150

21. **பொருள்முதல்வாதப் பார்வையில் ஆதிசங்கரரின் அத்வைதம்** (2023)
அ. கா. ஈஸ்வரன் ரூ.180

22. **பத்துப்பாட்டில் சொல்லோவியங்கள் - தொகுதி 1** (2023)
ப. பாண்டியராஜா ரூ.250

23. **பத்துப்பாட்டில் சொல்லோவியங்கள் - தொகுதி 2** (2023)
ப. பாண்டியராஜா ரூ.250

24. **நக்கீரர் நடைபயணம்** (2024)
ப. பாண்டியராஜா ரூ.250

25. **தமிழர் புலப்பெயர்வு உலகளாவிய பயணங்கள்-குடியேற்றங்கள்-வரலாறு** (2024)
க. சுபாஷிணி ரூ.450

26. **கொரியாவில் தமிழ்ச் சுவடுகள்** (2024)
நா. கண்ணன் ரூ.220

27. **வரலாற்று நிலவியல் நோக்கில் சிதம்பரம்-நகரும் நகர்ப்புறமும்** (2024)
ஜெ. ஆர். சிவராமகிருஷ்ணன் ரூ.320

28. **தமிழக நிலப்பரப்பில் பின்வாங்கியகடல்களும் கடல்கொண்டநிலங்களும்** (2024)
ச. சிங்காநெஞ்சன் ரூ.140

29. **தமிழக நிலப்பரப்பில் பாதை மாறிய ஆறுகள்** (2024)
ச. சிங்காநெஞ்சன் ரூ.120

30. **சங்க இலக்கியம் எனும் சிந்துவெளி திறவுகோல்** (2024)
தமிழ் மரபு அறக்கட்டளை ரூ.120

31. **மக்கள் வரலாறு: தொடக்கமும் தொடர்ச்சியும்** (2024)
க. சுபாஷிணி ரூ.200

32. **தொல்மனித இனங்களும் மனிதகுல இடப்பெயர்வுகளும்** (2024)
க. சுபாஷிணி ரூ.180

33. **மட்டக்களப்பு: வரலாறு, சமூகம், பண்பாடு** (2024)
ஆ.பாப்பா, மு.இறைவாணி ரூ.280

தமிழ் மரபு அறக்கட்டளை பதிப்பகம்

தமிழ் மரபு அறக்கட்டளை பன்னாட்டு அமைப்பு 2001ஆம் ஆண்டு தொடங்கப்பட்டது. தமிழ் தமிழர் மரபு. வரலாறு. பண்பாட்டுக்கூறுகள், மரபுசார் தரவுகளைப் பாதுகாத்தல் மற்றும் ஆவணப்படுத்துதலை முக்கிய நோக்கங்களாகக்கொண்டு இவ்வமைப்பு செயல்படுகின்றது. இவை மட்டுமின்றி வரலாற்றுப்பாதுகாப்பு குறித்த சமூக விழிப்புணர்வை ஏற்படுத்தும் செயல்பாடுகளையும் தொடர்ந்து முன்னெடுத்து வருகிறது.

தமிழ் மரபு அறக்கட்டளை தமிழ் கூறும் நல்லுலகிற்கு, குறிப்பாக ஆய்வு நிறுவனங்கள், கல்லூரிகள், பல்கலைக்கழகங்கள், பள்ளிக்கூடங்களில் பயில்வோருக்குத் தரமான ஆய்வு முறைமைகளைப் பயன்படுத்த ஊக்குவிக்கும் பல்வேறு செயல்பாடுகளை, பயிற்சிப் பட்டறைகளை, களப்பணிப் பயிற்சிகளைத் தொடர்ந்து செய்து வருகின்றது.

இச்செயற்பாடுகளின் ஒரு அங்கமாகத் தமிழ் மரபு அறக்கட்டளையின் பதிப்பகப் பிரிவு 2019ஆம் ஆண்டு தொடங்கப்பட்டது. வரலாறு. தமிழியல், பண்பாட்டியல், மானிடவியல், சமூகவியல், புலம்பெயர்வு ஆகிய துறைகளில் ஆய்வுசார் நூல்கள் இப்பதிப்பகத்தின் மூலம் வெளியிடப்படுகின்றன.

தமிழர் வரலாற்றுக்கு ஓர் அரணாக விளங்கும் தமிழ் மரபு அறக்கட்டளை பன்னாட்டு அமைப்பு உலகளாவிய கிளைகள் கொண்டு இயங்குகின்றது. ஜெர்மனியைத் தலைமையகமாகக் கொண்டு இயங்கி வரும் இந்த ஆய்வு நிறுவனம் உலகளாவிய வகையில் தமிழர் வரலாற்றுப் பாதுகாப்பு நடவடிக்கைகளைச் செயல்படுத்தி வருகிறது.

தொடர்புக்கு:
e-mail: mythforg@gmail.com
https://tamilheritage.org/